'தமிழரசு' கலைஞர்

செய்திகள் - சிந்தனைகள் - சாதனைகள்

ந.வினோத்குமார்

பரிசல் புத்தக நிலையம்

'தமிழரசு' கலைஞர்

செய்திகள் - சிந்தனைகள் - சாதனைகள்

ஆசிரியர் : ந. வினோத்குமார்

முதல் பதிப்பு : நவம்பர் 2023

வெளியீடு : பரிசல் புத்தக நிலையம்

235, P-பிளாக், MMDA காலனி

அரும்பாக்கம், சென்னை - 600 106

பேச: 9382853646, 8825767500

மின்னஞ்சல்: parisalbooks2021@gmail.com

பக்க வடிவமைப்பு: யு.நிலா

அச்சாக்கம்: காம்யூ பிரிண்டர்ஸ், சென்னை

பக்கம்: 252

விலை: ரூ 300

TAMILARASU KALAIGNAR

Seithigal - Sindhanaigal - Saadhanaigal

Author : N. VINOTHKUMAR

First Edition: November 2023

Published by: PARISAL PUTTHAGA NILAYAM

No.235, P-Block, MMDA Colony

Arumbakkam, Chennai - 600 106

Mobile: 93828 53646

E-mail: parisalbooks2021@gmail.com

Designed by: Y.NILA

Printed at: Comu Printers, Chennai

ISBN: 978-81-19919-94-9

Pages: 252

Price: 300

சமர்ப்பணம்

தன் எழுத்துகளால் என் அறிவுத்தாகத்தை அதிகமாக்கிக் கொண்டே இருக்கும்

பத்திரிகையாளர் ப.திருமாவேலன்

அவர்களுக்கு

கலைஞர் பெயர் சொல்லும் தமிழரசு!

1957 ஆம் ஆண்டு, இந்தியத் திருநாட்டில் மேற்கொள்ளப்படும் வளர்ச்சிப் பணிகள், நலத்திட்டங்கள் போன்றவை குறித்து பொதுமக்கள் அறிந்துகொள்ளும் விதமாக, ஒன்றிய அரசு 'யோஜனா' என்ற இதழைத் தொடங்கியது. தொடக்கத்தில் இந்தியிலும் ஆங்கிலத்திலும் வந்த அது இன்று 13 மாநில மொழிகளில் வெளிவருகிறது. தமிழில் 'திட்டம்' என்ற பெயரில் அந்த இதழ் வெளிவருகிறது.

பத்து ஆண்டுகளுக்குப் பிறகு தமிழ்நாட்டில் 1967 ஆம் ஆண்டு பேரறிஞர் அண்ணா அவர்களின் தலைமையில் திராவிட முன்னேற்றக் கழகம் முதல்முறையாக ஆட்சி அமைத்தது. 1969-இல் அண்ணா மறைவுக்குப் பிறகு, முதலமைச்சராகப் பொறுப்பேற்றார் தலைவர் கலைஞர்.

அந்தச் சமயத்தில் தமிழ்நாடு அரசின் பல்வேறு துறைகளில் 'பாக்கிய லட்சுமி', 'சௌபாக்கியம்', 'மேழிச் செல்வம்', 'இன்காம்', 'ஆரோக்கிய மார்க்கம்', 'மெட்ராஸ் ஹெல்த் எஜுகேஷன்' மற்றும் 'சீரணி (கிராம நலம்)' என 7 பருவ இதழ்கள் வெளிவந்து கொண்டிருந்தன. அவற்றை ஒருங்கிணைத்து 1970 ஜுலை 1 ஆம் தேதி, 'தமிழரசு' என்ற பெயரில் மாதம் இருமுறை இதழ் ஒன்றை தமிழ்நாடு அரசு நிறுவியது. இன்று நாட்டில், இதர மாநிலங்கள் சிலவற்றில் வெளியாகும் மாநில அரசு இதழ்களுக்கு எல்லாம் 'தமிழரசு' முன்னோடியாக இருந்திருக்கிறது என்று சொன்னால் அது மிகையில்லை.

ஒரு பத்திரிகையாளனாக, பல்வேறு பத்திரிகைகளின் வரலாற்றை, அவற்றின் பங்களிப்பைப் பற்றி அறிந்து கொள்வதில் எனக்கு எப்போதும் ஆர்வம் உண்டு. அப்படி ஒருமுறை, ஒரு கட்டுரைக்காக இணையத்தில் மேய்ந்து

கொண்டிருந்தபோது எதேச்சையாக 'தமிழரசு' இதழ் குறித்துத் தெரியவந்தது. அதுவும் கலைஞர் தன் ஆட்சிக்காலத்தில் நிறுவிய 'உலகத் தமிழ் இணையப் பல்கலைக்கழகத்தின்' இணையதளம் மூலம்தான் தெரியவந்தது. அந்தப் பல்கலைக்கழகம் இன்று 'தமிழ் இணையக் கல்விக் கழகம்' என்று அறியப்படுகிறது. அந்த நிறுவனம், 'தமிழிணையம்' என்ற பெயரில் அற்புதமான, இலவச மின் நூலகம் ஒன்றையும் இயக்கி வருகிறது. அந்த நூலகத்தில் கடந்த 50 ஆண்டுகளுக்கும் மேலாக வெளிவந்து கொண்டிருக்கும் 'தமிழரசு' இதழ்கள் பெருமளவு டிஜிட்டல் வடிவத்தில் பதிவேற்றப்பட்டுள்ளன. அந்த நூலகத்தின் உதவியுடன் உருவானதுதான் இந்தப் புத்தகம்.

கலைஞர் பிறந்த நூற்றாண்டு கொண்டாடப்படும் இந்த வேளையில், என் சார்பாக அவர் புகழ் பாடும் படைப்பு ஒன்றைக் கொண்டு வர வேண்டும் என்று திட்டமிட்டேன். ஆனால் எதைப் பற்றி எழுதுவது? எங்கிருந்து தொடங்குவது? எங்கே அவற்றைத் தொகுப்பது என்ற பல கேள்விகள் என் முன் நின்றன.

அப்போதும் எதேச்சையாக 'தமிழரசு' இதழ் ஒன்றைப் படித்துக்கொண்டிருந்தபோது, விழா ஒன்றில் கலைஞருக்கு 'ஐந்தமிழறிஞர்' என்ற பட்டம் வழங்கப்பட்டிருப்பதை அறிந்தேன். அதுகுறித்துப் படிக்கப் படிக்க, சுவாரஸ்யமாகவும் ஆச்சரியமாகவும் இருந்தது. அவருக்கு அளிக்கப்பட்ட அந்தப் பட்டம் தொடர்பாக ஒரு குறுங்கட்டுரையை எழுதினேன். உடனே ஒரு பொறி தட்டியது. ஏன் 'தமிழரசு' இதழில் வெளிவந்த கலைஞர் தொடர்பான செய்திகளை மட்டும் தொகுக்கக் கூடாது?

களத்தில் இறங்கினேன். 1970 ஆம் ஆண்டில் வெளிவந்த முதல் 'தமிழரசு' இதழ் தொடங்கி, கலைஞர் ஆட்சிக் காலங்களில் இருந்த ஆண்டுகளில் மட்டும் வெளியான இதழ்களில் இருந்து, கலைஞர் தொடர்பான செய்திகளைத் தொகுக்க ஆரம்பித்தேன். ஒவ்வொரு நாளும் என் தினசரிப் பணிகளுக்கு இடையே, அந்த இதழ்களை முழுமையாக வாசித்து, அதில் இடம்பெற்ற கலைஞர் தொடர்பான

தகவல்களைக் கொண்டு குறுங்கட்டுரைகள் எழுதினேன். எழுதியவற்றை என் ஃபேஸ்புக் பக்கத்தில், 2023 ஜூன் 3 (கலைஞரின் நூற்றாண்டு பிறந்தநாள்) முதல் நாளொரு பதிவாகப் பதிவிட்டு வந்தேன். அவற்றை 'திராவிட ஆய்வு' எனும் ஃபேஸ்புக் பக்கத்திலும் பகிர்ந்தேன். அவற்றுக்குக் கிடைத்த வரவேற்பு மகிழ்ச்சியையும் உந்துதலையும் ஒருசேரத் தந்தன.

கலைஞர் மற்றும் அவரது ஆட்சி தொடர்பாக நான் எழுதும் பதிவுகள், அதுவரையில் தி.மு.க. தொண்டர்கள், ஆதரவாளர்கள், தலைவர்கள், சாமானியர்கள் என பலருக்கும் தெரியாத தகவல்களாக இருக்கின்றன என்பதை அறிந்தபோது மகிழ்ச்சி. மேலும், 'இதுபோன்ற அரிய தகவல்களை இன்னும் தேடி எடுக்க வேண்டும்' என்ற உத்வேகமும் கிடைத்தது.

நாளொரு பதிவு என, நூறு நாட்களுக்கு நூறு பதிவுகளை எழுதினேன். அவற்றின் தொகுப்புதான் இந்தப் புத்தகம். ஃபேஸ்புக்கில் நான் பதிவிட்ட முதல் பதிவே இந்தப் புத்தகத்தில் உள்ள முதல் கட்டுரை. இவற்றை ஃபேஸ்புக்கில் #தமிழரசு_கலைஞர் என்ற ஹேஷ்டேக்கின் கீழ் எப்போது வேண்டுமானாலும் வாசிக்கலாம் என்றாலும், புத்தகமாகப் படிக்கும்போது பல புதிய தரிசனங்களை நிச்சயமாகத் தரும். ஏனென்றால், அந்தப் பதிவுகளை எல்லாம் நான் 'செய்திகள் - சிந்தனைகள் - சாதனைகள்' என்ற மூன்று பிரிவுகளின் கீழ், முதல் கட்டுரை நீங்கலாக, மற்றவற்றைக் கால வரிசைப்படி தொகுத்துள்ளேன். இதனால் காலம்தோறும், கலைஞர் எப்படி தன் சிந்தனையாலும் செயலாலும் பரிணமித்திருக்கிறார் என்பதை அறிந்துகொள்ள இயலும். காலத்துக்கேற்ற மக்கள் நலத்திட்டங்களை எப்படியெல்லாம் தீட்டியிருக்கிறார் என்பதைப் புரிந்துகொள்ள முடியும். கலைஞர் என்ற தனி மனிதராகவும், அரசியல் தலைவராகவும், கொள்கைப் பிடிப்புள்ள படைப்பாளியாகவும் அவர் சந்தித்த சவால்கள் எப்படிப்பட்டவையாக இருந்திருக்கும் என்பதை உணர்ந்து கொள்ள இயலும்.

'செய்திகள்- சிந்தனைகள்- சாதனைகள்' என்று சொல்லும் போது, கலைஞருடைய எல்லா சிந்தனைகளும், அவர் ஆட்சிக் காலத்தில் செய்த எல்லா சாதனைகளும், அவர் தொடர்பான எல்லா செய்திகளும் என்று பொருள் கொள்ள முடியாது. இதிலுள்ள சில செய்திகளை, சிந்தனைகளை, சாதனைகளை அவரது சுயசரிதையான 'நெஞ்சுக்கு நீதி' உள்ளிட்ட பல புத்தகங்களில் படித்திருக்கலாம், கேள்விப்பட்டிருக்கலாம். இங்குள்ள சில கட்டுரைகளை, சமகால அரசியல், சமூக நிகழ்வுகளுடன் ஒப்பிட்டு எழுதியிருக்கிறேன். அதனால் அந்தச் செய்திகள், சிந்தனைகள், சாதனைகள் முற்றிலும் வேறு ஒரு பார்வையை, புதிய அர்த்தங்களை நமக்குக் கொடுக்கும் என்று என்னால் நிச்சயமாகச் சொல்ல முடியும். 'தமிழரசு' தொடங்கப் பட்டு முதல் முப்பது ஆண்டுகள், ஓர் இலக்கிய இதழுக்கான தரத்துடனும், ஒரு ஜனரஞ்சக இதழுக்கான தன்மையுடனும் அந்த இதழ் வெளிவந்திருப்பதைப் பார்க்க முடிகிறது. அதுவும் கலைஞர் ஆட்சியில் இருந்தபோதெல்லாம், கருத்தைக் கவரும் நவீனச் சிந்தனைகள், கட்டுரைகளாகவும் செய்திக் குறிப்பு களாகவும் உச்சங்களைத் தொட்டிருக்கின்றன. தொடக்கத்தில் 'கலைஞர் புகழ் பாடும் படைப்பு' என்ற எண்ணத்தில் எழுந்த முயற்சி, இப்போது உங்கள் கைகளில் கலைஞர் ஆட்சிக் காலத்தின் ஆவணமாக வீற்றிருக்கிறது.

கலைஞரின் எழுத்துகள் எல்லாம் ஓரளவு முழுமையாகத் தொகுக்கப்பட்டுள்ளன. ஆனால், பல்வேறு நிகழ்ச்சிகளில் அவர் ஆற்றிய உரைகள் எல்லாம் முழுமையாகத் தொகுக்கப் பட்டுள்ளனவா என்றால் அது சந்தேகமே. சட்டமன்றத்தில் கலைஞர் நிகழ்த்திய உரைகள் தவிர, இதர நிகழ்ச்சிகளில் அவர் ஆற்றிய உரைகள் எல்லாம் இன்னும் முழுமையாகத் தொகுக்கப் படவில்லை. மக்கள் நலத் திட்டங்களை வழங்கும் நிகழ்ச்சிகளின் போது, அவர் ஆற்றிய உரைகளில்தான் அவரிடமிருந்து வீரியமான சிந்தனைத் தெறிப்புகள் வெளிப்பட்டிருக்கின்றன. அத்தகைய சிந்தனைகளை எல்லாம் இந்தப் புத்தகத்தில் நீங்கள் காணலாம். ஆக, அந்த விதத்திலும், இது ஒரு முக்கியமான ஆவணமாகத் திகழும் என்பதில் சந்தேகமில்லை.

கலைஞர் மீதும், அவரது ஆட்சியின் மீதும் அவதூறுகள் பரப்பப்படும் இந்தச் சூழலில், அவற்றை எதிர்கொள்ள இந்தப் புத்தகம் ஏதேனும் ஒருவகையில் ஆயுதமாகப் பயன்பட்டால், அதைவிட பெருமகிழ்ச்சி எனக்கு வேறில்லை.

நிற்க, 'ஒரு பத்திரிகையாளனாக உனக்கு யார் ரோல்மாடல்?' என்று யாராவது என்னிடம் கேட்டால், நான் உடனே 'ஆங்கிலத்தில் பி.சாய்நாத். தமிழில் ப.திருமாவேலன்' என்று சொல்வேன். அவருக்கு இந்தப் புத்தகத்தை சமர்ப்பித்திருக்கிறேன். மற்றபடி, இந்தப் புத்தகம் வெளிவர மூலக்காரணமாக இருந்த 'தமிழிணையம்' மற்றும் புத்தகத்தை அச்சில் கொண்டு வரும் 'பரிசல்' புத்தக நிலையத்துக்கும் என் நன்றி.

கலைஞர் குறித்தும், அவரது ஆட்சிக்காலம் குறித்தும், அவர் கொண்டு வந்த மக்கள் நலத்திட்டங்கள் குறித்தும் தரவுகளுடன் விமர்சனம் செய்ய முன்வருபவர்களுடன் ஆழமான உரையாடல்களை மேற்கொள்ள நான் எப்போதும் தயாராகவே இருக்கிறேன். அஃதின்றி, 'வாட்ஸ் அப் ஃபார்வேர்டு'களையும், 'விஞ்ஞான ஊழல்' என்ற கட்டுக் கதைகளையும் தூக்கிக் கொண்டு வரும் அறிவீலிகளுடன் என் காலத்தை வீணடிக்க விருப்பமில்லை. கடமை கண் போன்றது. காலம் பொன் போன்றது. புரிதலுக்கு நன்றி!

ந.வினோத்குமார்

பொருளடக்கம்

செய்திகள்

1.	'ஐந்தமிழ் அறிஞர்' கலைஞர்!	16
2.	'முகராசிக்காரர்' மு.க.!	18
3.	'உலகக் கவிஞர்' கலைஞர்!	20
4.	பசி தீர்த்த 'கருணா'!	22
5.	'மூன்று ஒளி' முதல்வர்..!	25
6.	கலைஞர் ஏற்றிய 'விளக்கு'..!	27
7.	'தமிழ்க்காவலர்' கலைஞர்!	29
8.	'முதல்வன்' காட்டிய 'முதல்வர்!	31
9.	'பிரதமர்' கலைஞர்..!	34
10.	'கலைமாவளவன்' கலைஞர்!	36
11.	கலைஞரைப் பின்பற்றிய ஆஸ்திரேலியா!	38
12.	பெயர் மாற்றப்பட்ட 'கருணாநிதி பில்டிங்!	40
13.	'சதாவதானி' கலைஞர்..!	42
14.	கல்லக்குடியும் கண் சிகிச்சையும்!	43
15.	நட்புக்கு இலக்கணம் வகுத்த கலைஞர்!	46

16.	தமிழில் மருந்துச் சீட்டு!	48
17.	'விழா முதலமைச்சர்!'	50
18.	கூட்டுறவுத் தலைவன்!	51
19.	தங்க நாதஸ்வரப் பரிசு!	53
20.	காமராஜரிடம் கலைஞர் காட்டிய மரியாதை!	55
21.	'ஜீவசக்தியுள்ள வசனத்தின் வெற்றி!'	57
22.	கலைஞர் தொடங்கிய 'பிரஸ் டூர்!'	59
23.	கோடம்பாக்கம் கேட் கொடுத்த கதை!	61
24.	சிவாஜிக்காக எழுதப்பட்ட கவிதை!	64
25.	'மிஸ்டர் 11..!'	67
26.	'நான் எழுதவில்லை. பேனா முள் எழுதியது!'	69
27.	'கரிகாலன்' கலைஞர்!	72
28.	திருப்பூர்... தி.மு.க.வுக்கு ஒரு திருப்பு ஊர்!	74
29.	பெரியார் திடல் என்றொரு மூலிகை!	77
30.	'குடும்ப முனிசிபாலிட்டி!'	79
31.	ஹூர்துசாமி வாழ்க!	81
32.	நாகரிக அரசியலின் பிறப்பிடம் தஞ்சை!	83
33.	காங்கிரஸ் அலுவலகத்தில் கலைஞர்!	86
34.	கலைஞர் கலைக்காக கொடுக்காதது!	88

சிந்தனைகள்

35.	கார்டு... கடிதம்... கலைஞர்!	91
36.	'திரையரங்க' கலைஞர்!	94
37.	'அகராதி' கலைஞர்..!	96
38.	'கேம்பஸ்' கலைஞர்..!	98
39.	கலைஞர் சிந்தித்த வங்கி..!	100
40.	கலைஞரும் சமணமும்!	103
41.	கலைஞர் எனும் வரலாற்றாசிரியர்!	105
42.	கலைஞரின் 'டைமிங்'..!	107
43.	கலைஞர் காட்டிய முன்னுதாரணம்!	109
44.	'மாமன்னன்' கலைஞர்!	112
45.	அரசு ஊழியருக்கு கலைஞரின் கரிசனம்!	115
46.	'உதைத்த காலுக்கு முத்தம்!'	118
47.	நலத்திட்ட விழாக்கள் ஏன்?	120
48.	கலைஞரின் கூட்டுறவுச் சிந்தனை!	123
49.	வைரங்களைப் பாராட்டிய மேதை!	124
50.	கலைஞரின் மொழி ஆய்வு!	126

51.	கலைஞர் காட்டும் ராமாயணம்!	129
52.	அதிகார எல்லைகளை மதித்த கலைஞர்!	131
53.	கலைஞர் காண விரும்பிய இந்தியா!	133
54.	இசைவாணர் கலைஞர்!	135
55.	'என் வீடே சமத்துவபுரம்தான்!'	137
56.	கலைஞர் விரும்பிய நேதாஜி!	139
57.	காலவரிசையின் முக்கியத்துவம் உணர்ந்தவர்!	142
58.	பத்திரிகைகளின் கேலியும், கலைஞரின் கடமையும்!	144
59.	கலைஞரின் மொழிபெயர்ப்புப் பாடம்!	146
60.	காவேரியா? கங்கையா?	148
61.	'மாவலி என்றொரு திராவிட மன்னன்!'	150
62.	இராஜேந்திர சோழர் ஆட்சி!	153
63.	"அப்படி என்ன இந்த கருணாநிதி தவறு செய்துவிட்டான்?"	155
64.	வாய்மை என்பது என்ன?	159
65.	திராவிடமும் தீராவிடமும்!	161

சாதனைகள்

66.	'கொடி' கலைஞர்!	164
67.	தமிழாசிரியர்களை உயர்த்திய தமிழ்மகன்!	166
68.	'மின்சார' கலைஞர்..!	168
69.	'வேகம்' கலைஞர்..!	170
70.	கலைஞரின் நன்றி உணர்வு!	172
71.	'சுபாஷ்' கலைஞர்..!	175
72.	கலைஞர் கட்டிய 'புதுக்கோட்டை!'	177
73.	கலைஞர் அரசின் 'பட்டதாரிகள் பால்பண்ணைத் திட்டம்'..!	180
74.	கலைஞர் விட்ட கப்பல்!	183
75.	கலைஞரின் 'பொதுவுடைமை' பண்ணை!	185
76.	கலைஞர் உருவாக்கிய 'திங்க் டேங்க்!'	188
77.	கலைஞர் கண்ட கால்நடை மருத்துவப் பல்கலைக்கழகம்!	191
78.	ஸ்டிக்கர் ஒட்டாத கலைஞர்!	194
79.	கலைஞரின் 'திராவிட கங்கைத் திட்டம்!'	197
80.	கலைஞரின் 'காயிதே மில்லத் மாவட்டம்!'	199
81.	கண்டி மன்னனும் கலைஞரும்!	202
82.	கலைஞர் வகுத்த தொழில் கொள்கை!	204

83.	விழிக்கு ஒளி... விடியலுக்கு நிதி..!	208
84.	பல்கலையில் கலைஞர் உருவாக்கிய அறக்கட்டளைகள்!	210
85.	கோரிக்கையே ஒரு தீர்மானம்!	213
86.	பாலமும் விவரவமும் வெற்றிவேலும்!	215
87.	'தூய்மை சென்னை எனும் சமுதாயப் புரட்சி!	218
88.	எம்.பி.க்கு 2 கோடி... எம்.எல்.ஏ.வுக்கு 3 கோடி!	220
89.	இறப்பு விகிதங்களைக் குறைத்த 'மொபட்'!	222
90.	தஞ்சைப் புதல்வர்களின் உயிரியல் சாதனை!	225
91.	சத்துணவில் பொருளாதார புத்துணர்வு!	229
92.	கலைஞர் வழங்கிய 'கடமைத் தொகை'!	231
93.	மின்சாரம் தந்த இலவச டி.வி.!	233
94.	'ஜெய்ஹிந்த்' செண்பகராமனுக்குச் சிலை!	235
95.	14 வங்கிகள்... 14 நினைவுப் பரிசுகள்..!	238
96.	கிடாரன் கொண்டான்!	241
97.	18 ஆண்டு சபதம்!	244
98.	'கோயில்' தந்த 'தெய்வம்!'	246
99.	செம்மொழி செயலகம்!	249
100.	'செம்மை' ராஜராஜன்!	251

செய்திகள்

1. ‘ஐந்தமிழ் அறிஞர்’ கலைஞர்!

கலைஞரை பலரும் ‘முத்தமிழறிஞர் கலைஞர்’ என்றுதான் விளிப்பார்கள். இயல், இசை, நாடகம் என்பவை சேர்ந்ததுதான் ‘முத்தமிழ்’. கலைஞர் இந்த மூன்று தமிழிலும் வித்தகர் என்பதால்தான் அவரை நாம் ‘முத்தமிழறிஞர்’ என்கிறோம்.

ஆனால் ஒருவர் மட்டும் அவரை ‘ஐந்தமிழ் அறிஞர்’ என்று கொண்டாடினார். அவர் சாதாரணமானவரல்லர். மிகப்பெரிய சிற்பி. அவர், டாக்டர்.வை.கணபதி ஸ்தபதி. மாமல்லபுரத்தில் உள்ள அரசு கட்டடக்கலை மற்றும் சிற்பக்கலைக் கல்லூரியின் முதல்வராகப் பணியாற்றிய அவர், பூம்புகார், வள்ளுவர் கோட்டம், குமரி வள்ளுவர் சிலை ஆகியவற்றின் நிர்மானத்தில் பெரும் பங்காற்றியுள்ளார்.

“தமிழ் மரபில் இயல், இசை, நடம் என்ற மொழி வழிப்பட்ட கலைக்கூறுகள் தனக்கேயுரிய ஒரு விஞ்ஞான நுட்பத்தை அடிப்படையாகவும், பொதுப்படையாகவும் கொண்டு விளங்குகின்றன. மரபுக் கவிதைகள் இயற்றும் தொழில்நுட்பத்தில் சொற்கட்டு என்று சொல்லப்படும் ஒரு வகையான கணக்கியல் நுட்பம் உளது. ஒலியானது கவிதையாக வடிவமைக்கப்படுவதற்கு மூலமாகவிருப்பது ‘கால அளவு’. இந்தக் காலக் கணக்கை இசைத் துறையிலும், ஆடல் துறையிலும் ‘தாளம்’ என்றாயிற்று. எனவே தாளம் போட்டுப் பாட்டைக் கட்டுதல், பாடுதல், ஆடுதல் என்பது தமிழ் மரபிலே முகிழ்ந்திட்ட மாபெரும் விஞ்ஞான நுட்பமாகவும் வழக்குமாயிற்று. எனவே மரபுக் கவிதையும், மரபு இசையும், மரபு நடமும் முத்தமிழ் என்று சிறப்பு எய்துவதாயிற்று” என்று முத்தமிழுக்கு விளக்கம் தரும் ஸ்தபதி, தமிழர்கள் பலரும் கவனிக்க மறந்த இன்னொன்றையும் சொல்கிறார்.

"இந்த மூன்று தமிழிலும் பேரறிவாளராக விளங்குபவர் கலைஞர் அவர்கள். ஆதலால், அவரை முத்தமிழ் அறிஞர் என்று கலை உலகம் போற்றிப் புகழ்வதாயிற்று. ஆனால் கலைசார் தமிழ் மரபு இதோடு நின்றுவிடவில்லை. இதற்கு மேலும் இரண்டு தமிழ் உண்டு. அவ்விரண்டில் ஒன்றை, 'சிற்பத்தமிழ்' என்றும், பிரிதொன்றை 'கட்டடத்தமிழ்' என்றும் சொல்லலாம்.

கலைஞர் அவர்கள் என்னுடைய பார்வையில், 'ஐந்தமிழ் அறிஞராக' விளங்குகிறார் என்று பெருமையோடும் மகிழ்ச்சியோடும் சொல்லிட விரும்புகிறேன். சிற்பக் கலைத்துறையிலும், கட்டடக் கலைத்துறையிலும், கலைஞர் அவர்கள் எத்தகைய ஆற்றலும் அறிவும் ரசனையும் அவற்றையெல்லாம் விஞ்சும் உளப்பண்பாடும் உடையவர் என்பதை அவர்தம் மூச்சிலும் பேச்சிலும் செயலிலும் கண்டவன் என்ற அனுபவத்தோடும் ஆதாரத்தோடும் கலைஞர் அவர்களை 'ஐந்தமிழ் அறிஞர்' என்று சொல்லி மகிழ்கிறேன்" என்று 1998 அக்டோபர் 1-15 தேதியிட்ட 'தமிழரசு' இதழில் எழுதியிருக்கிறார் கணபதி ஸ்தபதி. இனி நாமும் கலைஞரை அப்படியே அழைக்கலாமே..!

2. 'முகராசிக்காரர் மு.க.!'

தமிழ்நாட்டு முதலமைச்சராக, தலைவர் கலைஞரின் முதல் வெளிநாட்டுப் பயணம், 1970 ஜூலை மாதம் நிகழ்ந்தது. இத்தாலி, சுவிட்சர்லாந்து உள்ளிட்ட 7 நாடுகளுக்கு 20 நாட்கள் பயணம் மேற்கொண்டார் கலைஞர்.

அந்தப் பயணத்தின்போது திருவாரூருக்கு அருகில் உள்ள திருச்சிறைப் பகுதியைச் சேர்ந்த ராதா சில்க் எம்போரியம் அல்லது 'ராசி' ஜவுளிக்கடையின் உரிமையாளர் ஆர்.கே.ராமன் உடனிருந்திருக்கிறார். அந்த நாட்களின் அனுபவம் குறித்து 1970 ஆகஸ்ட் 1 ஆம் தேதியிட்ட 'தமிழரசு' இதழில் இவ்வாறு பதிவு செய்திருக்கிறார்:

"நமது கைத்தறித் துணிகளுக்கு ஐரோப்பிய பொதுச் சந்தையில் நல்ல கிராக்கி ஏற்படவில்லை. இத்தாலி, ஹாலந்து முதலிய நாடுகளில் இதற்கு இன்னும் இடம் கிடைக்காமல் இருந்து வருகிறது. இதில் ஏதாவது நல்ல ஏற்பாடு செய்து வர முடியுமா எனக் கண்டறிய இந்திய அரசினர் என்னை ஒரு தனி நபர் குழுவாக அனுப்பினார்கள்.

சென்ற திங்கள் இறுதியில் ஐரோப்பா புறப்பட்டுச் சென்ற நான் ரோம், பாரிஸ், முதலிய இடங்களில் நமது தமிழக முதல்வர் அவர்களை விமான நிலையங்களில் வரவேற்கவும் அவர்களோடு இரண்டொரு இடங்கள் உடன் சென்றுவரவும் ஆன நல்ல வாய்ப்பொன்று எனக்குக் கிட்டியது.

வாட்டிகன் நகருக்குச் சென்று மதிப்புக்குரிய போப்பாண்டவர் அவர்களை நமது முதல்வரும் அவர் தம் துணைவியாரும் காண விரும்பியபோது அவர்கள் இருவருக்கு மட்டுமே அனுமதி கிட்டியிருந்தது. நானும் பிறரும்

அவர்களோடு சென்றோம். எங்களுக்கு அனுமதி கிடைக்காது என்றுதான் நாங்கள் எண்ணினோம். ஆனால் நமது முதல்வர் அவர்கள் தமக்கே உரிய தைரியத்தோடு எங்களை அருகேயுள்ள அறைக்கு அழைத்துச் சென்று அமரச் செய்து தாமும் துணைவியாரும் உள்ளே சென்றார்கள்.

என்ன ஆச்சரியம்! பத்தே நிமிடத்தில் எங்களுக்கும் அழைப்பு வந்தது. இதுவரை யாரிடத்திலுமே இவ்வளவு நேரம் போப்பாண்டவர் அளவளாவியதே இல்லையாம். மிகவும் சுதந்திரமாக சுமார் ஒரு மணி நேரம் பேசிக் கொண்டிருந்து அந்தப் பெரியவரை மன நிறைவோடு தரிசித்த திருப்தியுடன் திரும்பினோம். தமிழக முதல் அமைச்சர் அவர்களின் முகராசியை நினைத்து வியந்தேன்!

நான் பலமுறை மேல்நாடுகளுக்குச் சென்று வந்தவன் என்றாலும், நமது முதல்வர் அவர்கள் மேல் நாட்டாரைக் கவர்ந்தது போல யாருமே கவர்ந்திருக்க முடியாது என்று நிச்சயமாகக் கூறுவேன்!"

3. 'உலகக் கவிஞர்' கலைஞர்!

இன்றும் ஐந்தமிழறிஞர் கலைஞரை இலக்கியவாதியாகக் கருதாத பலர் இருக்கின்றனர். அவருக்கு 'சாகித்ய அகாடமி' போன்ற இலக்கிய விருதுகள் எதுவும் வழங்கப்பட்டதில்லை. அதுபோன்ற அங்கீகாரங்கள் அவருக்கு வழங்கப்படாததாலேயே அவரை எழுத்தாளர் இல்லை என்று விமர்சிப்பவர்களும் உண்டு. எத்தனையோ பேருக்கு அங்கீகாரம் வழங்கிய கலைஞர், அதைப் பற்றியெல்லாமா கவலைப்பட்டிருப்பார்?

ஆனால் அவரே எதிர்பார்க்காதபடி, அமெரிக்காவைச் சேர்ந்த 'உலகக் கவிதைக் கழகம்' என்ற அமைப்பு, கலைஞருக்கு உலகக் கவிதைத் துறையில் சிறந்த பணி புரிந்தமைக்காக 1969 ஆம் ஆண்டின் 'சிறந்த உலகக் கவிஞர்' என்று தேர்ந்தெடுத்து விருது வழங்கிச் சிறப்பித்தது.

இதுகுறித்த செய்திப் பதிவு, 'உலகில் சிறந்த கவிஞர் என்ற தலைப்பில், 1970 நவம்பர் 1 ஆம் தேதியிட்ட 'தமிழரசு' இதழில் வெளியாகியுள்ளது. இந்த விருதை கலைஞருக்கு வழங்க, உலகக் கவிதைக் கழகத்தின் தலைவர் டாக்டர் ஆர்வில் சி.மில்லர், அமெரிக்காவிலிருந்து சென்னைக்கு வந்திருக்கிறார் என்று அந்தச் செய்தியில் குறிப்பிடப்பட்டுள்ளது. மேலும் அவர்கள் வழங்கிய பாராட்டு மடலில், பின்வருமாறு தெரிவிக்கப்பட்டுள்ளது:

"தமிழ்நாட்டின் உண்மையான அரசவைக் கவிஞரைப் போன்று நீங்கள் உங்கள் அற்புதக் கவிதைகளில் தமிழ் மொழியின் எல்லாப் பெருமைகளையும் மாண்பையும் இழையோட விட்டிருக்கிறீர்கள். தமிழ் மொழியில் நிறைந்து இருக்கின்ற பெருமைகளையும் பேரொளி அலங்காரங்களையும் உங்கள் மயக்கும் கவிதைகளில் கொட்டி வர்ணித்திருக்கிறீர்கள்.

ஆறாயிரம் ஆண்டுகளாகப் பெருமை பெற்ற தமிழ்ப் பண்பாட்டின் தன்னிகரில்லாத, வெல்ல முடியாத தலைவராகவே உங்களை ஆறு கண்டங்களிலுமுள்ள ஆறுகோடித் தமிழர்களும் ஏற்றுக் கொண்டிருக்கிறார்கள்".

'உலகக் கவிதைக் கழகம் 100 நாடுகளின் பிரதிநிதிகளைக் கொண்டது. இவ்விருதினை வழங்கியதற்கு டாக்டர் மில்லருக்கு நன்றி தெரிவித்துத் தனது புத்தகங்களின் ஆங்கில மொழிபெயர்ப்புகளான 'நெருப்பு' என்ற சிறுகதைத் தொகுப்பு, 'முத்துக்கள்' என்னும் கவிதைத் தொகுப்பு, 'நாம் முன்னேற முன்னேற' என்ற அரசியல், சமூகப் பேச்சுக்கள், 'தி.மு.க. வரலாறு' என்ற நான்கு நூல்களையும் முதல்வர் அன்பளிபாக வழங்கினார் என்றும் அந்தச் செய்தி கூறுகிறது.

சிறுபத்திரிகைக் கூட்டத்தார் ஏற்றுக்கொள்ளாவிட்டால் என்ன... உலகமே அங்கீகரிக்கிறது கலைஞரை 'உலகக் கவிஞர்' என்று..!

4. பசி தீர்த்த 'கருணா'!

ரேசன் கடைகள் திறந்து, அவற்றின் மூலம் தமிழ்நாட்டு மக்களுக்கு அரிசியை வழங்கி, பசிப்பிணி தீர்த்தவர் ஐந்தமிழறிஞர் கலைஞர். அவரது பெயரிலேயே இருக்கும் அரிசி வகை ஒன்று 70-களில் பலரின் பசி தீர்த்த வரலாறு தெரியுமா..? அதுதான் இது.

தமிழ்நாட்டின் நெற்களஞ்சியங்களாக டெல்டா மாவட்டங்கள் இருக்கின்றன. அவை ஒருங்கிணைந்த தஞ்சை மாவட்டமாக இருந்தபோது, 'ஆடுதுறை 3', 'ஆடுதுறை 20', 'ஆடுதுறை 27', 'ஐ.ஆர்.8' முதலிய குறுவை நெல் ரகங்கள் பயிரிடப்பட்டு, அதிக மகசூல் கிடைத்தது. இந்த முன்னேற்றங்கள் 1960 முதல் 1970 வரையிலான காலகட்டத்தில் நிகழ்ந்தவை. குறிப்பாக 'ஐ.ஆர்.8' அரிசி ரகம், தஞ்சை மாவட்ட உழவர்கள் மத்தியில் 'ரேடியோ அரிசி' என்று பிரபலமடைந்திருந்தது. காரணம், அந்த நெல் ரகம் குறித்து அகில இந்திய வானொலியில் வெளியான விழிப்புணர்வு விளம்பரங்கள்தான்.

1969 ஆம் ஆண்டு, 'ஆடுதுறை 27 ரகத்தின் வயதுடைய (110 நாட்கள்), ஆனால் 'ஐ.ஆர்.8' ரகத்தின் உருவம் உடைய (குட்டையான, வலுவுள்ள தண்டுடன் கூடிய) புதிய நெல் ரகம் கிடைக்குமா என்ற விவசாயிகளின் ஏக்கத்துக்குத் தீர்வாகக் கிடைத்ததுதான் 'கல்ச்சர் 11321' என்ற ரகம். மேற்சொன்ன இரண்டு ரகங்களையும் இணைத்து உருவாக்கப்பட்டதுதான் இந்தப் புதிய ரகம். இதனை கோவை நெல் ஆராய்ச்சி நிபுணர்கள் உருவாக்கினர். இந்த ரகத்துக்கு, தமிழ்நாடு வேளாண்மை ஆராய்ச்சிக் குழுவினர், 'கோ-33' என்று அங்கீகரித்தாலும், தமிழ்நாட்டின் உழவர் பெருமக்கள் வைத்த பெயரோ 'கருணா' என்பது. ஆம்... அன்றைய முதலமைச்சர் கலைஞரின் பெயரைத்தான் இந்த ரகத்துக்குச் செல்லப் பெயராக வைத்தனர் மக்கள்.

இந்த நெல் ரகத்தின் வரலாறு குறித்து, 'கருணாவின் கதை' என்ற தலைப்பில், 1970 நவம்பர் 16 தேதியிட்ட 'தமிழரசு'

இதழில் வெளியான அறிவியல் கட்டுரை ஒன்று விளக்குகிறது. பல்வேறு நெல் ரகங்கள் மாநாடு ஒன்று நடத்துவது போலவும், அதில் 'கருணா' நெல் ரகம் தனது கதையைச் சொல்வது போலவும் அந்தக் கட்டுரை மிக எளிமையான மொழியில் அமைந்துள்ளது. அந்தக் கட்டுரையில் உழவர் பெருமக்கள் ஏன் 'கருணா' போன்ற நெல் ரகத்தை எதிர்பார்த்தனர் என்ற கேள்விக்குப் பதில் கிடைக்கிறது. அதில்தான் இந்த நெல் ரகத்தின் பெருமை அடங்கியுள்ளது. அது பின்வருமாறு:

"... 'ஆடுதுறை 27' ரகம், வாளிப்பான கதிர்களைக் கொண்டு மகசூல் அதிகம் கொடுத்தாலும், தண்டு வலுவின்றி, அறுவடைச் சமயத்திலே சாய்ந்துவிடுகிறது. அறுவடை நேரத்திலே பெய்யும் ஐப்பசி மாதப் பெரு மழையினால் கதிர்கள் நீரிலே மூழ்கி மணிகள் முளைத்துச் சேதம் ஏற்படுகின்றன. எனவே அதிக உரமிட்டுப் பயனடைய இயலாத நிலை ஏற்பட்டது.

... தஞ்சை மாவட்ட உழவர் பெருமக்கள் பலர், 'ஐ.ஆர்.8 ரகம் பயிரிட்டுப் பெரும் பயனும் அடைந்தனர். ஆனால் எல்லோருக்கும் ஐ.ஆர்.8 நெல் பயனளிக்கவில்லை. அதற்குக் காரணம் பல உள. அவற்றில் முதன்மையானது ஐ.ஆர்.8 ரகத்தின் வயதேயாகும்.

... ஐ.ஆர்.8 நெல்லின் வயது 135 நாட்களாகும். குறுவையிலே ஐ.ஆர்.8 நெல் பயிரிட்டால் தாளடி நடவு, பின்னால் தள்ளிப் போகும். இதன் காரணமாகத் தாளடிக்குக் கடைசி காலத்தில் போதிய தண்ணீர் கிடைக்காது. ஜனவரி இறுதியில் மேட்டூர் அணையில் தண்ணீர் நிறுத்தப்பட்டு விடுவதே இதற்குக் காரணமாகும். எனவே தாளடியைக் காலத்தில் நடவேண்டியுள்ளது. தாளடியைக் காலத்தில் நட வேண்டுமானால், ஐ.ஆர்.8 நெல்லை வடிமுனைக் குழாய்க் கிணறு, கிணறு, குழாய்க் கிணறு ஆகிய பாசன வசதிகளைக் கொண்டு மேட்டூர் அணை திறப்பதற்கு முன்பே நாற்றுவிட்டு நடவு செய்துவிட வேண்டும். இது எல்லா உழவர் பெரு மக்களுக்கும் சாத்தியமா?

பல்லாயிரக் கணக்கான உழவர் பெருமக்கள் 100 முதல் 110 நாட்கள் வயதுடைய ரகங்களைக் குறுவைப் பட்டத்தில்

பயிரிட்டால்தான், இரண்டாம் போகமான தாளடியைத் தண்ணீர் தட்டுப்பாடின்றிச் சாகுபடி செய்ய முடியும்.

... அடுத்து, நீர் தேங்கும் நிலங்களில் (வடிகால் வசதியற்ற), ஐ.ஆர்.8 நன்கு மகசூல் கொடுப்பதில்லை. மேலும் இதைப் பயிரிட அதிக உரமும், அதிக மருந்தும் தேவைப்படுவதால் சாகுபடிச் செலவும் அதிகமாகிறது. அதிகம் செலவு செய்ய இயலாத ஏழை உழவர்களும் ஐ.ஆர்.8 ரகத்தை விரும்பவில்லை...'' என்று அந்த 'கருணா' நெல் ரகம் தான் பிறந்ததற்கான காரணத்தைச் சொல்கிறது.

உழவர்கள் எதிர்பார்ப்பைப் பூர்த்தி செய்யும் வகையில் இந்தியாவின் பல இடங்களில் இருந்தும் பல்வேறு பரிந்துரைகள் வந்தன. கட்டாக்கில் உள்ள மத்திய நெல் ஆராய்ச்சி நிறுவனம், 'டி-141' என்ற ரகத்தையும், குட்டையான 'தைச்சுங் நேடிவ்-1' என்ற ரகத்தையும் இணைத்து உருவாக்கிய 'பத்மா' என்ற ரகத்தை அனுப்பியது. அனைத்திந்திய நெல் அபிவிருத்தித் திட்டத்தினர், 'ஆடுதுறை 27' ரகத்தையும், 'தைச்சுங் நேடிவ்-1' ரகத்தையும் இணைத்து உருவாக்கிய 'சி.ஆர்.84 309' என்ற ரகத்தையும், 'திரூர்குப்பம் 6' என்ற ரகத்தையும், 'தைச்சுங் நேடிவ்-1' என்ற ரகத்தையும் இணைத்து உருவாக்கிய 'ஐ.இ.டி. 355' என்ற ரகத்தையும் அனுப்பினர். 'கருணா' நெல் ரகத்துக்கு இவ்வளவு போட்டிகள் இருந்தன. ஆனால் இறுதியில், கோவை நெல் ஆராய்ச்சி நிபுணர்கள் உருவாக்கிய 'கருணா'தான் போட்டியில் வெற்றி பெற்று, உழவர்களின் நண்பனாகியது.

"... 'ஆடுதுறை 27' ரகம், சராசரி ஏக்கர் மகசூல் 1-3 டன் தான். எனவே ஏக்கருக்கு அதிக மகசூல் 600 கிலோ என்று எடுத்துக்கொண்டு, தஞ்சை மாவட்டத்தில் 'ஆடுதுறை 27' பரப்பு (5-10 லட்சம் ஏக்கர்) முழுவதிலும் என்னைப் பயிரிட்டால், உபரியாக ஏறத்தாழ 3 லட்சம் டன் அதிக நெல் கிடைக்கும்! எனவே உணவு உற்பத்திப் பெருக்கம் என்ற பயணத்தை மேற்கொண்டுள்ள தஞ்சை மாவட்ட உழவர் பெருமக்கள் என்னை 'விடிவெள்ளி'யாகவே கருதுகின்றனர்'' என்று அந்த அறிவியல் கட்டுரை நிறைவு பெற்றிருந்தது.

ஆக... 'நாம் உண்ணும் அரிசியில் கலைஞரின் பெயர் எழுதப்பட்டிருக்கிறது' என்று சொல்லலாமா..?

5. 'மூன்று ஒளி' முதல்வர்..!

தலைவர் கலைஞரின் முத்தமிழ் பங்களிப்புகள் பற்றி நம்மில் பலர் அறிவோம். அவர் வழங்கிய 'மூன்று ஒளி' குறித்து நாம் அறிந்திருக்கிறோமா?

தமிழ்நாட்டு மக்களுக்கு கலைஞர் தந்த மூன்று விதமான ஒளி என்ன என்பது குறித்து சென்னைப் பல்கலைக்கழகத்தின் மேனாள் துணைவேந்தர் நெ.து.சுந்தரவடிவேலு இவ்வாறு பட்டியலிட்டு கவனப்படுத்துகிறார்:

"இந்த நாட்டுக்கு மூன்று ஒளியை வழங்கிய பெருமைக் குரியவர் நமது முதலமைச்சர். நாடெங்கும் மின்னொளி நிறைவு விழா நடக்கிறது. அந்த அளவுக்கு ஒரு குக்கிராமம் கூட விடாமல் 'மின்னொளி' வழங்கியிருப்பவர் முதல்வர்.

சாதாரண குடிமக்களும் கல்வி பெற்று 'அறிவு ஒளி' பெறும் வகையில், புதுமுக வகுப்பு வரை இலவசக் கல்வித் திட்டத்தைக் கொண்டு வந்தார். அவர் ஆட்சிப் பொறுப்பிலமர்ந்த இந்த நான்காண்டுக் காலத்தில் தமிழ்நாட்டில் 49 கல்லூரிகள் புதிதாகத் திறக்கப்பட்டிருக்கின்றன. மேதைகள் என்று தங்களைத் தாங்களே சொல்லிக் கொண்ட வேறு எவர் ஆட்சியிலும், வேறு எந்த மாநிலத்திலும் இப்படித் திறக்கப்பட்டது கிடையாது. அந்த அளவில் இந்த நாட்டு மக்களுக்கு அறிவு ஒளி வழங்கியவர் கலைஞர்.

இப்போது பார்வையிழந்த விழிகளுக்கு ஒளி வழங்க அவர் முன் வந்திருக்கிறார். இந்தத் தொண்டுள்ளம் பெரிதும் பாராட்டத்தக்கதாகும்".

1972 ஜூன் 3 ஆம் தேதி, தன் பிறந்தநாளின் போது 'கண்ணொளி' திட்டத்தைத் தொடங்கினார் கலைஞர். அந்தத்

திட்டத்துக்காக சென்னை செரீப் எம்.ஏ.எம்.இராமசாமி தலைமையில் ஒரு குழு அமைக்கப்பட்டிருந்தது. அந்தக் குழு திரட்டிய தொகையை முதல்வரிடம் வழங்கும் விழா சென்னைப் பல்கலைக்கழக நூற்றாண்டு விழா மண்டபத்தில் நடந்தது. அந்த விழாவில் முதல் தவணையாக ரூ.5 லட்சம் முதல்வரிடம் வழங்கப்பட்டது. அந்த விழா தொடர்பான செய்திக் கட்டுரை, 1972 ஜூன் 16 தேதியிட்ட 'தமிழரசு' இதழில் வெளியாகியுள்ளது. அந்த விழாவில்தான் துணைவேந்தர் மேற்கண்டவாறு கலைஞரைப் பாராட்டினார்.

மின்னொளி, அறிவொளி, கண்ணொளி என்று சாதனை படைத்தவர் கலைஞர். தி.மு.க.வின் ஆட்சிக் காலங்களை 'விடியல் அரசு' என்று சொல்லாமல் எப்படிச் சொல்வது?

6. கலைஞர் ஏற்றிய 'விளக்கு'..!

ஐந்தமிழறிஞர் கலைஞர், தமது சிந்தனையில் உதித்த மக்கள் நலத் திட்டங்கள் பலவற்றின் மூலம், தமிழர் வாழ்வில் விளக்கேற்றி வைத்தார் என்பதை நாம் அறிவோம். ஆனால் அவர் தனது வழிகாட்டியான பேரறிஞர் அண்ணாவுக்கே விளக்கேற்றினார் என்றால் நம்ப முடிகிறதா..? ஆனால் அதுதான் உண்மை.

அந்த விஷயம் குறித்து சென்னை 76-வது வட்டத்தில் மாநகராட்சித் தொடக்கப் பள்ளியைத் திறந்து வைத்த நிகழ்ச்சி ஒன்றில் கலைஞர் பகிர்ந்திருக்கிறார். அப்போது அவர் ஆற்றிய உரை, 1973 ஜூலை 1 தேதியிட்ட 'தமிழரசு' இதழில் வெளியாகி யுள்ளது. அந்த உரையில் அண்ணாவுக்கு விளக்கு தந்ததை இப்படிச் சொல்கிறார்:

"உலகத்தில் அனைவரும் காணத் தகுந்த கல்லறை கென்னடியினுடையது என்று சொல்வார்கள். அதையும் போய்ப் பார்த்தேன். அங்கே என்றைக்கும் அணையாத ஒரு விளக்கு எரிந்துகொண்டே இருக்கிறது. அதுதான் அதிசயம். அந்தக் கல்லறையைவிட நூறு மடங்கு சிறந்ததாக இன்று உலகத்திலேயே எந்தத் தலைவனுக்கும் இல்லாத அளவிற்கு ஞாபகச் சின்னம் உருவாக்கியிருக்கிறோம் என்றால், அது அண்ணாவிற்கு நாம் எழுப்பியிருக்கிற ஞாபகச் சின்னம்தான். இன்றைக்கு என்னுடைய ஆசை, கென்னடியின் கல்லறையில் எரிந்து கொண்டிருக்கிற அணையா விளக்கைப் போல், இங்கேயும் ஏற்படுத்தத் திட்டமிட்டு, அதை நிறைவேற்ற இப்போது ஆணையிட்டிருக்கிறேன். அதுவும் விரைவில் நிறைவேறவிருக்கிறது".

எந்த இடத்தில், எந்த ஒரு நல்ல விஷயம் இருந்தாலும், அதை தமிழ்நாட்டிலும் நடைமுறைப்படுத்திப் பார்க்கலாமே என்கிற பரந்த எண்ணம் கொண்டவர் நம் கலைஞர். அப்படித் தான் அமெரிக்காவின் முன்னாள் அதிபர் ஜான் கென்னடியின் கல்லறையில் இருந்த அணையா விளக்கைப் பார்த்து, அண்ணா நினைவகத்திலும் அதைச் செயல்படுத்தினார்.

7. 'தமிழ்க்காவலர்' கலைஞர்!

நமது தலைவர் ஐந்தமிழறிஞர் கலைஞர் அவர்களுக்கு 1974 மே 30 ஆம் தேதி பெங்களூர்த் தமிழ்ச் சங்கத்தினரால் 'தமிழ்க்காவலர்' என்ற பட்டம் வழங்கப்பட்டது. அப்போது அவர் ஆற்றிய உரை, 'இலக்கியத் தமிழில் எளிமை வேண்டும்' என்ற தலைப்பில், 1974 ஜுன் 16 ஆம் தேதியிட்ட 'தமிழரசு' இதழில் வெளியிடப்பட்டுள்ளது. அதிலிருந்து சில பகுதிகள்:

"....தமிழை வளர்க்கின்ற பணி இன்றைக்குத் தமிழகத்திலும் நடக்கிறது. தமிழை வளர்ப்பதா? அது வளர்ந்த மொழியல்லவா? என்ற கேள்வியும் எழாமல் இல்லை. எந்த மொழியையும் வளர்ந்துவிட்ட மொழி என்று விட்டுவிட இயலாது. காலத்திற்கேற்ப விஞ்ஞானப் புதுமைகள் உருவாக உருவாக, அவைகளுக்கேற்பச் சொற்கள் படைக்கப்பட வேண்டும். அப்படிச் சொற்களைப் படைக்காமலேயே, 'தமிழ் வளர்ந்த மொழி' என்று கூறிக்கொண்டு இருப்பதில் பயனில்லை.

....குறட்சிறப்பையும் மற்ற இலக்கியங்களின் சிறப்பையும் கொண்டது தமிழ் மொழி. அப்படிப்பட்ட தமிழ் மொழி எளியோரிடத்திலும் பாமரர்களிடத்திலும் பரவாமலிருப்பதற்கு என்ன காரணம்?

அன்றைக்கு இருந்த தமிழ் இன்று அகராதி வைத்துப் புரிந்துகொள்ள வேண்டிய நிலைமையிலிருக்கிறது.

புறநானூற்றுப் பாடல்களைப் படித்து அப்படியே புரிந்துகொள்ள முடியுமா? முடியவில்லை. ஏன்? பாமர மக்கள் புரிந்து கொள்ளும் எளிய நடையில் புறநானூற்றுப் பாடல்களைக் கவிதையாக வடித்துத் தந்திருக்கிறேன். இப்படி இலக்கியங்கள்

எளிமைப்படுத்தப்பட வேண்டும். அந்த முயற்சியில் தமிழின்பால் ஆர்வம் கொண்ட அனைவரும் ஈடுபட்டாக வேண்டும்.

அப்படி எளிமைப்படுத்தப்பட்டால்தான் தமிழன் பழங்காலப் பெருமை, தமிழர்களின் வரலாற்றுப் பெருமை இவைகளெல்லாம் உலகுக்கு அறிவிக்கப்பட முடியும்."

தமிழுக்கும் தமிழர்களுக்கும் நிறைய வழங்கியவர் கலைஞர். எனினும், தமிழ் மொழியில் இருக்கும் போதாமைகள் குறித்து அவர் எங்கும் எப்போதும் தன் கருத்தைச் சொல்லத் தவறியதில்லை என்பதற்கு இந்த உரை ஒரு சான்று..!

8. ‘முதல்வன்’ காட்டிய ‘முதல்வர்!’

1999 ஆம் ஆண்டு ஐந்தமிழறிஞர் கலைஞர் ஆட்சியில் இருந்தபோது வெளிவந்த படம் ’முதல்வன்’. அந்தப் படத்தில் ஒரு காட்சி. குடிசை மாற்று வாரிய குடியிருப்பு வீடுகளில் ஒரு மார்வாடி குடும்பம் தங்கியிருக்கும். தனக்கு ஒதுக்கப்பட்ட அந்த வீட்டை, மார்வாடி குடும்பத்துக்கு வாடகைக்குக் கொடுத்துவிட்டு, தன்னுடைய குடும்பத்துடன் கூவம் நதிக்கரையோரம் ஒரு குடிசையில் தங்கியிருப்பார் ஒரு பயனாளர்.

வேலை இல்லாத காரணத்தால், பலர் தங்களுக்கு ஒதுக்கப்பட்ட வீடுகளை இப்படி வாடகைக்கு விட்டு வாழ்ந்து வருபவர்களாக இருக்கிறார்கள் என்பதை அந்தப் படம் காட்டியிருந்தது. பிறகு ஒருநாள் முதல்வன் (அர்ஜுன்) அந்த மார்வாடி குடும்பத்தைத் துரத்திவிட்டு, அந்த வீட்டின் பயனாளரை அங்கே குடியிருக்கச் சொல்லி, அவரது வேலை வாய்ப்புக்கும் ஏதாவது வழி செய்ய வேண்டும் என்று அதிகாரிகளுக்கு உத்தரவிடுவார்.

இதுபோன்ற சம்பவங்கள், 1970-களில் கலைஞர் ஆட்சியில் இருந்தபோதே நடைபெற்றன. அந்நச்சமயத்தில்தான் தமிழ்நாடு குடிசைப் பகுதி மாற்று வாரியம் அமைக்கப்பட்டு, பல இடங்களில் குடியிருப்புகள் கட்டப்பட்டுக் கொண்டிருந்தன. 1974 அக்டோபர் 22 ஆம் தேதி, சென்னை புரசைவாக்கம் ராதாகிருட்டினபுர குடிசை மாற்று வாரியத்தின் புதிய குடியிருப்புகளைத் திறந்துவைத்து உரையாற்றியபோது, இந்தப் பிரச்சினை குறித்து தலைவர் கலைஞர் இவ்வாறு பேசியிருக்கிறார்:

"பேராசிரியர் பேசும்போது இப்படிப்பட்ட இல்லங்களைப் பெற்று மற்றவர்களுக்கு வாடகைக்கு விடும் பழக்கம் ஒன்றிரண்டு இடங்களில் இருப்பதாகச் சொன்னார்.

அந்தச் செய்திகள் வராமல் பாதுகாக்க வேண்டிய பெரும்பொறுப்பை இது வரையில் குடிசைகளிலே வாழ்ந்து இப்போது இந்த மாடி வீடுகளில் குடியிருக்கப் போகிற நண்பர்கள் உணர்ந்து அரசோடும், வாரியத்தோடும் ஒத்துழைக்க வேண்டும். இந்தப் பணி செவ்வனே நடைபெற உதவ வேண்டும்.

தங்களுக்காகப் பெற்ற வீடுகளில் வேறு ஒருவரைக் குடியிருக்க அனுமதித்து, அதிகமாக வாடகையை அவர்களிடமிருந்து பெற்று, நிர்ணயித்த வாடகையை வாரியத்திற்குத் தந்து, அதன் மூலம் இடையில் ஒரு இலாபத்தைப் பெறலாம் என்று கருதுகிற சமூக விரோதிகள் இருக்கக் கூடும்.

அதை மிக அக்கறையோடு ஏழையெளிய மக்களும், அந்த ஏழை மக்களுடைய வாழ்க்கையில் எந்த வகையில் இலாபம் பெறலாம் என்று கருதுகிற சுயநலக்காரர்களும் சிந்திக்க வேண்டும். அப்படிப்பட்ட சட்ட விரோதச் செயல்கள் நடைபெறுமானால் அதை எந்த வகையில் சட்ட விரோதமாக்குவது என்பதைப் பற்றியும், எப்படி குடியிருக்கத் தங்களுக்குக் கிடைத்த வீட்டை மற்றவர்களுக்குத் தந்தார்கள் என்பதைப் பற்றியும், தரப்படுகிற வீட்டைப் பயன்படுத்திக் கொள்கிற சுயநலவாதிகளைப் பற்றியும், வீட்டைத் தருபவர்களைவிட குடியிருக்க வருகிற சுயநலவாதிகள், கடத்தல்காரர்களைவிட பயங்கரமானவர்கள் என்ற வகையில் எப்படி எப்படி நடவடிக்கை எடுக்கலாம் என்பதைப் பற்றியும், அப்படிப்பட்ட சட்ட விரோதச் செயல்கள் நடைபெறுமானால் அவைகளைத் தடுத்து நிறுத்த அந்த நடவடிக்கைகளில் ஈடுபட்டவர்களைத் தண்டிக்க என்னென்ன நடவடிக்கை எடுக்கலாம் என்பதைப் பற்றியும் அரசும் வாரியமும் நிச்சயமாக யோசிக்கும் என்பதைத் தெரிவித்துக்கொள்கிறேன்".

இந்தச் செய்தி, 1974 நவம்பர் 1 ஆம் தேதியிட்ட, 'தமிழரசு' இதழில் வெளிவந்துள்ளது. இதில் நாம் குறிப்பிட வேண்டியது, கலைஞரின் இரக்க குணத்தைத்தான். நியாயமாகப் பார்த்தால், தங்களுக்குக் கிடைத்த வீட்டை வாடகைக்கு விடும் பயனாளர்கள் மீதுதான் நடவடிக்கை எடுக்க வேண்டும். ஆனால் அந்த விளிம்பு நிலை மக்கள் மீது பரிவு கொண்ட கலைஞர், அவர்களைக் காட்டிலும், அவர்கள் தரும் வீட்டுக்குக் குடிவரும் சுயநலவாதிகளையே பெரும் குற்றவாளி என்கிறார்.

இந்தப் பின்னணியில், 'முதல்வன்' படத்தில் மார்வாடி குடும்பம் வெளியேற்றப்பட்டது சரிதான். ஆக, ரியல் 'முதல்வர்'தான் ரீல் 'முதல்வனுக்கு' 'இன்ஸ்பிரேஷன்' என்று சொல்லலாமா..?

9. 'பிரதமர்' கலைஞர்..!

பல ஆண்டுகளாக மண் சுவரும், ஓலைக் கூரையும் கொண்ட குடிசைகளில் வாழ்ந்து வந்த ஆதிதிராவிட சமுதாய மக்களுக்கு இலவச கான்கிரீட் வீடுகள் கட்டித் தந்து அவர்களின் வாழ்க்கைத் தரம் உயர்வதற்கு அடித்தளம் அமைக்கும் புரட்சிகரமான திட்டத்தை இந்தியாவிலேயே முதன் முதலில் தமிழ்நாடுதான் மேற்கொண்டது. அது நம் கலைஞர் அரசால் சாத்தியமானது!

ஆதி திராவிடர் மற்றும் பழங்குடியின மக்களை வறுமைக் கோட்டுக்கு மேல் கொண்டு வர வேண்டும் என்ற நோக்கத்துடன் 'தமிழ்நாடு ஆதிதிராவிடர் வீட்டுவசதி மற்றும் மேம்பாட்டுக் கழகம்' (தாட்கோ) 1974 பிப்ரவரி 15 ஆம் தேதி தொடங்கப்பட்டது. '10 லட்சம் வீடுகள் அரிசன மக்களுக்காகக் கட்ட வேண்டும்' என்பது கலைஞரது கனவு. அதில் இதுவரை எவ்வளவு நிறைவேறியிருக்கிறது என்று தெரியவில்லை. ஆனால் கலைஞர் எப்போதெல்லாம் ஆட்சியில் இருந்தாரோ அப்போதெல்லாம் கட்டிய வீடுகளின் எண்ணிக்கை சுமார் 50 ஆயிரமாவது இருக்கும். 1974-75 காலகட்டத்தில் மட்டும் சுமார் 30 ஆயிரம் வீடுகள் கட்டப்பட்டன என்றால், இந்த எண்ணிக்கை ஓரளவு நெருங்கி வரும் ஒன்றுதான்.

இந்தத் திட்டத்தை 'மாடலாக' வைத்துத்தான், 'இந்திரா வீட்டு வசதித் திட்டம்', 'பிரதமர் வீட்டு வசதித் திட்டம்' போன்றவை ஒன்றிய அரசால் கொண்டு வரப்பட்டன.

1975 ஜனவரியில், செங்கல்பட்டு மாவட்டம் காட்டுப் பாக்கத்தில் ஆதிதிராவிடர் இலவச வீட்டு வசதிக் கழகத்தின் சார்பில் கட்டப்பட்டிருந்த குடியிருப்புகளைத் திறந்து வைத்து உரையாற்றினார் பாபு ஜகஜீவன்ராம். அது தொடர்பான செய்தி

1975 பிப்ரவரி *1* ஆம் தேதியிட்ட 'தமிழரசு' இதழில் வெளியாகியுள்ளது. ஒன்றிய அரசின் உணவு அமைச்சராக இருந்த ஜகஜீவன்ராம், ஆதிதிராவிட சமுதாயத்தின் மதிப்பு வாய்ந்த தலைவராகவும் விளங்கினார். அவர் தனது உரையில், "மக்கள் நல அரசை, ஆட்சியை நாம் நடத்துகிறோம் என்றுதான் இந்தியாவில் கூறிவருகிறோம். மக்கள் நல அரசு என்ற வார்த்தைக்கு உண்மையான விசுவாசத்துடன் தமிழக அரசு பணியாறி வருவதைக் கண்டு நான் மகிழ்ச்சி அடைகிறேன். வாடகை எதுவும் இல்லாமல் இலவசமாக இந்த வீடுகளை அரிசனச் சகோதரர்களுக்கு வழங்குவது என்று தமிழக முதலமைச்சர் கலைஞர் முடிவு செய்திருப்பது அவருடைய சீரிய மனப்பான்மைக்கு ஒரு சிறந்த எடுத்துக்காட்டாகும். தமிழ்நாடு காட்டியுள்ள இந்தச் சிறந்த முன் உதாரணத்தை மற்ற மாநிலங்களும் பின்பற்ற முயலும் என்று நம்புவோமாக!" என்று கலைஞரைப் பாராட்டினார்.

அவர் அத்தோடு நிற்கவில்லை. அதற்குப் பிறகு கூறிய வார்த்தைகள்தான் 'ஹைலைட்'.

"நான் வயதில் முதியான் என்ற முறையில் உங்கள் முதலமைச்சர் கருணாநிதி அவர்களுக்கு ஆசி கூற எனக்கு அருகதை உண்டு. திடமான உடலும், அமைதியான மனமும் பெற்று மக்களுக்கு நீண்ட காலம் சிறந்த தொண்டாற்ற வேண்டும் என்று நான் அவரை மனமார வாழ்த்துகிறேன்.

தமிழ்நாட்டு மக்களுக்கு மட்டுமல்ல; இந்திய நாட்டு மக்களுக்கும் ஆர் தொண்டாற்ற வேண்டும். ஏனென்றால், தமிழ்நாடும் இந்தியாவின் ஒரு பகுதிதானே! தமிழ்நாடு செழித்து ஓங்கினால், இந்தியாவும் அந்த அளவுக்குச் செழித்து ஓங்கும்".

அவர் சொன்னதுபோல மட்டும் நடந்திருந்தால்..?

10. 'கலைமாவளவன்' கலைஞர்!

தமிழ்நாட்டுக்கு கணபதி சிலை எப்போது வந்தது தெரியுமா? தமிழ் இலக்கியங்களிலும், தமிழர் வரலாற்றிலும் தோய்ந்த நம் தலைவர் ஐந்தமிழறிஞர் கலைஞர் ஒரு தகவலைத் தருகிறார் பாருங்கள்...

"மகேந்திரவர்மன், வடபுறத்திலிருந்து வந்த புலிகேசியால் ஒருமுறை தோற்கடிக்கப்பட்டு காஞ்சிபுரம் வரை அந்த புலிகேசி வந்தான் என்கிற அளவிற்குத் தமிழக வரலாற்றில் சற்றுத்தாழ்வு நிலை ஏற்பட்டு, அதற்குப் பிறகு மகேந்திரனின் மகன் நரசிம்மவர்மன் இங்கே இருந்து படை கொண்டு சென்று வாதாபியில் புலிகேசியைக் கொன்று குவித்து, அங்கே காஞ்சிபுரத்து வெற்றித்தூணை நிலைநாட்டிவிட்டு, எதை எடுத்து வந்தான் என்றால் ஒரு சிலையினைத்தான் எடுத்து வந்தான். அந்தச் சிலைதான் முதன்முதலாகத் தமிழகத்திற்கு வந்த கணபதியின் சிலையாகும். 'வாதாபி கணபதி' என்று இன்று கச்சேரிகளில் எல்லாம் பாடுகிறார்களே, அப்படி வாதாபி கணபதி என்று சொல்லக் காரணமே, அதற்கு முன்பு தமிழகத்தில் பிள்ளையார் சிலைகள் இருந்ததாக யாரும் சொல்லவில்லை. வாதாபியை வென்று அங்கேயிருந்து எடுத்து வந்த சிலைதான் கணபதியின் சிலை.

பல்லவ மன்னனின் தளபதி வாதாபியிலிருந்து சிலை எடுத்து வந்தான் என்கிற அளவிற்கு, சிலைகளில், அந்தக் கலையில், சிற்பத்தில், ஓவியத்தில் மெத்த ஆர்வம் கொண்டவர்களாகத் தமிழகத்து மக்கள் இருந்திருக்கிறார்கள்".

இப்படி ஓர் அரிய தகவலை 1975 மார்ச் 2 ஆம் தேதி, மாமல்லபுரத்தில் நடைபெற்ற சிற்பக் கலைஞர் மாநாட்டில் கலைஞர் குறிப்பிட்டிருக்கிறார். இந்த மாநாட்டில்தான் அவருக்கு, 'பூம்புகார் படைத்த பெருந்தச்சன் கலைமாவளவன்' என்ற பட்டம் வழங்கப்பட்டது. இதுதொடர்பான செய்தி 1975 ஏப்ரல் 1 ஆம் தேதியிட்ட 'தமிழரசு' இதழில் வெளியாகியுள்ளது.

11. கலைஞரைப் பின்பற்றிய ஆஸ்திரேலியா!

தலைப்பே ஆச்சரியமாக இருக்கிறதா..? மேலே படியுங்கள்.

"ஆஸ்திரேலிய நாட்டின் மேலவை உறுப்பினர் வில்லியம் ஆர்.விதர்ஸ். இவர் இந்திய நாடு முழுவதும், ஏன், உலகத்தின் பல்வேறு நாடுகளிலும் இந்தியாவின் பல்வேறு மாநிலங்களிலும் சுற்றுப் பயணம் செய்துவிட்டு ஆஸ்திரேலியா சென்றார். அங்கே அவரும் மிக முக்கியமான வேறு பலரும் அங்கம் வகிக்கின்ற மேலவையில், தான் சென்று வந்த நாடுகளைப் பற்றி ஒரு குறிப்பேடு தந்தார். அதனுடைய பெயர் - 'உலகைச் சுற்றிப் பார்த்தது பற்றிய தகவல்' என்ற வகையில் அவர் அதைத் தாக்கல் செய்திருக்கிறார்.

'சுற்றுலா நகரமான மாமல்லபுரம் என்னைக் கவர்ந்தது. அந்த நகரம் பழங்காலக் குகைகளாலும் சிற்பங்களாலும் சூழப்பட்டது. தமிழ்நாடு அரசு அங்கு ஒரு சுற்றுலா நிலையம் ஏற்படுத்தியுள்ளது. அதில் சிற்பக் கலைஞர்கள் பழங்காலச் சிற்பக் கலையில் பயிற்றுவிக்கப்படுகிறார்கள். அதனால் அந்த நகருக்கு வரும் சுற்றுலாப் பயணிகள் சிற்பக் கலையிலும் சிற்ப வேலைப்பாடுகளிலும் ஈடுபாடு கொள்வதைக் காண முடிகிறது. இவ்வாறு சுற்றுலாத் தொழிலும் வளர்க்கப்படுகிறது. அதே நேரத்தில் தமிழ்நாட்டின் பழங்காலக் கலை மறைந்திடாது இருக்க வேண்டுமென்பதற்காகவும் அங்கு இக்கலையில் மாணவர்களுக்குப் பயிற்சி அளிக்கப்படுகிறது. இம்முறை ஆஸ்திரேலியாவிலும், குறிப்பாக மேற்கு ஆஸ்திரேலியாவிலும் புகுத்துவதற்கு ஏற்றது என்று நான் கருதுகிறேன்' என்று கூறி இருக்கிறார்.

அதாவது ஆஸ்திரேலியாவில், குறிப்பாக மேற்கு ஆஸ்திரேலியாவில் புகுத்தப்பட வேண்டிய முறை ஒன்று தமிழ்நாட்டில் இருப்பதைக் கண்டு, அதை வழிகாட்டியாகக் கொள்ளலாம் என்கிறார். சுற்றுப்பயணம் செய்ய வந்த அவரைப் போன்ற அயல் நாட்டினரெல்லாம் இதை எடுத்துக் கூறுகிறார்கள். சிலம்புச் செல்வர், அடிகளார், தமிழ்ச் சான்றோர்கள், பெரும்புலவர்கள் ஆகிய நீங்களோ, 'இந்த அரசைப் பாராட்டினால் மனம் வருந்துகிறார்களே' என்கிறீர்கள்.

வெளிநாட்டார் தமிழ்நாட்டின் சாதனைகளைப் புகழுமளவு நமது சாதனைப் பட்டியல் விரிவாக இருக்கின்றது. அரிசன வீட்டு வசதி வாரியப் பணிகள், குடிநீர் வாரியப் பணிகள் அந்த ஆஸ்திரேலியாவில் பாராட்டப்பட்டுள்ளது. தமிழ்நாட்டின் முறையைப் பிற மாநிலங்களும் பின்பற்றலாம் என்றும் அவர் கூறியிருக்கிறார்".

1975 செப்டம்பர் 6 ஆம் தேதி சேலம் கொல்லிமலையில் நடைபெற்ற ஓரி விழாவில் கலைஞர் மேற்கண்டவாறு பேசியிருக்கிறார். இதுதொடர்பான செய்தி 1975 செப்டம்பர் 16 தேதியிட்ட 'தமிழரசு' இதழில் வெளியாகியுள்ளது.

12. பெயர் மாற்றப்பட்ட 'கருணாநிதி பில்டிங்!'

"துடிப்பாற்றல் மிக்க தொலைநோக்கோடு எனது பெருமதிப்பிற்குரிய நண்பர் தமிழக முதல்வர் கருணாநிதி அவர்கள் பல்வேறு சமூக நலப் பணிகளைச் செய்து வருகிறார்.

அவர் திட்டங்கள் தீட்டிச் செயல்பட்டு வரும் பணிகளுள், குறைந்த வருமானமுள்ளோருக்கும் பொருளாதாரத்தில் நலிந்து போயிருப்போருக்கும் வீட்டு வசதி வாரியத்தின் மூலம் வீடுகளைக் கட்டித் தரும் பணி மகத்தானதாகும்.

இப்படிப்பட்ட அரிய செயல்களைச் செய்து வரும் முதல்வருடைய பெயரை இக்கட்டடத்திற்குச் சூட்டியிருப்பது சாலப் பொருத்தமானது ஆகும்".

இப்படி அன்றைய தமிழக ஆளுநர் கே.கே.ஷா புகழ்ந்து, திறந்து வைத்த கட்டிடம்தான் அண்ணா சாலையில் நந்தனம் பகுதியில் வானளாவ எழுந்திருக்கும் 'கருணாநிதி பில்டிங்'.

பதினோரு அடுக்குகளைக் கொண்ட இந்தக் கட்டடம் ரூ.66 லட்சம் செலவில் கட்டப்பட்டது. கட்டடத்தின் உயரம் 140 அடி. 181 அடி நீளமும், 12 அடி ஆழ அடித்தளமும் கொண்டது. 1,34,000 சதுர அடி பரப்பளவு கொண்ட ஆர்.சி. (ரீஇன்ஃபோர்ஸ்ட் கான்கிரீட்) வடிவமைப்புள்ள இந்தக் கட்டடத்தில் அரசு அலுவலகங்கள் மட்டுமின்றி தனியார் அலுவலகங்களும் இயங்கி வருகின்றன. அன்றைய காலத்தில் சென்னையில் இருந்த அலுவலக நெருக்கடிகளுக்குத் தீர்வு காண கட்டப்பட்டதுதான் இந்தக் கட்டடம். தமிழ்நாடு வீட்டு வசதி வாரியம், வணிக நோக்குடன் கட்டிய மிகப் பெரிய முதல் கட்டடம் இதுதான்.

இந்தக் கட்டடம் திறப்பு விழா குறித்த செய்தி 1975 அக்டோபர் 16 ஆம் தேதியிட்ட 'தமிழரசு' இதழில் வெளியிடப் பட்டுள்ளது. அந்த விழாவில் தலைமை வகித்த அன்றைய தொழிலாளர் நல அமைச்சர் திரு.க.இராசாராம் இப்படிக் குறிப்பிட்டார்:

"1971 ஆம் ஆண்டு ஆண்டொன்றுக்கு ஐந்தரைக் கோடி ரூபாய் மட்டுமே செலவழிக்கும் நிலையிருந்த வீட்டு வசதி வாரியம், இப்போது ரூபாய் 14 கோடி செலவழிக்கும் அளவுக்கு வளர்ந்துள்ளது.

1971 ஆம் ஆண்டு வீட்டு வசதியை ஏற்படுத்தித் தருவதில் 7வது இடத்திலிருந்த தமிழகம், இப்போது இந்தியாவிலேயே முதலிடத்தை வகித்து வருகிறது. பிற மாநிலத்து அமைச்சர் களெல்லாம் நமது வீட்டு வசதி வாரியத் திட்டங்களை வாங்கிக் கொண்டு போய்த் தங்கள் தங்கள் மாநிலங்களில் நடைமுறைப் படுத்துகிறார்கள்.

சென்னை நகரில் பல்வேறு இடங்களில் 10 மாடிக் கட்டடங்களைக் கட்ட வீட்டு வசதி வாரியம் திட்டமிட்டுள்ளது. சென்னையையே ஒரு குட்டி நியூயார்க் நகரமாக மாற்றவும் தமிழ்நாடு வீட்டு வசதி வாரியம் திட்டம் தீட்டி வருகிறது.

கலைஞர் அவர்களின் சாதனை எல்லாத் துறைகளிலும் மிளிர்ந்து கொண்டிருப்பதைப் போலவே, வீட்டு வசதி வாரியத்திலும் மிளிர்ந்து கொண்டு இருக்கிறது. எனவே, இப்படிப்பட்ட சாதனைகளை அடுக்கடுக்காகச் செய்து வரும் கலைஞர் அவர்களின் பெயரை இக்கட்டடத்திற்குச் சூட்டுவது மிக மிகப் பொருத்தமாகும்".

இந்த 'கருணாநிதி பில்டிங்'தான், இன்று 'பெரியார் ஈ.வெ.ரா. மாளிகை' என்று அறியப்படுகிறது. இந்தக் கட்டடத்தைக் கடந்து வந்த பலருக்கும் தெரியாத ஒரு வரலாறு இது!

13. 'சதாவதானி' கலைஞர்..!

1970 ஜூன் 3 அன்று நம் தலைவர் கலைஞரின் பிறந்தநாளுக்கு கவியரசு கண்ணதாசன் 'நல்லமைச்சன்' என்ற தலைப்பில் வடித்த வாழ்த்துப் பா இது:

"நிதானபுத்தி நேரிய பார்வை
நின்றுகண் டறிந்து நெடுவழி செல்லல்
சதாவ தானத் தனிப்பெருந் திறமை
தன்னை யறிந்து பிறர்உளம் நோக்கல்
நதியென ஓடி நாளெல்லாம் உழைத்தல்
நாடும் மக்களும் நலம்பெற நினைத்தல்
அதிசயச் சொற்றிறன் ஆய்வுறு கூர்மதி
அன்பர் நலத்திலும் அக்கறை செலுத்தல்
மதியுறு மாண்தகை மந்திரிக் கிவையே
இலக்கண மென்றால் இலக்கியம் இவரே!
கருணா நிதியின் தனித்தமிழ் அரசு
பலநாள் நிலைக்கப் பக்குவம் பெற்றது
வாழிய நண்பர்! வாழிய அமைச்சர்
வாழிய கலைஞர்! வாழிய தமிழர்!"

இந்தக் கவிதை 1989 ஜூன் 1 ஆம் தேதியிட்ட 'தமிழரசு' இதழில் மறுபிரசுரம் செய்யப்பட்டுள்ளது. இதில் என்ன ஆச்சரியம் என்றால், கலைஞரிடம் 'சதாவ தானத் தனிப்பெருந் திறமை' தென்பட்டதாக கவிஞர் குறிப்பிடுகிறார். அதாவது, சதாவதானம் என்றால் 'ஒரே சமயத்தில் நூறு விதமான வேலைகளைச் செய்யும் திறமை'. கலைஞர் நூற்றாண்டில் அவரது திறமை குறித்து ஒரு புதிய செய்தி இது, இல்லையா உடன்பிறப்பே..!

14. கல்லக்குடியும் கண் சிகிச்சையும்!

1989 ஜூலை 14 அன்று சென்னை எழும்பூர் அரசு கண் மருத்துவமனை வளாகத்தில், சென்னை மண்டல கண் மருத்துவ இயல் நிலையத்தின் இரண்டாம் ஆண்டு நிறைவு விழா நடைபெற்றது. அதுகுறித்த செய்தி 1989 ஆகஸ்ட் 1 ஆம் தேதியிட்ட 'தமிழரசு' இதழில் வெளியாகியுள்ளது. அதில் கலந்துகொண்டு அன்றைய முதல்வர் கலைஞர் ஆற்றிய உரையின் சில பகுதிகள்...

"இந்தக் கண் மருத்துவமனையுடன் எனக்கு 1953 ஆம் ஆண்டு முதல் தொடர்பு உண்டு. எனக்கு 40 ஆண்டுகால நண்பர் என்று சொல்வதைப் போல அவ்வளவு தொடர்பு இருக்கிறது.

1953-இல் கார் விபத்தில் எனது கண்ணில் அடிபட்டது. அப்போது இந்த மருத்துவமனையைப் பற்றி எனக்குத் தெரியாது. சினிமாத் துறையின் மூலமாகச் சென்று ஒரு டாக்டரிம் சிகிச்சை பெற்றேன். அவர் 'லீச்சஸ்' என்று சொல்லக் கூடிய அட்டைப்பூச்சியை வைத்து ரத்தத்தை உறிஞ்ச வைத்து, கண்ணுக்குச் சிகிச்சை அளித்தார்.

அதற்குப் பிறகு கண் சிகிச்சை நிபுணர்கள் முத்தையா, ஆபிரகாம், செல்வம் ஆகியோர் அறிமுகமானார்கள். டாக்டர் முத்தையா எனக்குச் சிகிச்சை அளித்தார். 6 மாதம் இந்த மருத்துவமனையில் தங்கிச் சிகிச்சை பெற்றேன்.

கல்லக்குடிப் போராட்டத்தில் நான் கைதாகி 6 மாதம் சிறையில் இருந்தேன். அதன் பிறகு இந்த மருத்துவமனையில் 6 மாதம் என்னை (சிகிச்சைக்காக) பூட்டி வைத்து இருந்தார்கள். இந்த இரண்டு அனுபவமும் இரண்டறக் கலந்துவிட்டன.

எனக்குச் சிகிச்சை அளித்த பல நண்பர்களைப் பற்றி நினைவுகூர்கிற இந்த நேரத்தில், அவர்களில் சிலர் உயிரோடு இல்லை. டாக்டர் முத்தையா மறைந்த அன்று தூத்துக்குடி நகராட்சி மன்ற வரவேற்புக்காகச் சென்றேன். ஆட்சிப் பொறுப்பில் இல்லாத நேரம், எதிர்க்கட்சித் தலைவருக்கு நகராட்சி வரவேற்புக் கொடுப்பது என்பது சாதாரண காரியல் அல்ல.

எனவே வரவேற்பில் கலந்துகொள்ளச் சென்றிருந்ததை ரத்து செய்துவிட்டு முத்தையா இல்லம் சென்று, அவருக்கு அஞ்சலி செலுத்தினேன். "கண் கொடுத்தவர் கண் மூடினார்" என்று அன்று 'முரசொலி'யில் எழுதினேன். அத்தகைய பாசத்தைப் பெற்றவர் அவர். ஆயிரக்கணக்கான பேருக்குக் கண்ணொளி வழங்கிய முத்தையாவின் செல்வனுக்குக் கண் பார்வை போய்விட்டது என்று சொன்னார்கள். வேதனை அடைந்தேன். அவருடைய மணவிழாவுக்கும் சென்று வந்தேன். இத்தகைய நினைவுகள் இன்றைக்கும் பசுமையாக இருக்கின்றன.

இப்படி, கண் மருத்துவமனையோடு தொடர்பு கொண்டு இருந்ததன் காரணத்தினால், ஆட்சிப் பொறுப்பில் இருந்த நேரத்திலும் இல்லாத நேர்த்திலும் ஏழை, எளிய மக்களுக்குச் சிகிச்சை அளித்துக் கண்ணொளி வழங்க வேண்டும் என்று திட்டமிட்டுச் செயல்பட்டோம். அதன் அடிப்படையில் அண்ணா அறிவாலயத்தில் வெற்றிச்செல்வி அன்பழகன் கண் மருத்துவமனை ஒன்று அமைத்துத் தினமும் 50 ஏழைகளுக்குச் சிகிச்சை அளித்து வருகிறோம்.

கண்ணில் 4, 5 முறை அறுவை சிகிச்சை செய்து கொண்டவன் என்பதால் ஊசி போட்டால் எவ்வளவு வலிக்கும் என்பதெல்லாம் தெரியும். கண் ஆஸ்பத்திரியில் சிகிச்சை பெற்றபோது, எனக்கு மயக்க ஊசி போட்டுப் படுக்க வைத்து, ஆபரேஷன் தியேட்டருக்குக் கொண்டு போய் விட்டார்கள். டாக்டர் முத்தையா பார்த்துவிட்டு, "இவரை ஏன் கொண்டு வந்தீர்கள்? பரிசோதனை செய்ய வேண்டும் என்றுதானே சொன்னேன்?" என்று சிப்பந்திகளிடம் கேட்டு இருக்கிறார்.

கண் மருத்துவ நிபுணர்கள் எவ்வளவுதான் திறமையாகக் கண் அறுவை செய்தாலும் கடைசிவரை உள்ள சிப்பந்திகள் நல்ல முறையில் செயல்பட்டால்தான் நேர்மையான முறையில் சிகிச்சை கிடைக்கும். கண் அறுவை சிகிச்சை செய்துவிட்டு டாக்டர்கள் சென்றுவிடுவார்கள். ஊழியர்கள் தான் பஞ்சு வைத்துக் கட்டுப் போடுவார்கள். நோயாளி மீது கோபம் இருந்தால் அழுத்திக் கட்டுப்போடுவார்கள். இதை உணர்ந்தவன் நான். சிப்பந்திகளுடைய ஒத்துழைப்பு இருந்தால்தான் நோயாளிகள் நல்ல முறையில் சிகிச்சை பெற முடியும். அந்த வகையில் நோயாளிகளிடம் அன்பு காட்டுங்கள்".

15. நட்புக்கு இலக்கணம் வகுத்த கலைஞர்!

நம் தலைவர் ஐந்தமிழறிஞர் கலைஞர் - எம்.ஜி.ஆர். ஆகியோருக்கு இடையே இருந்த நட்பு பலரும் அறிந்தது. அரசியலில் சில மனஸ்தாபங்கள் இருந்தபோதும் பொது வெளியில் எம்.ஜி.ஆரை என்றுமே உயர்த்தி தான் பேசியிருக்கிறார் கலைஞர். அதற்கு ஓர் எடுத்துக்காட்டு இந்நிகழ்வு.

1990 ஜனவரி 17 அன்று சென்னை மியூசிக் அகாடமியில் டாக்டர் எம்.ஜி.இராமச்சந்திரன் நினைவுச் சிறப்பு அஞ்சலி தலை வெளியீட்டு விழா நடைபெற்றது. இதுதொடர்பான செய்தி 1990 பிப்ரவரி 1 ஆம் தேதியிட்ட 'தமிழரசு' இதழில் வெளியிடப்பட்டுள்ளது. அந்நிகழ்வில் பேசிய கலைஞர் இப்படிச் சொன்னார்....

"தேசிய முன்னணிக்கே தொடக்க விழா நடத்தியது சென்னை மாநகரம் என்ற உரிமையோடு, இன்று இந்தியாவில் நடைபெறுகின்ற நம்முடைய தேசிய முன்னணி ஆட்சியின் சார்பில் என்னுடைய அருமை நண்பர் எம்.ஜி.ஆர் அவர்களுடைய அஞ்சல் தலை வெளியிடுகின்றன இந்த விழாவிலே கலந்து கொள்வதை நான் மிகுந்த பெருமையாகக் கருதுகிறேன்.

ஒரு அரசுக்கு உரிய கடமையைச் செய்கிறோம் என்றாலும் கூட, தனிப்பட்ட முறையிலே எனக்கும் எம்.ஜி.ஆருக்கும் இருந்த நட்புணர்வை என்னையும் அவரையும் சரியாகப் புரிந்து கொண்டவர்கள்தான் தெரிந்திருக்க முடியும். புரிந்து கொள்ளாமல் ஒதுங்கியிருந்தவர்கள், தொலைவிலே இருந்தவர்கள், செய்திகளை மாத்திரம் மேடைகளிலே கேட்டறிந்தவர்கள், ஏடுகளிலே படித்தறிந்தவர்கள் அதைப்

புரிந்து கொள்ள இயலாது" என்று சொல்லிவிட்டு எம்.ஜி.ஆர் மருத்துவப் பல்கலைக்கழகம் தொடங்கப்பட்டது, திரைத் துறையினருக்கு எம்.ஜி.ஆர் பெயரில் விருது அறிவித்தது, எம்.ஜி.ஆர் நினைவிடம் அமைத்தது போன்றவை எல்லாம் தி.மு.கழக ஆட்சியில் மேற்கொள்ளப்பட்டன என்று சுட்டிக்காட்டி இப்படிக் குறிப்பிட்டார் கலைஞர்....

"அரசியலிலே மாறுபாடுகள் இருந்தாலுங்கூட, அரசியல் பண்பாட்டோடு அரசியல் நாகரீகத்தோடு நாங்கள் எல்லாம் அண்ணாவின் பள்ளியிலே பயின்றவர்கள் என்கின்ற அரசியல் பரந்த மனப்பான்மையோடு நடத்தப்பட்ட அந்தக் காரியங்களை உங்களிடம் தொகுத்துச் சொல்கிறேன்..."

அந்த அரசியல் நாகரிகம் தான் இன்றைய 'திராவிட மாடல்' ஆட்சியிலும் வெளிப்படுகிறது.

16. தமிழில் மருந்துச் சீட்டு!

ஐந்தமிழறிஞர் கலைஞர் தமிழ் வளர்ச்சிக்காக எத்தனையோ முயற்சிகளை மேற்கொண்டிருக்கிறார். வள்ளுவனுக்குச் சிலை அமைப்பது, கட்டாயப் பாடமாக தமிழை அங்கீகரிப்பது உள்ளிட்ட பெரிய விஷயங்களுக் கிடையில், அதிகம் விளம்பரப்படுத்தப்படாத சின்னச் சின்ன முன்னெடுப்புகளையும் அவரது அரசு மேற்கொண்டிருக்கிறது. அதில் ஒன்றுதான் தமிழில் மருத்துவப் பரிந்துரை (பிரிஸ்கிரிப்ஷன்) சீட்டு. 1997 ஆம் ஆண்டு மக்கள் நல்வாழ்வுத் துறை இந்த முன்னெடுப்பை மேற்கொண்டது. அதற்கு அன்றைய முதலமைச்சர் கலைஞர், வாழ்த்துச் செய்தி ஒன்றை விடுத்திருந்தார். அந்தச் செய்தி 1997 ஏப்ரல் 1 ஆம் தேதியிட்ட 'தமிழரசு' இதழில் வெளியாகியுள்ளது. அந்த வாழ்த்துச் செய்தியில் கலைஞர் இப்படிச் சொல்கிறார்:

"தமிழிலே நோயின் தன்மை அறியப் பெற்றால் பெரிய நோய் கூட சாதாரணமாகத் தோன்றுகிறது. ஆங்கிலத்திலே வயிற்றுப்போக்கைக்கூட கேட்க நேரிடுகிற போது 'என்ன நோயோ' என்று அச்சம் தோன்றுகிறது. தமிழ் எழுத்துகளின் அமைப்பு அதை ஆங்கிலத்தைப் போல அதிகமாய்க் கிறுக்கி எழுத முடியாத தனித்தன்மை பெற்றிருக்கிறது. கிறுக்கி எழுத எத்தனைப் பயிற்சி பெற்றாலும் முடியாத அளவிற்கு வடிவமைப்பைப் பெற்றிருக்கிறது. மக்கள் நல்வாழ்வுத்துறை புற நோயாளர் மருத்துவச் சீட்டு, தமிழிலேயே தயாரித்திருப்பது பெருமைக்குரிய ஒன்றாய் இருக்கிறது. மருந்துச் சீட்டின் நெற்றியிலே சுகாதாரக் குறிப்புகளையும், அதன் தாடையில் மருத்துவப் பொன்மொழிகளையும் வெளியிட்டு வாசிப்பவர் இதயத்தில் ஆழமாய்ச் சில விதைகளை விதைக்கும் முயற்சியை

மேற்கொண்டிருக்கிறது. சில செய்திகள் திரும்பத் திரும்பச் சொன்னால்தான் வசிக்கின்ற வீட்டிற்கு வழித்தடம் போல நினைவில் நிற்கும் என்பது சுகாதாரத் துறைக்கு மிகவும் பொருத்தமாய் இருக்கிறது....

மருத்துவச் சீட்டில் இவற்றையெல்லாம் குறிப்பிடுவது மக்கள் நல்வாழ்வை மலரச் செய்கிற இன்னொரு முயற்சியாய் இருக்கும் என நான் நம்புகிறேன். நோய் விவரமும், மருந்து விவரமும் சரியாகத் தெரியாமல், கொடுக்கிற மருந்தையும் சரியாக உட்கொள்ளாத நோயாளிகளும் இருக்கிறார்கள்.

தமிழில் மருத்துவச் சீட்டு என்றால், மருந்தின் பெயர்களை தமிழில் மொழிபெயர்த்து எழுதுவதாகத் தவறாக எண்ண வேண்டியதில்லை. தமிழ் எழுத்துகளில் அந்த மருந்தின் பெயரை அப்படியே எழுதுவதைத்தான் நல்வாழ்வுத் துறை செய்திருக்கிறது. அதுதான் பயன்பாட்டை அதிகரிக்கும். " என்கிற மாத்திரையை ஆங்கிலத்தில் குறிப்பிடுவதோடு 'குரோசின்' என தமிழிலும் குறிப்பிடும்போது ஆங்கிலம் தெரியாதவர்களும் அதை வாசித்தறிய வழிவகுக்கும்.

இந்த மருத்துவச் சீட்டு, அரசு மருத்துவமனைகளையே நம்பி வாழ்கிற வறுமையின் பிடியில் இருப்பவர்களுக்கு ஓர் உயர்ந்த சாதனமாக விளங்குகிறது. அரசுத் துறையில் ஆரம்பிக்கிற இந்த முயற்சி தனியார் மருத்துவமனைகளிலும் விரைவில் பரவ வேண்டும் என்று நான் விரும்புகிறேன்".

17. 'விழா முதலமைச்சர்!'

ஐந்தமிழறிஞர் கலைஞருக்கு எத்தனையோ பேர் எத்தனையோ பட்டங்களை வழங்கியிருக்கிறார்கள். ஆனால் கலைஞர் அவர்களே வாய்விட்டு ஒருமுறை தனக்கு இப்படியொரு பட்டம் தரலாம் என்று நகைச்சுவையாகக் கேட்டிருக்கிறார். அது என்ன பட்டம்..?

1997 ஜூலை 14 அன்று, சென்னைப் பல்கலைக்கழக நூற்றாண்டு விழா மண்டபத்தில் நடைபெற்ற சட்டமன்றப் பவள விழா மற்றும் சட்டப்பேரவை வைர விழா கொண்டாட்டத்தின் போது, கலைஞர் ஆற்றிய உரையின் ஒரு பகுதி இது:

"1972 ஆம் ஆண்டு, இந்திய சுதந்திர வெள்ளி விழாவைக் கொண்டாடும்போதும், நான் தான் இங்கே முதலமைச்சராக இருந்தேன். 1989-இல் சட்டமன்றப் பேரவையினுடைய பொன்விழாவைக் கொண்டாடிய போதும், நான் தான் முதலமைச்சராக இருந்தேன். இப்போது இந்திய நாட்டின் சுதந்திரப் பொன் விழாவைக் கொண்டாடும்போதும், நான் தான் முதலமைச்சராக இருக்கிறேன். இன்று இந்தப் பவள விழா, வைர விழாவைக் கொண்டாடும்போதும் நான் முதலமைச்சராக இருக்கிறேன். எனவே நீங்கள் எனக்கு ஒரு பட்டம் கொடுக்கலாம், 'விழா முதலமைச்சர் என்று".

இந்தச் செய்தி 1997 ஆகஸ்ட் 1-15 தேதியிட்ட 'தமிழரசு' இதழில் வெளியாகியுள்ளது.

18. கூட்டுறவுத் தலைவன்!

1997 டிசம்பரில் நடைபெற்ற 'அனைத்திந்தியக் கூட்டுறவு வார நிறைவு விழா'வில் முதலமைச்சர் கலைஞர் ஆற்றிய உரையின் ஒரு பகுதி கீழே இருப்பது. இது 1997 டிசம்பர் 1-15 தேதியிட்ட, 'தமிழரசு' இதழில் வெளியாகியுள்ளது.

"கொடியைத் தீர்மானித்துக் கொண்டு கட்சியை ஆரம்பிக்கின்ற காலக் கட்டம் இது. ஆனால் அன்றைக்கு ஒரு தத்துவத்தை, ஒரு கொள்கையை, ஒரு எண்ணத்தை வெளிப்படுத்தி அதை உருவகப்படுத்திவிட்டு அதற்கு எந்தக் கொடி தகுதியான கொடி என்றாய்ந்து அறிவிக்கவே பல ஆண்டுக் காலம் தேவைப்பட்டு, 1923 ஆம் ஆண்டுதான் அந்தக் கொடி எப்படி இருக்க வேண்டும் என்ற ஒரு முடிவுக்கு வந்து 'கெண்ட்' என்ற இடத்திலே சர்வதேசக் கூட்டுறவு மாநாட்டில் 1924 ஆம் ஆண்டு அந்தக் கொடியை ஏற்றுகிறார்கள். அதுதான் இன்று பறந்து கொண்டிருக்கின்ற வானவில்லின் நிறம் பெற்ற அந்தக் கொடியாகும். (1895 ஆம் ஆண்டில்தான் இலண்டனில், 'இன்டர்நேஷனல் கோவாப்பரேட்டிவ் அலையன்ஸ்' என்ற சர்வதேச அளவிலான மாநாட்டில் கூட்டுறவு இயக்கத்துக்கு ஒரு கொடி வேண்டும் என்று தீர்மானிக்கப்பட்டது. ஆசிரியர்)

அதுகூட நான் பிறந்த 1924 ஆம் ஆண்டிலேதான் முதன்முதலாக ஏற்றப்பட்டிருக்கிறது என்பதை எண்ணி நான் பெருமையடைகிறேன்.

இன்னொன்றை நான் உங்களுக்குச் சொல்ல விரும்புகிறேன். கடந்த ஒரு வாரத்திற்கு முன்பு, திருவாரூர் 'கமலாம்பிகா கோவாப்பரேட்டிவ் அர்பன் வங்கியிலேயிருந்து 216 ரூபாய்க்கான காசோலை எனக்கு வந்தது. உதவியாளர் சண்முகநாதன் அதை என்னிடத்திலே கொடுத்து, "அய்யா, இது

திருவாரூர் வங்கியிலேயிருந்து வந்திருக்கிறது" என்று சொன்னார். என்னவென்று கேட்டால், நான் அந்த வங்கியிலே ஒரு பங்குதாரர். அதற்கான 'டிவிடெண்ட்' ஈவுத்தொகை எனக்கு அனுப்பப்பட்டிருக்கின்றது. நான் அந்த வங்கியிலே ஏறத்தாழ ஐம்பதாண்டு காலமாக உறுப்பினராக இருக்கிறேன். எனக்கு நன்றாக நினைவு இருக்கிறது.

இந்த மலரிலே கூட, அந்தச் செய்தியை வெளியிட்டிருக் கின்றார்கள். ''கலைஞரும், கமலாம்பிகா கூட்டுறவு நகர வங்கியும்' என்று ஒரு கட்டுரை. அந்த கமலாம்பிகா கூட்டுறவு நகர வங்கியின் செயலாளராக இருந்த திரு.கல்யாணசுந்தரம் எழுதி, நீண்ட நாட்களுக்கு முன்பு அது வெளியிடப் பட்டிருக்கின்றது. அதிலே அவர் சொல்கிறார்...

'இன்றைய தமிழக முதல்வர் கலைஞர் கருணாநிதி அவர்களுக்கும் திருவாரூர் கமலாம்பிகா நகர கூட்டுறவு வங்கிக்கும் சென்ற நாற்பதாண்டுகளாகத் தொடர்புண்டு. கலைஞருக்கு இப்போது வயது 50 ஆகிறது. (என்னுடைய ஐம்பதாவது வயதிலே அவர் எழுதிய கட்டுரை இது). நாற்பதாண்டு காலத் தொடர்பு எப்படியிருக்க முடியுமென்று கேட்கலாம். 18 வயதுக்கு மேற்பட்டவர்கள்தானே வங்கியிலே வரவு, செலவு வைத்துக் கொள்ள முடியுமென்று கேட்கலாம். சுறுசுறுப்பும் ஆர்வமும் உள்ள மாணவர் என்று கண்டுகொண்டு வங்கி, அவருடைய படிப்புக்கு உதவி புரிந்தது. அந்தத் தொடர்பைத்தான் குறிப்பிட்டோம். அவர் ஆறாவது வகுப்பு, அதாவது முதல் படிவம் படிக்கும்போதே இந்தத் தொடர்பு ஏற்பட்டது. அதை நினைத்து வங்கி மகிழ்ச்சியடைகிறது. பிறகு வயது வந்தவுடன், அவர் தந்தையின் பங்குத் தொகையைத் தன் பெயருக்கு மாற்றிக் கொண்டு வங்கியில் 1946 முதல் அங்கத்தினராகச் சேர்ந்து கடன் வரவு செலவுகளும், டெபாசிட் வரவு செலவுகளும் வைத்துக் கொண்டிருந்தார். இன்றுவரை அவர் அங்கத்தினர்தான் என்று அன்றைக்கு எழுதியிருக்கிறார். ஆமாம், இன்று வரையிலும் நான் அதிலே அங்கத்தினர்தான்.''

19. தங்க நாதஸ்வரப் பரிசு!

1998 டிசம்பர் 25 அன்று, வலையபட்டி நாதலயா அறக்கட்டளையின் சார்பில், சென்னை ஏ.வி.எம். இராஜேஸ்வரி திருமண மண்டபத்தில் நடைபெற்ற இசை நாட்டிய விழாவில், இசைத் துறையில் சாதனை புரிந்த 18 கலைஞர்களுக்கு வலையபட்டி தவில் கலைஞர் ஏ.ஆர்.சுப்பிரமணியம் அளித்த விருதுகளை வழங்கிச் சிறப்பித்தார் ஐந்தமிழறிஞர் கலைஞர்.

அந்த விழாவில் அவருக்கும் ஒரு விருது வழங்கப்பட்டது. ஆம். குடந்தை ராஜமாணிக்கம் பிள்ளையின் நூற்றாண்டு விழா, திருவாவடுதுறை இராஜரத்தினம் பிள்ளையின் நூற்றாண்டு விழா ஆகிய இரண்டு விழாக்கள் நடைபெற்ற அந்த வேளையில், கலைஞருக்கு 'சட்டை போட்டுக்கொண்டு நாதஸ்வரம் வாசித்த தன்மான வீரன்' இராஜரத்தினம் பிள்ளையின் பெயரால் கலைஞருக்கு தங்க நாதஸ்வரம் ஒன்று பரிசாக வழங்கப்பட்டது.

இந்த விழாவில் கலைஞர் ஆற்றிய உரையில் இரண்டு விஷயங்கள் கவனிக்கத்தக்கவையாக உள்ளன. ஒன்று, கலைஞரின் இயற்பெயர் 'தெட்சணாமூர்த்தி' என்ற பொய்யின் பின்னணி. இரண்டாவது, தன் தந்தை வாசித்து வந்த தங்க நாதஸ்வரம் காணாமல் போனதன் பின்னணி. கலைஞர் இப்படிச் சொல்கிறார்:

"என்னுடைய தந்தை திருக்குவளையில் வாழ்ந்த அந்தக் காலகட்டத்தில் திருவாவடுதுறை இராஜரத்தினம் பிள்ளையானாலும், திருவெண்காடு சுப்பிரமணியம் பிள்ளை ஆனாலும், குளிக்கரை பிச்சையப்பா பிள்ளை ஆனாலும் அவர்கள் எல்லாம் வழக்கமாக திருக்குவளைக்கு அருகேயுள்ள எட்டுக்குடி சுப்பிரமணிய ஷேத்திரத்திற்கு அடிக்கடி கச்சேரிக்கு வருவதுண்டு. நம்முடைய செம்மங்குடியார் கூட திருவாரூருக்கு அருகேயுள்ள மடப்புரம் தெட்சணாமூர்த்தி மடம். அதை

கருணாநிதி மடம் என்று சொல்வார்கள். அந்த பெயரைத்தான் எனக்கு வைத்தார்கள். இவர்கள் எல்லாம் அங்கே வந்து இலவசமாக கச்சேரி செய்வது வாடிக்கை".

'கலைஞரின் இயற்பெயர் தெட்சணாமூர்த்தி. அதை பின்னாளில் கருணாநிதி என்று மாற்றிக்கொண்டார் என்கிற புரட்டு, அந்த மடத்தின் பெயரால் வந்த விளைவாகத்தான் இருக்க வேண்டும்.

கலைஞர் மேலும் தன் உரையைத் தொடர்கிறார்: "தங்க நாதஸ்வரம் எனக்குக் கொடுத்ததில்கூட ஒரு பொருத்தம் இருக்கிறது. என் தந்தை அந்தக் காலத்தில் அந்த வட்டாரத்தில் தங்க நாதஸ்வரம் வைத்து வாசித்தவர் என்ற ஒரு பெயர் அவருக்கு உண்டு. நாதஸ்வரம் என்றால் முழுவதுமே தங்கமாக இருந்தால் ஒலி கிளம்பாது. அவர் வாசித்த அந்த நாதஸ்வரத்தில் தங்கத்தாலான பட்டை வைக்கப்பட்டு தங்க நாதஸ்வரம் வாசித்தவர் என்ற பெயர் அவருக்குண்டு.

நான் பிறந்த சிசுவாக இருந்தபோது என் வீட்டில் ஒரு பெரிய திருட்டு நடந்துவிட்டது. என் பெற்றோரின் தூக்கத்தைப் பயன்படுத்திக் கொண்டு ஏதோவொரு மயக்க மருந்தை வீட்டிற்குள் வீசி, அதிலே மயங்கிக் கிடந்தபோது என் தாயாரின் தாலி உட்பட அனைத்தையும் திருடர்கள் பறித்துக்கொண்டு போய்விட்டார்கள். நல்லவேளை, நான் அன்றைக்கு அழுதிருந்தால் யாரும் விழித்துக் கொள்வார்கள் என்ற பயத்திலே என் நெஞ்சை நெறித்து விட்டுப் போயிருப்பார்கள். எனக்கும் தொல்லை தீர்ந்திருக்கும். தமிழ்நாட்டிலே உள்ள சிலருக்கும் என்னால் தொல்லை இல்லாமல் இருந்திருக்கும். அப்படி திருடிக் கொண்டுபோன பொருள்களிலே ஒன்றுதான் அந்தத் தங்க நாதஸ்வரம். யார் திருடிக் கொண்டு போயிருப்பார்கள் என்று இதுவரை தேடித் தேடிப் பார்த்தேன். இன்றுதான் ஆள் அகப்பட்டார். 'ஏலேலே சிங்கன் பொருள் ஏழு கடல் போனாலும் திரும்பிவரும்' என்பதைப் போல அது இன்று வலையப்பட்டி மூலமாகத் திரும்பி வந்திருக்கிறது என்று நான் கருதுகிறேன்".

இந்தச் செய்தி 1998 டிசம்பர் 16-31 தேதியிட்ட 'தமிழரசு' இதழில் பதிவாகியுள்ளது.

20. காமராஜரிடம் கலைஞர் காட்டிய மரியாதை!

கன்னியாகுமரியில் 1999 ஜூன் 27 அன்று காமராஜர் மணிமண்டப அடிக்கல்நாட்டு விழாவில் ஐந்தமிழறிஞர் முதலமைச்சர் கலைஞர் ஆற்றிய உரையிலிருந்து...

"1972 ஆம் ஆண்டு செப்டம்பர் 6 ஆம் தேதி அன்று இதே கடற்கரையில் ஒரு பெரிய விழா மத்திய சர்க்காருடைய ரயில்வே இலாகாவின் சார்பில் நடைபெற்றது. அதுதான் திருநெல்வேலி கன்னியாகுமரி திருவனந்தபுரம் பிராட்கேஜ் ரயில்வே லைனுக்கான அடிக்கல் நாட்டு விழா. அந்த விழாவில் கலந்துகொண்டு அடிக்கல் நாட்டியவர், அன்றைய இந்திய நாட்டின் பிரதமர் அன்னை இந்திரா காந்தி அவர்கள், அந்த நிகழ்ச்சியில் கலந்து கொண்டவர்கள் இன்றைக்கு இங்கே உள்ள இரயிலடியிலே இருக்கின்ற அந்தக் கல்லில் பொறிக்கப் பட்டிருக்கின்ற எழுத்துகள்.

"The inaugural stone was unveiled by Srimathy Indra Gandhi, Prime Minister of India on 6th September 1972" என்று பொறிக்கப்பட்ட எழுத்துகளுக்குக் கீழே

"In the presence of Sri T.A.Pai, Minister of Railways, Sri M.Karunanithi, chief minister of Tamil Nadu and Sri Achutha Menon, chief minister of Kerala" என்று பொறிக்கப்பட்டுள்ளது.

இந்த குமரியில் நடைபெற்ற அந்த விழாவிற்கு அன்றைய இந்தத் தொகுதி நாடாளுமன்ற உறுப்பினராக விளங்கிய பெருந்தலைவர் காமராஜருடைய பெயர் அழைப்பிதழிலும் இடம் பெறவில்லை என்பது உங்களுக்கு நான் ஞாபகப்படுத்த வேண்டிய ஒன்று. இந்தக் காலத்தில் அழைப்பிதழில் இடம்

பெற்றாலும் வராமல் இருப்பவர்கள் உண்டு. ஆனால் அன்றைக்கு சகிப்புத்தன்மைக்கு இலக்கணமாக திகழ்ந்த பெருந்தலைவர் காமராஜர் அவர்கள் அழைப்பிதழில் பெயர் இல்லை. பெயர் இடம் பெறவில்லை என்ற பிறகும்கூட அந்த நிகழ்ச்சிக்கு வந்தார்கள். இந்த வட்டாரத்து மக்களால் விரும்பப்பட்ட வாக்களிக்கப்பட்ட நாடாளுமன்ற உறுப்பினர் என்கின்ற முறையிலும், வாக்களித்த இந்த வட்டாரத்து மக்களுக்கு நன்றி காட்ட வேண்டும் என்பதற்காகவும் தன்னுடைய பெயர் அழைப்பிதழில் இல்லாவிட்டாலும் பரவாயில்லை என்ற அந்த நிகழ்ச்சிக்கு பெருந்தலைவர் காமராஜர் வந்தார்.

காமராஜர் கீழே உட்கார்ந்திருந்தாலும் நான் இறங்கி கீழே சென்று அவரை அழைத்து வந்து மேடையிலே அமர்த்தினேன். கூடியிருந்த மக்கள் நாங்கள் எல்லாம் பேசும்போது ஒலிமுழக்கம் செய்தார்கள். "காமராஜரை பேசச் சொல்லுங்கள், காமராஜரை பேசச் சொல்லுங்கள்" என்று ஒலி முழக்கம் செய்தார்கள். ஆனால் அந்தப் பெருந்தலைவர் அந்த மேடையிலே பேசவில்லை. பேச வேண்டும் என யாராலும் கேட்டுக்கொள்ளப்படவில்லை. நான் கேட்டுப் பார்த்தேன் அனுமதி கிடைக்கவில்லை".

இப்படி தன் சொந்தக் கட்சிக்காரர்களாலேயே ஒதுக்கப் பட்ட காமராஜருக்கு, வேறு கட்சி என்று கூடப் பார்க்காமல், அவரை மேடைக்கு அழைத்து வந்து அமரச் செய்து, அரசியல் நாகரிகம் காத்தார் கலைஞர். இந்தச் செய்தி 1999 ஜூன் 16-30 தேதியிட்ட 'தமிழரசு' இதழில் வெளியாகியுள்ளது.

21. 'ஜீவசக்தியுள்ள வசனத்தின் வெற்றி!'

1999 செப்டம்பர் 9 அன்று கல்கி நூற்றாண்டு விழாவை யொட்டி சிறப்பு அஞ்சல் தலை வெளியீட்டு விழாவில் முதலமைச்சர் கலைஞர் அவர்கள் ஆற்றிய உரையிலிருந்து...

"கழகக் கலைஞர்கள் எழுத்துகளைப் பற்றி கடைசியாக கல்கி எழுதிய விமர்சனம், 'மனோகரா' படத்தைப் பற்றியது. அதைப் பற்றி அவர் சொல்கிறார். 'ஜீவசக்தியுள்ள வசனத்தின் வெற்றி' என்று. எனக்குத் தரப்பட்ட அந்த நற்சான்றை கல்கியால் தரப்பட்ட நற்சான்றை, 'பெர்னார்ட் ஷா' என்று அண்ணாவைப் புகழ்ந்தவர் 'மனோகரா' படத்தைப் பற்றி என்ன சொகிறார் என்பதை உங்களுக்குச் சொல்லி நான் அந்தப் பெருமையை அடைய வேண்டாமா? இந்த விழாவிலே நான் அதைச் சொல்லி நான் அடைகின்ற அந்த மகிழ்ச்சி ஒன்றைத் தானே நானே பரிசாக எடுத்துக்கொள்ள விரும்புகிறேன். கல்கி அதிலே எழுதுகிறார்.

"இந்தத் திரைப்படத்தில் வரும் மனோகரன் இராஜ சபையில் நீண்டதொரு சொற்பொழிவு நிகழ்த்துகிறான். அதைச் சொற்பொழிவு என்று சொன்னால் போதாது. ஏனெனில் சாதாரண பேச்சுக்களைக் கூட இந்தக் காலத்தில் சொற்பொழிவு என்று குறிப்பிடுகிறோம்.

மனோகரன் இராஜ சபையில் பேசும் பேச்சை, 'சொற்பிரவாகம்', 'சொல் வெள்ளம்', 'சொற் பிரளயம்', 'சொல் சண்டமாருதம்' என்றெல்லாம் சொன்னாலும் திருப்தி உண்டாகவில்லை. சொல் அம்பு மழை, சொல் குண்டு மழை, அணுகுண்டு சொல்மாரி, எரிமலைச்சொற்பொழிவு என்றெல்லாம் சொல்லக்கூடிய விதமாக மனோகரன் தீப்பொறி பறக்கும் காரசாரமான சொற்களைக் கொட்டித் தீர்க்கிறான்.

தமிழ் மொழியை எவ்வளவு வன்மையாய்க் கையாள முடியும் என்பதற்கு மனோகரனின் இராஜசபைப் பேச்சு நல்ல எடுத்துக்காட்டு. இந்த வாக்கியங்களில் பொதிந்த புகழ்ச்சிக்கு உரியவர் மு.கருணாநிதி", என்று அந்த விமர்சனத்தை கல்கி முடிக்கிறார்.

அத்தகைய பெருமை ஏன் கல்கிக்கு ஏற்பட்டிருக்கின்றதென்றால் ஓர் எழுத்தாளர் இன்னோர் எழுத்தாளரைப் புகழ்வது அரிது. பொதுவாக ஒரு துறையிலே இருப்பவர்கள் அதே துறையிலே இருக்கின்ற இன்னொருவரைப் புகழ்வது மிகமிக அரிது. ஒரு சங்கீத வித்வான் இன்னொரு சங்கீத வித்வானைப் புகழமாட்டார். மேடையில் புகழ்வார்கள் ஆனால் தனியாகப் பேசும்போது அந்தப் புகழ்ச்சி போலியாகவே தோன்றும். அதைப் போலவே ஒவ்வொரு துறையிலும் இருப்பவர்கள் அந்தத் துறையிலே இருப்பவர்களை மனதாரப் பாராட்டுவது என்பது சாதாரணமான காரியமல்ல. அதிலும் கல்கி அவர்கள் இதையெல்லாம் எழுதிய அந்தக் காலக் கட்டம் இருக்கிறதே அப்போது அரசியல் ரீதியாக கல்கி அவர்களுக்கும் திராவிட இயக்கத்தாருக்கும் ஒரு நல்ல சுமுகமான சூழ்நிலை இல்லை என்பதை அறிவீர்கள். அதையெல்லாம் ஒதுக்கித் தள்ளிவிட்டு எழுத்து, இலக்கியம், கலை, காவியம் என்ற அளவிலே இவைகளை கல்கி நோக்கினார் என்பதை எண்ணும்போது அவர் மிக உயர்ந்த எழுத்தாளர், எழுத்தாளர் மாத்திரமல்ல, பண்பாளர், பண்பாளர் மாத்திரமல்ல, மகா மனிதர் என்று சொல்லக்கூடிய அளவிற்கு அவருடைய எழுத்தோவியங்கள், நடவடிக்கைகள், பாராட்டுரைகள், விமர்சனங்கள் என்றைக்கும் சிரஞ்சீவியாக நாட்டிலே நடமாடிக் கொண்டிருக்கின்றன".

இந்தச் செய்தி 1999 செப்டம்பர் 1-15 தேதியிட்ட 'தமிழரசு' இதழில் வெளியாகியுள்ளது.

22. கலைஞர் தொடங்கிய 'பிரஸ் டூர்!'

ஊடகங்களைச் சந்திக்க அஞ்சும் அரசியல் தலைவர்களுக்கு மத்தியில், ஊடகங்களின் எந்தக் கேள்விக்கும் அசராமல் பதில் அளித்தவர் ஐந்தமிழறிஞர் கலைஞர் என்பது நமக்குத் தெரியும். அவர் பத்திரிகைகளிடம் எந்த அளவுக்கு ஜனநாயகத்துவமாக நடந்து கொண்டார் என்பதற்கு இது ஒரு சான்று.

1999 டிசம்பர் 1-31 தேதியிட்ட 'தமிழரசு' இதழில் வெளியான செய்தி இது. 1999 டிசம்பர் 23 அன்று தலைமைச் செயலகத்தில் நடைபெற்ற மாவட்ட ஆட்சியர்கள் மாநாட்டில் கலைஞர் கொண்டு வந்த முன்னெடுப்பு இது. அவர் சொல்கிறார்...

"இந்த மூன்றரை ஆண்டு காலத்தில் எல்லா மாவட்டங்களிலும் ஏராளமான பணிகள் நடைபெற்றுள்ளன. அதன் மூலம் நிரம்பச் சாதனைகளை இந்த அரசு படைத்து வருகிறது என்றாலும், நாம் செய்துள்ள சாதனைகளுக்குப் போதுமான விளம்பரம் இல்லை என்பதை நீங்கள் ஏற்றுக் கொள்வீர்கள். அதற்குக் காரணம் திட்டமிட்டு முறையான விளம்பரப் பணிகள் மேற்கொள்ளப்படாததுதான். எனவே, வரும் காலத்திலாவது மாவட்ட ஆட்சித் தலைவர்கள் மாதம் ஒருமுறை பத்திரிகையாளர்களைச் சந்திக்க வேண்டும். அந்த மாதத்தில், மாவட்டத்தில் நடைபெற்றுள்ள பணி விவரங்களை அவர்களுக்குத் தர வேண்டும். அத்துடன், மாதம் ஒருமுறை பத்திரிகையாளர் பயணத்துக்கு (Press Tour) ஏற்பாடு செய்ய வேண்டும்.

பல்வேறு திட்டங்களை ஒரே நேரத்தில் பார்ப்பதைவிட, மாதம் ஒரு முறை குறிப்பிட்ட திட்டத்தில் எடுத்து நிறைவேற்றப்பட்டு வரும் இடங்களுக்கு அழைத்துச் சென்று

பத்திரிகையாளர்களுக்கு விளக்கம் அளிக்க வேண்டும். அப்படிச் செய்தால், பணிகளும் நல்ல முறையில் நடைபெறும். அதைப்பற்றி மக்களும் விளக்கமாகத் தெரிந்துகொள்வார்கள். இதைப் பற்றிய விவரங்களா, மாவட்ட ஆட்சித் தலைவர்கள் ஒவ்வொரு மாதமும் முதலமைச்சரின் செயலகத்திற்கு அனுப்ப வேண்டும் என்று கேட்டுக் கொள்கிறேன்."

முதலமைச்சர் தவிர வேறு அமைச்சர்கள், அதிகாரிகள் யாரும் ஊடகங்களிடம் வாய் திறக்காத காலம் ஒன்று தமிழ் நாட்டில் இருந்தது. ஆனால் பத்திரிகைகளின் முன்பு தன்னை நிலைநிறுத்திக் கொள்ளாமல், மாவட்ட ஆட்சியர்களை முன்னிறுத்தி அவர்கள் மூலம் அரசின் திட்டங்களைப் பற்றி பத்திரிகைகளுக்கு எடுத்துச் சொல்லும் அதிகாரத்தை வழங்கிய கலைஞரை என்ன சொல்லி வியப்பது?

23. கோடம்பாக்கம் கேட் கொடுத்த கதை!

சென்னை பீட்டர்ஸ் சாலை மற்றும் சர்தார் பட்டேல் சாலை மேம்பாலங்களை 2000 பிப்ரவரி 5 அன்று திறந்து வைத்தபோது முதலமைச்சர் கலைஞர் ஆற்றிய உரையின் ஒரு பகுதி இது. நிஜ வாழ்க்கை அனுபவங்களில் இருந்து சிறுகதைகள் உருவாக்கிய படைப்பாளர் நம் ஐந்தமிழறிஞர் கலைஞர். அதற்கு ஒரு சான்று இது.

"ஒரு பாலம் அமைப்பது அழகுக்காக அல்ல. பாலம் அழகாக இருக்கிறது. அது வேறு விஷயம். ஆனால் இந்தப் பாலத்தால் ஏற்படுகின்ற பயன்கள் என்னவென்று பார்த்தால் நெருக்கடியைச் சமாளிக்கிறது. நாம் நெருக்கடியையே சமாளித்தவர்கள் அல்லவா. எனவே நாம் பாலம் கட்டி ஜனநெருக்கடியை இங்கே சமாளிக்கவிருக்கிறோம். அது மாத்திரமல்ல, நேரத்தை மிச்சப்படுத்தித் தருகிறது.

இன்னொன்று சொல்ல விரும்புகிறேன். இதே மேயர் தம்பி ஸ்டாலின் குழந்தையாக இருக்கும்போது கோடம்பாக்கம் கேட் என்று ஒன்று உண்டு. அந்த கோடம்பாக்கம் கேட்டைத் தாண்டி ஜக்கரியா காலனி உள்ளது. அங்கே நான் அப்போது ஒரு வாடகை வீட்டில் வாழ்ந்து கொண்டிருந்தேன். அப்போது ஸ்டாலின் கைக்குழந்தை. ஒரு நாள் ஸ்டாலின் ஊர்ந்து சென்று ஒரு திறந்த ஊக்கை விழுங்கிவிட்டான். உடனடியாக டாக்டரிடம் அழைத்துச் செல்ல வேண்டுமென்று வீட்டில் உள்ளவர்கள் ஸ்டாலினைத் தூக்கி மடியில் வைத்துக்கொண்டு ஒரு காதை எடுத்துக்கொண்டு புறப்பட்டார்கள்.

புறப்பட்டால் நூறு கெஜ தூரத்திற்கெல்லாம் கோடம்பாக்கம் கேட் வந்துவிட்டது. அந்த கேட் மூடப்பட்டால் மீண்டும் திறக்க ஒருமணி நேரமாகும். எல்லா ரெயிலும் போய்,

சென்னைக்கும் செங்கற்பட்டிற்கும் போகிற மின்சார ரெயில் எல்லாம் போய் முடிந்து அதற்குப் பிறகுதான் அந்த கேட் திறக்கப்படும். இந்த ஒரு மணி நேரத்திற்குள் தொண்டை வரை போயிருந்த ஊக்கு வயிற்றுக்குள் போய்விட்டது. அதற்குப் பிறகு கேட் திறக்கப்பட்டு பிறகு டாக்டர் வீட்டிற்குவந்து, அதற்குள் எல்லோரும் என்னவாகுமோ என்று அலறித் துடித்து, ஆப்பரேஷன் பண்ணித் தீர வேண்டுமோ என்ற அளவிற்கு வந்துவிட்டது. நான் அன்றைக்கு திருச்சியிலே ஒரு கூட்டத்திற்குச் செல்ல வேண்டும். 'பார்த்துக் கொள்ளுங்கள்' என்று சொல்லி விட்டுச் சென்றுவிட்டேன். திருச்சியிலிருந்து டெலிபோன் செய்து என்னவாயிற்று என்று கேட்டேன். பரவாயில்லை, ஊக்கு வெளியே வந்துவிட்டதென்று மகிழ்ச்சியாகச் சொன்னார்கள். அன்று ஊக்கை விழுங்கியவன் தான் இன்று ஊக்கத்தோடு சென்னை நகரமெங்கும் பாலங்களைக் கட்டியிருக்கிறார் என்பதைக் காணும்போது நான் மகிழ்ச்சியடைகிறேன்.

அந்த கோடம்பாக்கம் கேட்டை வைத்து நான் 'அய்யோ ராஜா' என்ற தலைப்பிலே ஒரு கதை கூட எழுதினேன். ஸ்டாலின் விவகாரத்தை ஞாபகத்திலே வைத்துக்கொண்டு எழுதினேன். வி.ஐ.பி.க்கள் பல பேர் சென்னைக்கு வந்திருக்கிறார்கள். அவர்களுடைய கார்கள் எல்லாம் போவதற்காக போலீசார் ஆயிரக்கணக்கிலே ஆங்காங்கு நின்று வழி செய்து கொண்டிருக்கிறார்கள். ஆனால் கோடம்பாக்கம் கேட் மூடப்பட்டுள்ளது. ஒரு பெண் தன்னுடைய குழந்தைக்குத் தாங்க முடியாத காய்ச்சல் என்பதால் டாக்டரிடம் தூக்கிக் கொண்டு வருகிறாள். கேட் மூடப்பட்டுவிட்டது. போக முடியவில்லை. ஒரு மணி நேரம் காத்திருந்து கேட்டிற்கு வெளியே நின்றிருந்த அந்தப் பெண், டாக்டரிடம் காட்ட வேண்டிய அந்தக் குழந்தையை சவமாக வீட்டிற்குத் தூக்கிக் கொண்டு போனாள் என்று 'அய்யோ ராஜா' என்ற தலைப்பிலே ஒரு கதை எழுதியிருந்தேன்.

இப்போது ஸ்டாலின் செய்துள்ள வேலை, இதுபோன்ற கதைகளை யாரும் எழுத முடியாத அளவிற்குச் செய்துவிட்டார்.

அந்த அளவிற்கு இப்போது சென்னை மாநகரத்திலே பத்து பாலங்கள், ஏற்கெனவே சிறிய சிறிய பாலங்களாக நாற்பது, ஐம்பது பாலங்கள் இந்த மூன்றாண்டு காலத்திலே கட்டப் பட்டிருக்கின்றன. இதற்குப் பிறகு மேலும் பத்து பெரிய பாலங்கள் கட்டப்படும் என்று கூறியிருக்கிறார். எனவே எல்லா வகையிலும் சென்னை வளருகிறது, முன்னேறுகிறது".

இந்த உரை, 2000 பிப்ரவரி 1-15 தேதியிட்ட 'தமிழரசு' இதழில் வெளியாகியுள்ளது.

24. சிவாஜிக்காக எழுதப்பட்ட கவிதை!

2007 பிப்ரவரி 20 அன்று 'சென்னை சங்கமம்' நிகழ்ச்சியைத் தொடங்கி வைத்து ஐந்தமிழறிஞர் கலைஞர் உரையாற்றினார். அந்த விழாவில், நடிகர் பிரகாஷ்ராஜ், கலைஞர் எழுதிய 'குடிசைதான் ஒரு புறத்தில்' என்ற கவிதையை வாசித்தார். அந்தக் கவிதை பின்னாளில் ஒரு நாடகத்தில் இடம்பெற்றது தெரியுமா..? அதுவும் 'பராசக்தி' படத்துக்கு ஒரு பத்திரிகையின் விமர்சனத்துக்குப் பதிலடியாக அந்த நாடகம் கலைஞரால் எழுதப்பட்டது தெரியுமா..? அதுதொடர்பாக கலைஞர் தன் உரையில் சொன்னது இது...

"பிரகாஷ்ராஜ் அவர்கள் இங்கே ஒரு கவிதையைச் சொன்னார். அது நான் எழுதிய கவிதை என்பது உங்களுக் கெல்லாம் தெரியும் என்ற காரணத்தால் அதை யார் எழுதியது என்று அவரும் குறிப்பிடவில்லை. ஏனென்றால் அது பிரபலமான கவிதை. அதை என்னுடைய ஆருயிர் நண்பன் 'நடிகர் திலகம்' சிவாஜி கணேசன் சொல்லாத மேடையில்லை.

'குடிசைதான்! ஒரு புறத்தில்
கூரிய வேல் வாள்
வரிசையாய் அமைந்திருக்கும் வையத்தைப்
பிடிப்பதற்கும் வெம்பகை முடிப்பதற்கும்
வடித்து வைத்த படைக்கலம்போல் மின்னும் மிளிரும்'

என்று தொடங்கும் அந்தக் கவிதை, நான் 1945 ஆம் ஆண்டு தந்தை பெரியாரிடத்திலே, 'குடிஅரசு' அலுவலகத்தில் துணை ஆசிரியனாக இருந்தபோது எழுதிய கவிதை. ஏறத்தாழ 60 ஆண்டுகளுக்கு மேல் அந்தக் கவிதைக்கு வயதாகிறது. அதை நான் எழுதிய பிறகு 1952 ஆம் ஆண்டு 'பராசக்தி' படம் வெளிவந்தது. அந்தப் படம் வெளிவந்தபோது, ஒரு வாரப்

பத்திரிகையில் 'பராசக்தி' படத்தை விமர்சனம் செய்து, அதைத் தாக்கி எழுதியிருந்தார்கள். அந்தப் பத்திரிகையின் பெயரை இப்போது குறிப்பிடுவது நாகரிகம் இல்லை என்ற காரணத்தால் குறிப்பிட விரும்பவில்லை.

அட்டைப் படமே கூட, 'பராசக்தி' என்று போடாமல், 'பரப்பிரம்மம்' என்று போட்டு, 'பரப்பிரம்மம்' என்ற பெயரால் நான் ஒரு வக்கிரமான கதையை எழுதியிருப்பதாகக் குறிப்பிட்டு, 'கதை வசவு தயாநிதி' என்று போட்டிருந்தார்கள். 'கதை வசவு தயாநிதி' என்று போட்டு அதன் அட்டைப் படத்தில் நிர்வாணமாக ஒரு பெண்ணின் படத்தையும் போட்டு, அந்த நிர்வாணப் பெண்ணை எப்படி 'பரப்பிரம்மம்' என்று அழைக்கிறோமோ அதுபோல கருணாநிதி எழுதிய கதையும் 'பராசக்தி' என்று பெயர் பெறுகிறது என்று குறிப்பிட்டிருந்தார்கள்.

நான் அன்று இரவே அமர்ந்து, நானும், என்னுடைய ஆருயிர் நண்பர் சிவாஜி நடிப்பதற்காக, 'பரப்பிரம்மம்' என்ற பெயராலேயே ஒரு நாடகம் எழுதினேன். அந்தப் பத்திரிகை தந்த தலைப்பையே வைத்துக் கொண்டு நாடகம் எழுதி, அது ஏறத்தாழ தமிழ்நாட்டிலே என்னுடைய இயக்கத்தின் பிரச்சாரத்திற்காக 500 நாடகங்களுக்கு மேல் நடைபெற்றது. இயக்கத்தைச் சேர்ந்தவர்களுடைய குடும்ப நல உதவிகளுக்காகவும் அந்த நாடகம் பயன்படுத்தப்பட்டது.

அந்த 'பரப்பிரம்மம்' நாடகத்தில் இந்த 'குடிசைதான் ஒரு புறத்தில்' என்று ஆரம்பமாகிற இந்தக் கவிதை வசனத்தை நடிகர் திலகம் சிவாஜி அவர்கள் பேசுவார். அதற்குப் பிறகு சில ஆண்டுகள் கழித்து, அந்த வசனத்தை நான் சிவாஜி என்னோடு அதிக தொடர்பு கொள்ள முடியாத திரைப்படப் பணிகளிலே இருந்த காரணத்தால், இன்னொரு நடிகருக்கு அதை வழங்கி விட்டேன். அவர் அந்தப் படத்திலே அதைப் பேசிவிட்டார்.. அதற்குப் பிறகு, 'ராஜாராணி' படம் வெளிவந்தது. அதிலே சிவாஜி சேரன் செங்குட்டுவனாக நடித்தார். சேரன் செங்குட்டுவனாக சிவாஜி நடித்தபோது, இதே 'குடிசைதான் ஒரு புறத்திலே' வசனத்தை அவருக்குக் கொடுத்தனுப்பினேன். இயக்குநர் பீம்சிங் அந்தப் படத்தை இயக்கினார்.

சிவாஜி கோபத்தோடு, 'இதை கலைஞரிடமே திருப்பிக் கொடுத்துவிடுங்கள். நான் பேசமாட்டேன். ஏனென்றால் நான் 500 நாடகங்களிலே பேசிய அவருடைய இந்த வசனத்தை கலைஞர் அவருடைய வேறொரு படத்திற்கு இன்னொரு நடிகருக்குக் கொடுத்துவிட்டார். எனவே நான் அதைப் பேச மாட்டேன் என்று அவரிடம் சொல்லுங்கள் என்று சொல்லி அனுப்பிவிட்டார். இயக்குநர் திணறுகிறார். தயாரிப்பாளர்கள் தவிக்கிறார்கள். வேறு வழியில்லாமல் என்னுடைய வீட்டிற்கு டைரக்டர் பீம்சிங் ஓடோடி வந்து என்ன செய்வதென்று கேட்டார். 'என்ன அதைப் போல இன்னொரு வசனம் தானே வேண்டும்' என்று அப்போது உட்கார்ந்து உடனடியாக ஒரு மணி நேரத்திலே எழுதிக் கொடுத்தேன்.

'காவிரி தந்த தமிழகத்து புது மணலில்
களம் அமைத்துச் சேர சோழ பாண்டி மன்னர்
கோபுரத்துக் கலசத்தில்
யார் கொடி தான் பறப்பதென்று
போர் தொடுத்துக் கொண்டிருந்த காலமது!
அந்நாளில் ஓர் களத்தில்,
தாய்நாடு காக்கக் தாவிப் பாய்ந்து செத்தார்
தந்தை என்ற சேதி கேட்டுத்
தணல் வீழ் மெழுகானாள் தமிழகத்துக்
கிளியொருத்தி'

என்று தொடங்குகின்ற இந்தக் கவிதையை எழுதி சிவாஜிக்கு அனுப்பினேன். உடனே அதை வாங்கிப் பார்த்துவிட்டு, சிவாஜி அந்தப் படத்திலே அதைப் பேசினார். நிம்மதியாயிற்று."

இந்த உரை, 2007 மார்ச் மாத 'தமிழரசு' இதழில் வெளிவந்துள்ளது.

25. 'மிஸ்டர் 11..!'

2007 மே 11 அன்று, சட்டமன்றத்தில் ஐந்தமிழறிஞர் கலைஞர் காலடி எடுத்து வைத்த 50 வது ஆண்டு, 'சட்டமன்றத்தில் கலைஞர்' என்ற தலைப்பில் பொன் விழா கொண்டாட்டமாக, சட்டமன்றப் பேரவை மண்டபத்தில் நடைபெற்றது.

அப்போது வாழ்த்துரை வழங்கிய இந்திய கம்யூனிஸ்ட் கட்சி (மார்க்சிஸ்ட்) உறுப்பினர் சி.கோவிந்தசாமி இவ்வாறு குறிப்பிட்டார்:

"நம்முடைய மாண்புமிகு முதல்வர் அவர்களுக்கு ஒரு வகையிலே நெம்பர் 11 இராசியானது என்று நான் கருதுகிறேன். 11 முறை சட்டப் பேரவைக்குப் போட்டியிட்டு வெற்றிபெற்ற நீங்கள், கடந்த மே மாதம் 11 ஆம் தேதி ஐந்தாவது முறையாக நீங்கள் முதல்வராகப் பொறுப்பேற்றீர்கள். உங்களுடைய 50 ஆண்டுகால நிறைவைக்கொண்டாடுகிற வகையில் பொன்விழா காண்பதும் மே 11."

இறுதியாக ஏற்புரை வழங்கிய கலைஞர் தனது உரையில் கோவிந்தசாமி சொன்னதைப் பற்றி இப்படிக் குறிப்பிட்டார்:

"நம்முடைய நண்பர் கோவிந்தசாமி பேசும்போது, எண் 11 என்பதைக் குறிப்பிட்டு, 11 ஆம் தேதிதான் இந்த ஆட்சிக்கான அறிகுறி தோன்றி, தேர்தல் முடிவு அறிவிக்கப்பட்டது என்று தேதி 11 ஐக் குறிப்பிட்டார்கள். இன்றைக்கு இந்த விழா நடைபெறுகின்ற நாளும் 11 என்று குறிப்பிட்டார்கள். 11 அதோடு முற்றுப் பெறவில்லை. இந்த அவையிலே உள்ள கட்சிகளுடைய எண்ணிக்கையும் 11 தான். தி.மு.க., அ.தி.மு.க., காங்கிரஸ், பா.ம.க., சி.பி.எம்., சி.பி.ஐ., ம.தி.மு.க....

வராவிட்டாலும் பெயரைக் குறிப்பிடுவது நல்லது அல்லவா?... விடுதலைச் சிறுத்தைகள், தே.மு.தி.க., இந்திய யூனியன் முஸ்லீம் லீக், புரட்சி பாரதம். ஆக 11 கட்சிகள் இந்த அவையிலே இடம் பெற்றுள்ள கட்சிகள் ஆகும்.

1967 ஆம் ஆண்டு திராவிட முன்னேற்றக் கழகம் ஆட்சி அமைப்பதற்கு, தேர்தலிலே நிதி திரட்டியபோது கிடைத்தத் தொகையும் 11 இலட்சம்தான். அந்தத் தொகையைப் பெற்றுக் கொண்டு பேரறிஞர் அண்ணா அவர்கள், "சைதாப்பேட்டைத் தொகுதியில் நிற்கப்போவது யார் தெரியுமா?. 11 இலட்சம்" என்று குறிப்பிட்டதும் என்னைத்தான்..."

இந்த உரைகள் 2007 ஜூன் மாத 'தமிழரசு' இதழில் வெளியாகியுள்ளன.

26. 'நான் எழுதவில்லை. பேனா முள் எழுதியது!'

2007 ஆகஸ்ட் 21 அன்று சென்னை கலைவாணர் அரங்கில் தமிழ்நாடு அரசின் சார்பில் நடைபெற்ற பொதுவுடைமை வீரர் ப.ஜீவானந்தம் பிறந்தநாள் நூற்றாண்டு நிறைவு விழாவில் ஐந்தமிழறிஞர் கலைஞர், தனக்கும் ஜீவாவுக்கும் இடையில் இருந்த நட்பு குறித்துப் பலரும் அறியாத விஷயங்களைச் சொன்னார். அவர் சொன்னவற்றிலிருந்து சில...

"ஒரு ஐம்பது ஆண்டுகளுக்கு முன்பு நான் திருவாரூரில் இருந்து இயக்கப் பணிகளை ஆற்றிக் கொண்டிருந்த காலகட்டத்தில் திருவாரூரிலே என்னோடு மிக அதிகமாகப் பழகிய பாண்டி என்ற கிராமத்தைச் சேர்ந்த சுரேந்திரன் என்ற இளம் நண்பர் என்னைச் சந்தித்து அவருடைய திருமண விழாவிற்கு நான் தலைமையேற்க வேண்டும் என்று கேட்டார். நான் மறுப்பு சொல்லாமல் திருமணத்திற்கு தலைமையேற்க ஒப்புக் கொண்டேன். காரணம் இருவரும் நெருங்கிய நண்பர்கள். அது மாத்திரமல்ல. இயக்கத்தின்பால் பற்றுக் கொண்ட இளம் நண்பர் சுரேந்திரன், திராவிட முன்னேற்றக் கழகத்தின் மீது அளவற்ற பற்றுக் கொண்டு அதற்குக் காரணமாக நான் இருந்ததால் என்னை மணவிழாவிற்கு அழைத்தார். வருகிறேன் என்று ஒத்துக் கொண்டேன்.

அவருடைய அண்ணனுக்கு அன்றைக்கே திருமணம். அவருடைய அண்ணன் பெயர் பாண்டியன். அவர் கம்யூனிஸ்ட் கட்சி பற்றுக் கொண்டவர். சுரேந்திரன் திருமணத்திற்கு தலைமை ஏற்பதாகக் கேட்டு நான் ஒப்புதல். மூத்த மகன் பாண்டியன் திருமணத்திற்கு ஜீவானந்தம் அவர்கள் தலைமை வகிப்பதாகக் கேட்டு அவரும் ஒப்புதல்.

நண்பர்களெல்லாம், 'ஜீவாவைப் பற்றி பத்திரிகையில் எல்லாம் எழுதுவாய். கேலி பேசுவாய். அவருடைய கருத்துகளையெல்லாம் சில நேரங்களில் விமர்சிப்பாய். இரண்டு பேரும் ஒரே மேடையில் போய் திருமணத்தில் என்ன பேசப் போகிறீர்கள்?' என்றெல்லாம் கிண்டல் செய்ய ஆரம்பித்தார்கள். எப்படி நடக்கப் போகிறது திருமணம் என்பதை உன்னிப்பாக அந்த வட்டாரமே கவனித்தது. திருமணம் எங்கே நடைபெற்றது என்றால் ஒரு பெரிய பண்ணையில் நடைபெற்றது. பாண்டி பெரிய பண்ணை என்றால், பாண்டி மைனர் வைத்தியநாதத் தேவர் என்பவருடைய வீட்டுத் திருமணம் அது.

சுயமரியாதை இயக்கத்திற்கும், கம்யூனிஸ்ட் இயக்கத்திற்கும் வித்தியாசம் இருப்பதாகக் கருதிக்கொண்டு ஏற்பாடு செய்யப்பட்ட திருமண நிகழ்ச்சிகள் அது. நான் அப்போது, 'இரண்டு திருமணங்களையும் ஒன்றாகவே நடத்தலாம்' என்றேன். 'எப்படி' என்றார்கள். அண்ணன் ஜீவானந்தம் அவர்களே இரண்டு திருமணங்களுக்கும் தலைமை வகிக்கட்டும். நான் இரண்டு மாப்பிள்ளைகளையும் வாழ்த்துகிறேன் என்று சொல்லி, இதை இரண்டு மண வீட்டாரும் ஏற்றுக் கொண்டு, நான் அந்தத் திருமண விழாவிலே வாழ்த்தினேன். அண்ணன் ஜீவானந்தம் அவர்களும் தலைமை வகித்து வாழ்த்தினார்கள்.

யார் அந்தக் குடும்பம் என்று தெரிந்துகொள்ள வேண்டுமேயானால், அன்று நடைபெற்ற இரண்டு திருமணங்களில் மூத்த மகன் பாண்டியன். அவருடைய மகன் தான், அண்மையிலே ரஷ்யாவிலே கேமரா மேனாகச் சென்று திடீரென்று நெஞ்சடைப்பின் காரணமாக மறைந்துவிட்டாரே, ஜீவா என்ற திரையுலகத்தைச் சேர்ந்த தோழர். அந்தக் குடும்பம்தான் அது".

★★★

"இப்படி நான் அண்ணன் என்று அவரை அழைக்கின்ற அளவிற்கு உறவு கொண்ட ஒரு இயக்க ஆர்வம் அவருக்கும் எனக்குமிடையே இருந்தது.

ஆனால் இத்தனைக்கும் நாங்கள் இருவரும் அவ்வளவு தோழமை உணர்ச்சியோடு பழகினோமா என்றால் இல்லை. இயக்கக் கொள்கை உறவு எங்களைப் பிணைத்தது. சண்டை போட்டுக் கொண்டோம். மேடையிலே சண்டை போட்டுக் கொண்டிருக்கிறோம். எழுத்திலே சண்டை போட்டுக் கொண்டிருக்கிறோம். நான் 'முரசொலி' வார இதழை திருவாரூரில் இருந்து நடத்தியபோது, முதல் பக்கத்திலேயே அண்ணன் ஜீவா அவர்களைக் கண்டித்துத் தாக்கி, 'எழுதவில்லை' என்ற தலைப்பில் ஒவ்வொரு வாரமும் கட்டுரை எழுதுவேன். கட்டுரைக்குப் பெயர், 'எழுதவில்லை'. எழுதுகின்ற கட்டுரையாளரின் பெயர் 'பேனா முள்'. என்றைக்காவது என்னைப் பார்த்து, 'என்னடா என்னைப் பற்றி இப்படி எழுதியிருக்கிறாய்' என்று கேட்டால், 'நான் எழுதவில்லை. பேனா முள் அல்லவா எழுதியது' என்று சொல்லித் தப்பித்துக் கொள்ளக் கூடிய அளவிற்கு இரண்டு பேருக்குமிடையே பழக்கம் உண்டு.

ஒன்று சொல்ல விரும்புகிறேன். நான் இந்த இயக்கத்தில் எல்லோருடனும், அண்ணன் தம்பி, அக்காள் தங்கைகள் என்றுதான் பழகிக் கொண்டிருந்தாலுங்கூட, 'அண்ணா' என்று ஒருவரைத்தான் அன்றும் அழைத்தேன், இன்றும் குறிப்பிடுகிறேன். 'அய்யா' என்று ஒருவரைத்தான் அன்றும் அழைத்தேன், இன்றைக்கும் குறிப்பிடுகிறேன். அண்ணா, அய்யா என்று இருவரை அழைத்தது போக, 'அண்ணன்' என்று பட்டுக்கோட்டை அழகிரிசாமியை அழைத்தேன், 'அண்ணன் அழகிரி' என்று. அந்த அண்ணனுக்கு அடுத்தபடியாக 'அண்ணன் ஜீவானந்தம்' என்று அழைத்தது நம்முடைய ஜீவா அவர்களைத்தான்".

இந்த உரை, 2007 செப்டம்பர் மாத 'தமிழரசு' இதழில் பதிவு செய்யப்பட்டுள்ளது.

27. 'கரிகாலன்' கலைஞர்!

நமது ஐந்தமிழறிஞர் கலைஞர் அவர்கள், தனது தொடக்க காலங்களில் பிரபல மன்னன் ஒருவரின் பெயரை, புனைப்பெயராகக் கொண்டு எழுதி வந்திருக்கிறார். அந்தப் பெயரில் விருது ஒன்றையும் ஏற்படுத்தினார் என்ற தகவல் நம்மில் பலருக்குத் தெரியாது. அதைப் பற்றி இங்கே பார்க்கலாம்.

2007 ஆகஸ்ட் 26 அன்று, அகில இந்திய கட்டுநர் வல்லுநர் சங்கம் சார்பில், சென்னை கலைவாணர் அரங்கில் நடைபெற்ற கட்டுநர் தின வெள்ளி விழாவில் கலந்துகொண்ட கலைஞர் தன் உரையில் குறிப்பிட்டது இது...

"இங்கே நம்முடைய தொகுப்பாளர், நிகழ்ச்சிகளைத் தொகுத்துச் சொல்லும்போது, கட்டிடம் சம்பந்தப்பட்ட விழா என்பதால், இந்த மேடையையே ஒரு கட்டிடமாக ஆக்கிக் கொண்டு, வாசற்படி, முற்றம், அறை பிறகு நாம் போகத் தேவையில்லாத பள்ளியறை என்றெல்லாம் அவர் குறிப்பிட்டு, இன்னின்ன அறையிலே இன்னின்னது நடக்கும் என்று சொன்னார்கள். அதைப் போல என்ன கோரிக்கை என்பதை ரகசியமாக தம்பி துரைமுருகனும், ராதாகிருஷ்ணனும் பள்ளி அறையிலேதான் பேசியிருப்பார்கள் போல் இருக்கிறது.

ஆண்டுதோறும் இவர்கள் இந்த அமைப்பின் சார்பாக கட்டிடக்கலை வித்தகர்களுக்கு, அதிலே சிறப்பு எய்தியவர்களுக்கு, வல்லுநர்களாக இருப்பவர்களுக்கு, புகழ் பெறுகிறவர்களுக்கு, பாரட்டப்பட வேண்டியவர்களுக்கு ஒரு பாராட்டு விருது வழங்க வேண்டும். அந்த விருதுக்குப் பெயர் எத்தனையோ ஆண்டுகளுக்கு முன்பு கல்லணை கட்டினானே, அந்தத் தமிழ் விஞ்ஞானி, அந்தப் பொறியாளன், மன்னன் 'கரிகாலன் விருது'

என்று அதற்குப் பெயர் இருக்க வேண்டும் என்று சொல்லிவிட்டு, அதற்கு ஒரு காரணமும் சொன்னார்கள்.

'முதன்முதல் கருணாநிதி தன்னுடைய பெயருக்கு சிறப்புப் பெயர், புனைப் பெயராக 'கரிகாலன்' என்று வைத்துக் கொண்டார். அதனால் இதற்கும் 'கரிகாலன்' என்றே விருதுக்குப் பெயர் இருக்க வேண்டும்' என்று கேட்டார்கள். பரவாயில்லை, நான் 'கரிகாலன்' என்ற புனைப்பெயரில் பல நேரங்களில் பல கட்டுரைகளை, கவிதைகளை எழுதியிருந்தாலுங்கூட இன்றைக்கு தென்னக மையத்தின் கட்டுநர் வல்லுநர் சங்கத்திற்காக 'கரிகாலனை' உங்களுக்கு தத்தம் செய்கிறேன் என்று குறிப்பிட்டு, அந்தப் பெயரிலே அந்த விருதுகள் வழங்கப்படலாம். அதற்கான உதவிகள், அதற்கான ஆதரவுகள், அரசின் சார்பில் எப்படி உங்களுக்கு வழங்க வேண்டுமோ, அவைகளை வழங்கத் தயாராக இருக்கிறோம்''.

இந்தச் செய்தி 2007 செப்டம்பர் மாத 'தமிழரசு' இதழில் வெளிவந்துள்ளது.

28. திருப்பூர்... தி.மு.க.வுக்கு ஒரு திருப்பு ஊர்!

2007 டிசம்பர் 29 அன்று, திருப்பூரில் நடைபெற்ற திருப்பூர் மாநகராட்சித் தொடக்க விழாவில் ஐந்தமிழறிஞர் கலைஞர் தெரிவித்த வரலாற்றுச் செய்திகள் இவை...

"திருப்பூருக்கு திராவிட இயக்க வரலாற்றில் ஒரு முக்கியமான பெருமை உண்டு. இந்த திருநகரத்திலேதான் தந்தை பெரியார் அவர்களும், பேரறிஞர் அண்ணா அவர்களும் முதன்முதலாகச் சந்தித்தார்கள்.

அந்தச் சந்திப்பிற்குப் பிறகு திராவிட இயக்கம் வலுப்பெற்றது, விரிவடைந்தது. திராவிட இயக்கத்தினுடைய பிரச்சாரத்திலே மேலும் மேலும் உற்சாகம் கொண்டு வாலிபர்கள், மாணவர்கள், படித்தவர்கள், பாட்டாளி மக்கள் அனைவரும் தங்களை ஒப்படைத்துக் கொண்டார்கள் என்ற வரலாற்றுக்கு திருப்பூர் ஒரு திருப்பு ஊராக இருந்தது என்பதை நான் மறுந்துவிடவில்லை.

தொழிலாளர்கள் நிறைந்த ஊர். தொழிலாளர்களுடைய வலிமை மிகுந்த ஊர்களில் ஒன்று திருப்பூர் பகுதி. தொழிலாளர்களைப் பற்றிச்சொன்னால், திருப்பூர் நினைவிற்கு வராமல் இருக்காது. அப்படிப்பட்ட இந்த திருப்பூரில் மேயராகப் பொறுப்பேற்பவர் யார்? திருப்பூர் வட்டாரத்திலே உள்ள ஜமீன்தாரா? திருப்பூரிலே உள்ள செல்வச் சீமானா? திருப்பூரிலே உள்ள ஒரு பெரும் பணக்காரரா? அது திராவிட இயக்கத்தினுடைய ஆரம்பகால வரலாற்றின் மிச்சமா? அல்ல. அதனுடைய தொடர்ச்சியா, அல்ல அல்ல.

ஏனென்றால் சென்னைக்கு திராவிட இயக்கத்தின் முதல் மேயர் 1959 ஆம் ஆண்டு பொறுப்பேற்றார். அந்தத் தேர்தலில்

யாரை மேயராகக் கொண்டு வருவது என்ற விவாதம் நடைபெற்றபோது அண்ணா அவர்கள் கோபாலபுரத்தில் என்னுடைய இல்லத்தின் தாழ்வாரத்தில் அமர்ந்து நண்பர்களை யெல்லாம் அழைத்து வைத்து நாவலர் நெடுஞ்செழியன், பேராசிரியர் அன்பழகன், மதியழகன் போன்றவர்களை யெல்லாம் அழைத்துவைத்து பேசியபோது, யாரை முதல் மேயராக இந்த வெற்றிக்கு அடையாளமாக யாரை மேயராகக் கொண்டு வருவது, தேர்வு செய்வது, யாரை வேட்பாளராக நிறுத்துவது என்றபோது, முனுசாமியா? அ.பொ.அரசுவா? என்று இந்தக் கேள்வி எழுந்தது.

அப்பொழுது அண்ணா அவர்கள் வேடிக்கையாக பக்கத்தில் இருந்த என்னுடைய தாயார் அஞ்சுகத்தம்மையாரைப் பார்த்து, "அம்மா நீங்கள்தான் சொல்லுங்களேன். யாரை மேயராக ஆக்கலாம்" என்று கேட்டார். அம்மா சொன்னார்கள், "அரசை கொண்டு வாருங்கள். அப்பொழுதுதான் நம்முடைய அரசே வரும்" என்று.

யார் அந்த அரசு. பெயர்தான் அரசே தவிர, அரசுக்குரிய இலக்கணங்கள், செல்வாக்கு என்று எதுவுமில்லாத ஒரு சாதாரண தொழிலாளி. அச்சுக்கூடத் தொழிலாளி. அந்த அச்சுக்கூடத் தொழிலாளிதான், சிந்தாதிரிப்பேட்டையில் ஒரு சிறிய அச்சகத்தை வைத்திருந்த அந்த தொழிலாளிதான் சென்னை மாநகரத்தினுடைய முதல் (திராவிட இயக்க) மேயராக ஆனார். அது திராவிட முன்னேற்றக் கழகத்தினுடைய சரித்திரம்.

இன்றைக்கு 'இந்து' பத்திரிகையில் முதல் பக்கத்தில் செய்தி வெளியிட்டிருக்கிறார்கள். 'முன்னாள் பனியன் தொழிலாளி திருப்பூரின் முதல் மேயர்' என்று. இந்து பத்திரிகைக்குப் பல ஆண்டு காலத்திற்குப் பிறகு, நாம் ஒரு சாதாரண தொழிலாளியை, பனியன் தொழிலாளியை மேயராக ஆக்குவதை ஆச்சரியமாக வெளியிட்டிருக்கிறது. இது ஆச்சரியமான விஷயமல்ல. எங்கள் வழக்கமே அதுதான். இப்படிப்பட்டவர்களுக்குத்தான் நாங்கள் பதவி அளிப்போம். இப்படிப்பட்டவர்களுக்குத்தான் பொறுப்பு வழங்குவோம்.

அ.பொ.அரசு முதல் மேயராக ஆனபோது சுற்றி இருந்தவர்களைப் பார்த்து அறிஞர் அண்ணா கேட்டார். 'மேயராக அரசு ஆகிவிட்டார் துணை மேயர் யார்?' என்றபோது அண்ணாவின் கண்கள் ஒரு நண்பரைத்தான் தேடியது. ஒரு ஆதிதிராவிட தோழரைத்தான் தேடியது. அவர்தான் சென்னை மாநகரத்தினுடைய துணை மேயராக வரவேண்டும். எங்கே அவர் என்று அண்ணா தேடினார். ஒருவரைச் சொல்லி அழைத்து வாருங்கள் என்று சொன்னார். அவர் பெயர் சிவசங்கரன். சிவசங்கரன், அண்ணா அவர்களுடைய இல்லத்திற்குப் பக்கத்திலே ஒரு வீட்டிலே இருந்தார். மன்னிக்க வேண்டும், ஒரு குடிசையிலே இருந்தார். அந்தக் குடிசைக்குள்ளே நுழைய முடியாது. நுழைந்தால் தலை இடிக்கும். அப்படிப்பட்ட குடிசைக்குள்ளே அவர் இருந்தார். அவரை அழைத்து வந்து அண்ணாவிடம் நிறுத்தினார்கள். "சிவசங்கரன், இனி நீங்கள்தான் துணை மேயர்" என்று அண்ணா சொன்னார். அவர் அதை தலைகுனிந்தவாறு ஏற்றுக் கொண்டார். மறுநாள் சிவசங்கரன் அவர்கள் என்னை அழைத்துச் சொன்னார். "ஐயா, என்னை துணை மேயராக ஆக்கிவிட்டார்கள். என்னுடைய வீட்டில் அவசரத்திற்கு யாராவது எனக்கு அழைப்பு விடுத்தால் அவர்களோடு பேச ஒரு டெலிபோன்கூட இல்லை" என்று சொன்னார். இதை நான் அண்ணா அவர்களிடத்திலே சொன்னேன். அண்ணா, "கட்சியின் மூலமாக அதை கவனியுங்கள்" என்று சொன்னார். அதன் பேரில் மாதந்தோறும் ஆகிற டெலிபோன் செலவை கட்சி ஏற்றுக்கொண்டு சிவசங்கரன் அவர்களை துணை மேயராக இருக்க ஒப்புதலை அவரிடத்திலே பெற்றோம். இதைச் சொல்வதற்குக் காரணம், சாதாரண சாமானிய மக்களுடைய இயக்கம் இந்த இயக்கம். எனவே ஒரு காய்கறி கடை வைத்திருந்தவர், பனியன் தொழிலாளி என்பது எல்லாம் இழிவானதல்ல. எனவேதான் இந்த இயக்கத்தினுடைய சார்பாக, அத்தகைய ஒரு தோழர், ஒரு நண்பர், ஒரு உடன்பிறப்பு இன்றைய தினம் மேயராக ஆகியிருக்கிறார் என்றால், நானே மேயரானதைப் போல் மகிழ்ச்சியடைகின்றேன்."

இந்த உரை 2008 ஜனவரி மாத 'தமிழரசு' இதழில் வெளியாகியுள்ளது.

29.பெரியார் திடல் என்றொரு மூலிகை!

2007 டிசம்பர் 29 அன்று, ஈரோட்டில் நடைபெற்ற ஈரோடு மாநகராட்சித் தொடக்க விழாவில் ஐந்தமிழறிஞர் கலைஞர் ஆற்றிய உரையின் ஒரு பகுதி...

"தம்பி இளங்கோவன், 'இங்கே அமையவிருக்கின்ற மாநகராட்சி மன்றக் கட்டடத்திற்கு கலைஞர் பெயர் வைக்க வேண்டும்' என்று குறிப்பிட்டார். அப்படி அவர்க் குறிப்பிட்ட போது, என்னுடைய நினைவு சில ஆண்டுகளுக்கு முன் சென்றது. பெரியார் திடலில் பெரியார் இருந்தபோது நான் ஒரு விழாவில் கலந்துகொண்டு பேசினேன். அப்போது நான் சொன்னேன், 'நான் அடிக்கடி அமைச்சராக இருந்தாலும், இல்லாவிட்டாலும் பெரியார் திடலில் இருந்து அழைப்பு வந்தால் ஏன் ஓடி வருகிறேன் தெரியுமா? நான் வெளியில் படுகின்ற வேதனைகளை தீர்த்துக்கொள்ள, அதற்கு மருந்து தடவ, எனக்கு ஏற்படுகின்ற புண்களை ஆற்றிக்கொள்ள பெரியார் திடலை நாடி வருகிறேன்' என்று சொன்னேன். அந்த மருந்து என்னுடைய பெரியாரிடத்திலேதான் இருக்கிறது. அதனால்தான் இங்கே ஓடோடி வருகிறேன் என்று குறிப்பிட்டேன். அதற்கு ஒரு எடுத்துக்காட்டையும் குறிப்பிட்டுச் சொன்னேன்.

ஒரு பாம்பும் கீரியும் சண்டை போட்டுக் கொள்ளும். அப்படி சண்டை போட்டுக் கொள்ளும்போது கீரியினுடைய உடல் முழுவதும் பாம்பின் பல் குத்தி, அதனுடைய விஷம் பரவியிருக்கும். இறுதியாக கீரிதான் வெற்றி பெறும் என்றாலும்கூட, பாம்பின் விஷம் தன்னுடைய உடலெல்லாம் தாக்கியிருக்கிறது என்கின்ற அய்யப்பாட்டின் காரணமாக அந்த கீரி சண்டை முடிந்து வெற்றிபெற்ற பிறகு ஓடோடி வந்து யாருக்கும் தெரியாத ஒரு பச்சிலையில் விழுந்து புரளும்.

அப்படி பச்சிலை பட்ட காரணத்தால் அந்த விஷம் தீர்ந்துவிடும் என்ற நம்பிக்கை அந்த கீரிக்கு உண்டு. உள்ளபடியே தீர்ந்துவிடும் என்று பெரியவர்கள் சொல்லக் கேள்வி.

எப்படி பாம்பின் விஷம் தன் உடலிலே பட்டிருக்கும், அதை அகற்ற வேண்டும் என்பதற்காகக் கீரிப்பிள்ளை தான் விரும்புகின்ற, தான் கருதியிருக்கின்ற, நம்புகின்ற ஒரு மூலிகையில் விழுந்து புரளுகிறதோ அதைப் போல நான் வெளியிலே நடத்துகின்ற போராட்டத்தில் என்னை அறியாமல் என் மீது பட்டுள்ள விஷத்தையெல்லாம் போக்கிக்கொள்ள எனக்கு மூலிகையாக இருப்பது இந்த பெரியார் திடல்தான்.

அந்த விழாவில் குன்றக்குடி அடிகளாரும் இருந்தார். தந்தை பெரியார் அவர்கள், 'கருணாநிதிக்கு ஒரு சிலை வைக்க வேண்டும்' என்று குறிப்பிட்டு தன்னுடைய நன்கொடையாக ஆயிரம் ரூபாயை அந்தச் சிலை வைக்கின்ற நிகழ்ச்சிக்காக, சிலை செய்கின்ற செலவுகளுக்காக அன்றைக்கு வீரமணியிடத்திலே கொடுத்து, 'இதை என் கணக்கிலே சேர்த்துக்கொள். கருணாநிதிக்கு சிலை வைக்க வேண்டிய பொறுப்பு, உன் பொறுப்பு, மணியம்மை பொறுப்பு' என்று ஒப்படைத்தார்கள்.

சில நாட்களுக்குப் பிறகு பெரியார் மறைந்துவிட்டார். நான் சிலை வைக்கின்ற விவகாரத்தை மெல்ல தவிர்த்து தவிர்த்து எனக்கு சிலை வேண்டாம் என்று தவிர்த்துப் பார்த்தேன். இதை ஏன் சொல்கிறேன் என்றால், அன்றைக்கு பெரியார் சொன்னார் எனக்கு சிலை வைக்க வேண்டும் என்று. இன்று பேரன் (ஈ.வி.கே.எஸ்.இளங்கோவன்) சொல்கிறார் இங்கே கட்டுகின்ற கட்டடத்திற்கு கலைஞர் அவர்கள் பெயர் வைக்க வேண்டும் என்று. ஆக இந்தக் குடும்பத்தின்பால் எனக்கு உள்ள அன்பு, வெறும் கட்சி சார்புடையது அல்ல. அரசியல் சார்புடையது மாத்திரமல்ல. தம்பி இளங்கோவன் சுட்டியக்காட்டியதைப் போல குடும்ப சார்பானது. குடும்பம் என்று ஒரு அரசியல்வாதி பேசுவது தவறும் அல்ல."

இந்த உரை, 2008 ஜனவரி மாத 'தமிழரசு' இதழில் வெளியாகியுள்ளது.

30. ‘குடும்ப முனிசிபாலிட்டி!’

2007 டிசம்பர் 29 அன்று, ஈரோட்டில் நடைபெற்ற ஈரோடு மாநகராட்சித் தொடக்க விழாவில் ஐந்தமிழறிஞர் கலைஞர் ஆற்றிய உரையில் தெரிவித்த கருத்துகள் இவை...

“1973 ஆம் ஆண்டு ஈரோடு நகராட்சி மன்றத்திற்கு நூற்றாண்டு விழா. அந்த நூற்றாண்டு விழாவிற்கு பெரியாரிடத்திலே கட்டுரை கேட்டார்கள். பெரியார் எழுதிய கட்டுரையில் குறிப்பிட்டிருக்கிறார், ‘இந்த முனிசிபாலிட்டி என்னுடைய குடும்ப முனிசிபாலிட்டி’. அதாவது பெரியார் தலைவராக இருந்த காரணத்தால், பெரியாருடைய இல்லத்துப் பெண்மணிகள், நண்பர்கள் அந்த நகராட்சி மன்றத்திலே உறுப்பினர்களாக இருந்த காரணத்தால், தொடர்புடையவர்களாக இருந்த காரணத்தால் நான் இதை சொல்கிறேன் என்று அழுத்தம் திருத்தமாக, ‘இது எங்களது குடும்ப முனிசிபாலிட்டி’ என்று பெரியார் சொன்னார்.

குடும்ப முனிசிபாலிட்டி என்று சொல்லி நிலத்தை அபகரித்துக் கொள்ளவும் இல்லை. கட்டடத்தை எடுத்துக் கொள்ளவும் இல்லை. அதற்கு உரிமை கொண்டாடவும் இல்லை. அந்தளவிற்கு அந்த நகராட்சி மன்றத்தோடு தன்னுடைய உணர்வுகளை ஒருங்கிணைத்தார்கள் என்பதுதான் அதற்குப் பொருள். இது புரியாமல் இன்றைக்கு சில பிறவிகள் குடும்பக் கட்சி, குடும்பச் சொத்து என்றெல்லாம் பேசிக்கொண்டிருக்கிற காட்சியை நாம் காணுகின்றோம்.

ஆனால் என்னை வளர்த்த, என்னை ஆளாக்கிய, நமக்கெல்லாம் விழி திறந்த தந்தை பெரியார் அவர்கள் மூன்றாண்டு காலம், தான் தலைவராக இருந்த ஒரு முனிசிபாலிட்டிக்கு நூற்றாண்டு விழா கட்டுரை

எழுதும்போது, 'இது எங்கள் குடும்ப முனிசிபாலிட்டி' என்று சொல்கிறார் என்றால், அந்த அளவிற்கு ஒரு பொதுநல ஸ்தாபனத்தின் மீது அவர் பற்றும் பாசமும் கொண்டிருந்தார் என்பதைத்தான் அது காட்டுகிறது."

இந்த உரை, 2008 ஜனவரி மாத 'தமிழரசு' இதழில் வெளியாகியுள்ளது.

31. லூர்துசாமி வாழ்க!

2007 டிசம்பர் 29 அன்று, ஈரோட்டில் நடைபெற்ற ஈரோடு மாநகராட்சித் தொடக்க விழாவில் ஐந்தமிழறிஞர் கலைஞர் ஆற்றிய உரையில் வந்துவிழுந்த வரலாற்றுத் தகவல்கள் இவை...

“லூர்துசாமி என்று ஒருவர் இருந்தார். அவர் ஈரோடு நகரத்தில் ஒரு புத்தக வியாபர்ரி. ஒவ்வொரு மாநாட்டுக்கும் புத்தகங்களை மூட்டைக் கட்டிக்கொண்டு தலையிலே சுமந்து கொண்டு வருவார். பெரியார் எழுதியது, அண்ணா எழுதியது, நான் எழுதியது என்றெல்லாம் புத்தகங்களைக் கொண்டு வந்து விற்பார். படங்களை விற்பார். முதன்முதலாக திராவிட இயக்கத்தின் படங்களை, நீதிக்கட்சியினுடைய படங்களை, தலைவர்களுடைய படங்களை அப்படிப்பட்ட மாநாடுகளிலே அவர் விற்றுத்தான் பலரும் வாங்கிப் பார்த்திருக்கிறார்கள். அடையாளம் கண்டிருக்கின்றார்கள். அவர் ஒரு கார்டு அச்சடிப்பார். அந்த கார்டுகளை கழகத் தோழர்கள் வாங்கிப் பயன்படுத்துவார்கள். அதில் ஒரு கார்டை பற்றிக் கூட தம்பி ஸ்டாலின் சொல்லும்போது தவறு ஏற்பட்டது. தவறை திருத்துவது தந்தையின் கடமையல்லவா?

“பாராட்டிப் போற்றி வந்த பழமை லோகம்
ஈரோட்டுப் பூகம்பத்தால் இடியுது பார்...”

என்று பாரதிதாசன் எழுதியதாகச் சொன்னார். அவர் இதைவிட அதிகமாக எழுதக் கூடியவர். மகனுக்கு நான் ஞாபகப்படுத்துகிறேன். அது நான் எழுதியது.

"துடுக்கு மிக கொண்டலையும் துணிவுமிக்க ஆரியந்தான்
அடுக்குச் சொல் அண்ணாவால் அலறித்தான் சாகுதடா"
"புன்னகையா புதுக்கருத்தா புரட்சிக்கனலா என்ன
வேண்டும் எல்லம் உண்டு, எங்கள் கவிஞன் வாழ்க"

இப்படிப்பட்ட வரிகளை இரண்டு இரண்டு வரிகளாக எழுதி லூர்துசாமியிடத்திலே கொடுத்தேன். அதை அவர் வாங்கி, ஒவ்வொரு கார்டிலும் அதை அச்சடித்து ஊர் ஊருக்கும் சென்று அதை விற்பனை செய்தார். அப்படித்தான் அன்றைக்கு நம்முடைய கருத்துகளை, கவிதைகளாக, கட்டுரைகளாக இரண்டு இரண்டு வரி குறட்பாக்கள் போல மக்களுக்குப் பரப்பிட முடிந்தது. அதை அன்றைக்குச் செய்தோம். அதனுடைய வளர்ச்சி அன்றைக்கு இரண்டு வரி எழுதி அதை இருபது பேர் வாங்கிப் படித்து, அது பரவிப் பரவித்தான் இன்றைக்கு ஈரோடு நகராட்சி மாநகராட்சியாக வளர்ந்திருக்கிறதே அதைப் போல இந்த இயக்கம், சுயமரியாதை இயக்கம், தந்தை பெரியாருடைய பகுத்தறிவு இயக்கம் இவ்வளவு பெரிய இயக்கமாக இன்றைக்கு வளர்ந்திருக்கின்றது என்பதை நாம் கண்கூடாகக் காண்கின்றோம்."

இந்த உரை, 2008 ஜனவரி மாத 'தமிழரசு' இதழில் வெளியாகியுள்ளது.

32. நாகரிக அரசியலின் பிறப்பிடம் தஞ்சை!

தஞ்சாவூரில் 2008 ஜூன் 24 அன்று நடைபெற்ற தஞ்சை மாவட்ட நீதிமன்றத்தின் 200-வது ஆண்டு விழாவில், ஐந்தமிழறிஞர் கலைஞர் ஆற்றிய உரையிலிருந்து...

"தஞ்சாவூரில் பொற்கால ஆட்சி படைத்தவன் இராஜராஜ சோழன். அவன் ஆட்சி புரிந்த தஞ்சைத் தரணியில் நாம் நீதித்துறை தொடர்பான விழாவைக் கொண்டாடிக் கொண்டிருக்கிறோம். தமிழ் வேந்தர்கள் நாட்டைப் பாதுகாக்கும் பணிகளிலும், மக்களின் நல்வாழ்வைப் போற்றுகின்ற பணிகளிலும் மிகுந்த கவனம் செலுத்தி வந்தார்கள் என்று வரலாறு கூறுகின்றது. மக்களிடையே வழக்கு ஏற்பட்டாலும், பிரச்சினைகள் உருவானாலும், சிறுசிறு போராட்டங்கள் ஏற்பட்டாலும் அப்போதெல்லாம் பழந்தமிழகத்தில் அதை விசாரித்து நீதி வழங்குகின்ற இடத்திற்கு பழந்தமிழர்களுடைய காலத்திலே பெயரே, 'அறங்கூறு அவையம்' என்பதுதான். நீதிமன்றம் என்றால் ஒரு பொதுப் பெயர். அதை அன்றைக்குத் தமிழன் அறங்கூறு அவையம் என்று அழைத்தான். அதை நீங்கள் உன்னிப்பாகக் கவனித்தால் இரு சாராருக்கும் தேவையான அறங்கூறும் மனப்பாண்மை, அதை விளக்குவதுதான் அந்தப் பெயர். எதிர்க்காக வாதாடுகின்றவர்களானாலும் சரி, அல்லது அரசுத் தரப்பிலே உள்ளவர்களுக்காக வாதாடுகின்றவர்களானாலும் சரி, அந்த வழக்கறிஞர்கள் அறங்கூறு அவையத்திலிருக்கிறோம், அறங்கூறுபவர்களாக இருக்க வேண்டும் என்ற அந்தத் தன்மையைக் காட்டுகின்ற வகையிலேதான் அந்தக் காலத்திலே நீதிமன்றங்களிலே அறங்கூறு அவையம் என்று பெயரிடப்பட்டிருக்கிறது.

சங்க இலக்கியங்களில் புறநானூறு போன்ற இலக்கியங்களில் கவின்மிகு புலவர்கள், 'மறங்கெழு சோழர்

உறந்தை அவையத்து அறம் நின்று நிலையிற்று' என்றும் (இது புறநானூறு), ***'மறங்கெழு சோழர் உறந்தை அவையத்து அறம் நின்று நிலையிற்று'*** என்றும் (இது நற்றிணை), ***'ஆரங்கண்ணி அடுபோர்ச் சோழன் அறங்கெழு நல்லவை உறந்தை'*** என்றும் (இது அகநானூறு) சொல்லப் பட்டிருக்கின்றன. சோழர் காலத்திலே உறையூரிலே இருந்த அறங்கூறு அவையத்தின் மூலம் அறங்கெடாமல் நீதி கெடாமல் நியாயங்கள் பாதிக்கப் படாமல் நிலைநாட்டப்பட்டது என்பதை இந்தச் செய்யுள் வரிகள் நமக்கு எடுத்துக்காட்டுகின்றன. அப்படிப்பட்ட தஞ்சைத் திருநகரில் சோழ மண்டலத்தில் 8.10.1807-இல் தொடங்கப்பட்ட மாவட்ட நீதிமன்றம் 200 ஆண்டு கால வரலாற்றைக் கொண்ட நீதிமன்றம். இங்கே சிலர் எடுத்துக்காட்டியதைப் போல 141 நீதிபதிகள் அமர்ந்து நீதி வழங்கியிருக்கின்றார்கள். அப்படி நீதி வழங்கிய 141 பேரில் எனக்கு நீதி வழங்கிய ஒருவரும் உண்டு. இங்கே நான் 1962 ஆம் ஆண்டு சட்டமன்றத் தேர்தலில் நின்று வெற்றி பெற்றபோது அந்த வெற்றி செல்லாது என்று எதிர்த்தரப்பிலே இருந்து வழக்குப் போட்டபோது, அது செல்லும் என்று தீர்ப்பளித்த நீதிமன்றமும் தஞ்சை நீதிமன்றம்தான் என்பதை நான் மகிழ்ச்சியோடு இங்கே குறிப்பிட விரும்புகின்றேன்.

கீழ்வெண்மணி கிராமத்தில் உயிரோடு 30 பேர், ஆதிதிராவிட மக்கள் எரிக்கப்பட்டார்கள். அப்படி அந்தச் சமுதாயத்தைச் சார்ந்த கண்மணிகள் கீழ்வெண்மணியிலே பிறந்தவர்கள். அதற்காக ஒரு விசாரணை நடைபெற்றபோது எரியுண்ட அந்தத் தோழர்களுக்காக அந்தப் பழங்குடி மக்களுக்காக அரசின் சார்பின் நடத்தப்பட்ட அந்த வழக்கில், குற்றவாளிகளுக்கெல்லாம் கடும் தண்டனை விதிக்கப்பட்டது, அதிலே மேல்முறையீடு செய்யப்பட்டும் கூட அவர்கள் தப்பிக்க முடியவில்லை என்பதும் தஞ்சையிலே வழங்கப்பட்ட அந்த நீதிமன்றத் தீர்ப்புக்குரிய பெருமையாகும் என்பதை நான் கம்பீரத்தோடு சொல்லிக்கொள்ளக் கடமைப்பட்டிருக்கிறேன்.

ஒன்றை நினைவுபடுத்த விரும்புகின்றேன். இன்றைக்கு ஆளுங்கட்சியாக இருக்கின்ற நான், 1978 ஆம் ஆண்டு

எதிர்க்கட்சித் தலைவராக இருந்தபோது, தஞ்சை நீதிமன்றத் தினுடைய வழக்கறிஞர்கள் சங்கம் என்னை அழைத்து ஒரு வரவேற்பு விழா நடத்தியது. வழக்கறிஞர் சங்கத்திற்கு தலைவர் யார் தெரியுமா? கோபால் ஐயர். வரவேற்புரையாற்றியவர் யார் தெரியுமா? பாலசுப்பிரமணிய ஐயர். கோபால ஐயர் தலைமையில், பாலசுப்பிரமணிய ஐயர் வரவேற்க எதிர்க்கட்சித் தலைவராக இருந்த நான் இங்கே பாரட்டப்பட்டேன். ஒரு படத்தைத் திறந்து வைத்தேன். என்ன படம் தெரியுமா? தந்தை பெரியாருடைய படம். ஒரு ஐயர் தலைமை வகிக்க, ஒரு ஐயர் வரவேற்க, பெரியாருடைய படத்தை இங்கே நான் திறந்து வைத்தேன் என்று சொன்னால் தஞ்சாவூர் எவ்வளவு நாகரிகமான அரசியலுக்கு, கண்ணியமான அரசியலுக்கு, பண்பாட்டு அரசியலுக்குப் பெயர் பெற்ற இடம் என்பதை நான் சொல்லி யாருக்கும் விளங்க வேண்டிய அவசியமில்லை."

இந்த உரை, 2008 ஜுலை மாத 'தமிழரசு' இதழில் வெளியாகியுள்ளது.

33. காங்கிரஸ் அலுவலகத்தில் கலைஞர்!

2008 அக்டோபர் 29 அன்று சென்னையை அடுத்த சோழிங்கநல்லூரில் இராஜீவ்காந்தி சாலை திறப்பு விழாவில் ஐந்தமிழறிஞர் கலைஞர் ஆற்றிய உரையிலிருந்து...

"இங்கே நம்முடைய நண்பர், தமிழ்நாடு காங்கிரஸ் கட்சியின் முன்னாள் தலைவர் திரு. கிருஷ்ணசாமி வந்திருக்கிறார். இன்றைக்குத் திறந்து வைக்கப்பட்டிருக்கின்ற இந்தியத் திருநாட்டின் இளந்தலைவர், இராஜீவ்காந்தியின் பெயரால் அமைந்துள்ள இந்த இராஜீவாந்தி சாலை என்ற பெயருக்கு, அதை இன்று நாம் தொடங்கி, அந்தப் பெயரை உச்சரிப்பதற்கு, அதைச் சூட்டி ஆறுதல் பெறுவதற்கு நம்முடைய நண்பர் கிருஷ்ணசாமி அவர்கள்தான் காரணம் என்பதை இங்கே நான் நன்றி உணர்வோடு எடுத்துக்காட்டக் கடமைப்பட்டிருக்கிறேன்.

என்னை தமிழ்நாடு காங்கிரஸ் கட்சியினுடைய அலுவலகத்திற்கு அழைத்துச் சென்றார்கள். நான் பிறந்தது முதல், முதன் முதலாக தமிழ்நாடு காங்கிரஸ் கட்சி அலுவலகத்திற்குச் சென்றது அதுதான் முதல் முறை. என்னை அழைத்துச் சென்றது கிருஷ்ணசாமி அவர்கள்தான். அங்கே அழைத்துச் சென்று வரவேற்புரையாற்றி, பாராட்டுரை வழங்கி, கடைசியாக அழைத்த காரியத்தை சாதித்துக் கொண்டதும், கிருஷ்ணசாமி அவர்களின் அந்தத் திட்டத்தை, தந்திரத்தை, அவர் தீட்டிய அந்தச் சாதனையை நான் அன்றைக்கே போற்றிப் பாராட்டி அவருடைய கோரிக்கையை அதே இடத்தில் நிறைவேற்றுகிறேன் என்று சொன்னேன்.

ஒருவேளை அவர் அந்த அலுவலகத்திற்கு என்னை அழைத்துச் சென்று அந்தக் கோரிக்கையை வைக்காவிட்டாலும், ஒரு கடிதம் மூலமாகத் தெரிவித்திருந்தாலும், தமிழகத்தினுடைய

தலைவர்கள், இந்தியத் திருநாட்டின் தலைவர்கள், நாட்டு விடுதலைக்காகப் போராடிய குடும்பத்தின் குலவிளக்குகள், யாராக இருந்தாலும் தியாகத் திருவிளக்குகளாக விளங்கியவர்கள் மறைந்திருந்தால் அவர்கள் வேறொரு இயக்கத்தைச் சேர்ந்தவர்களாயிற்றே என்று கருதாமல் அவர்கள் தியாகத்தின் காரணமாக நம்மைச் சேர்ந்தவர்கள் தான், நாம் அவர்களைச் சேர்ந்தவர்கள்தான் என்ற அந்த உணர்வோடு அவர்களுடைய பெயர் நிலைக்க நான் காரியமாற்றி வந்திருக்கிறேன் என்பதை நீங்கள் எல்லாம் அறிவீர்கள்."

இந்த உரை, 2008 அக்டோபர் - நவம்பர் மாத 'தமிழரசு' இதழில் பதிவு செய்யப்பட்டுள்ளது.

34. கலைஞர் கலைக்காக கொடுக்காதது!

திரைப்படங்களுக்குக் கதை, வசனம் எழுதுவதன் மூலம் தனக்குக் கிடைக்கும் வருமானத்தை எப்போதும் கலைத்துறை வளர்ச்சி, மேம்பாட்டுக்காகவே தன் வாழ்வின் இறுதி வரை கொடுத்து வந்தார் ஐந்தமிழறிஞர் கலைஞர். ஆனால் கலை உலகத்துக்காக அவர் கொடுக்காமல் விட்ட ஒன்று உண்டு. அது என்ன தெரியுமா? அவரே சொல்கிறார் கேளுங்கள்...

"எங்கள் ஊர் திருக்குவளை கோயிலில் ஓர் உற்சவம் நடைபெற்றால், அதைப் பார்த்துவிட்டு வந்து, அதே உற்சவத்தை என்னுடைய வீட்டில் நடத்திக் கொண்டிருக்கின்ற அளவிற்குக் கலை ஆர்வம், சின்னக் குழந்தையாக இருந்த போதே எனக்கு இருந்தது. அந்தக் கலையார்வம் தொடர்கின்ற காரணத்தினாலே தான் இன்றளவும் கலையுலகத்திலே ஏறத்தாழ எண்பது படங்கள் எழுதி முடித்த பிறகும்கூட இப்பொழுதும் 81வது படத்திற்கு உரையாடல் எழுதிக் கொண்டிருக்கின்றேன். அப்படி தீட்டப்படுகின்ற உரையாடல்களுக்காகக் கிடைக்கின்ற வருமானத்தை நான் எனக்காக வைத்துக் கொள்ளாமல், என்னுடைய குடும்பத்திற்காகச் செலவழிக்காமல், அதைக் கலைக் குடும்பங்கள் வாழவும், ஏழையெளிய நலிவுற்ற குடும்பங்கள் வாழவும் அந்த நிதியை முதலமைச்சர் நிவாரண நிதி மூலமாக வழங்கிவிடுகிறேன் என்பதை நீங்கள் அறிவீர்கள்.

அதைப்போல இங்கேயும், ஏதாவது ஒரு இலட்சம், இரண்டு இலட்சம் தருவார்கள். அதை இயல், இசை, நாடக மன்றத்திற்கே வழங்கலாம் என்று வந்தேன். ஆனால் அப்படி அவர்கள் எதுவும் தரவில்லை. அவர்கள் ஒரேயொரு மாலையைத்தான் போட்டிருக்கிறார்கள். அந்த மாலை

தங்கத்தால் ஆன ஒரு பதக்கத்தைக் கொண்ட மாலை. இப்போது தங்கம் என்ன விலை என்பதை எண்ணிப் பார்த்து, பரவாயில்லை இது உயர்ந்த மாலைதான் என்றெண்ணி இதை நான் வைத்துக் கொண்டிருக்கிறேன். இது ஒன்றை மாத்திரம் கலையுலகத்தின் நினைவாக, கலையுலகக் காவலர்கள் என்பால் காட்டுகின்ற அன்பின் நினைவாக, இந்த விருதை எனக்குக் கொடுத்தார்களே ரஜினியும், கமலும் மற்ற கலைஞர்களும்... அவர்களுக்கு நான் செலுத்துகின்ற மரியாதையாக, அதை உடனடியாக யாருக்காவது கொடுத்துவிட்டால், அவர்கள் எனக்கு அணிவித்ததற்கு மரியாதை இல்லாமல் போய்விடும். ஆகவே அதை கொடுக்காமல் அவர்கள் என்னுடைய நெஞ்சிலே வைத்திருப்பதைப் போல, கலையுலக மக்களையெல்லாம் என்னுடைய நெஞ்சிலே வைத்திருப்பதைப் போல இதை நான் வைத்துக் கொண்டிருக்கிறேன். இதை யாருக்கும் கொடுக்கமாட்டேன்.”

2009 டிசம்பர் 8 அன்று, சென்னையில், தமிழ்நாடு அரசின் திரைப்பட விருதுகள் வழங்கும் விழாவில் கலைஞர் அவர்கள் ஆற்றிய உரையின் ஒரு பகுதி இது. இந்த உரை, 2009 நவம்பர்-டிசம்பர் மாத ‘தமிழரசு’ இதழில் வெளியாகியுள்ளது.

இதுபோலவே, 1982 ஆம் ஆண்டு, மே 23 ஆம் தேதி குளித்தலையில் கலைஞருக்கு ‘சட்டமன்றப் பணி வெள்ளி விழா நடைபெற்றது. திருச்சி ம்hவட்டமே விழாக் கோலம் பூண்டிருந்தது. அந்த நிகழ்வில், கலைஞருக்கு பேரறிஞர் அண்ணா படம் பொறித்த தங்கச் சங்கிலி அணிவிக்கப்பட்டது.

அதைப் பெற்றுக்கொண்ட கலைஞர், "நானே தி.மு.கழகத்திற்கு சொந்தமென்று ஆகிவிட்ட பிறகு, எனக்கு அணிவிக்கப்பட்ட ஆபரணம் மட்டும் எனக்கு எப்படி சொந்தமாகும்? அதுவும் கழகத்துக்கே சொந்தமாக வேண்டும்" என அங்கேயே அந்த ஆபரணத்தைத் தொண்டர்களிடம் அளித்து, நிதியைக் கழகத்திடம் அளித்தார். அப்படிப்பட்டவர், திரைத்துறையினர் தனக்குக் கொடுத்த பதக்கத்தைக் கொடுக்கமாட்டேன் என்று சொன்னார் என்றால், கலை உலகத்தின் மீது அவர் எந்த அளவுக்குப் பற்றுக் கொண்டிருந்தார் என்பதற்கு இந்த நிகழ்வுகளே சாட்சி.

சிந்தனைகள்

35. கார்டு... கடிதம்... கலைஞர்!

1970 ஆம் ஆண்டு முதலமைச்சராக முதன்முறையாக ஏழு நாடுகளுக்குப் பயணம் மேற்கொண்டார் ஐந்தமிழறிஞர் கலைஞர். அந்த மேல்நாட்டுப் பயண அனுபவங்களைப் பற்றி சென்னை வானொலி நிலையத்துக்கு அளித்த பேட்டியில் பகிர்ந்துகொண்டார். இந்தப் பேட்டி 1970 ஜூலை 27 ஆம் தேதி, சென்னை, திருச்சி வானொலி நிலையங்களில் ஒலிபரப்பானது. பேட்டி கண்டவர், அகிலன். இந்தப் பேட்டியின் அச்சு வடிவம், 1970 ஆகஸ்ட் 1 தேதியிட்ட 'தமிழரசு' இதழில் பதிப்பிக்கப் பட்டுள்ளது.

கலைஞர், கடிதங்களின் காதலர் என்பது பலரும் அறிந்ததே. தனது உடன்பிறப்புகளுக்கு 'முரசொலி' மூலமாக எழுதிய கடிதங்கள், திராவிட இயக்க கடித இலக்கியத்தின் முகம் என்று சொன்னால் அது மிகையில்லை. வானொலி நிலையத்துக்கு அவர் அளித்த இந்தப் பேட்டியில் இந்திய அஞ்சல்துறையில் மேற்கொள்ள வேண்டிய முக்கியமான விஷயத்தைப் பற்றிச் சொல்கிறார். அதுதொடர்பான கேள்வி பதில் இது:

"கேள்வி: பொதுவாக, தாங்கள் சென்று வந்த நாடுகளில் தாங்கள் கண்டு கேட்ட அனுபவங்கள் எவ்வாறு தமிழகத்தின் வளர்ச்சிக்கு உதவக்கூடும்? இது போலவே மேல்நாட்டினர் நம் கலாச்சாரத்தை எவ்வளவு தூரம் உணர்கிறார்கள்? தெரிந்து கொண்டிருக்கிறார்கள்?

பதில்: என்னுடைய மேலைநாட்டுப் பயணத்தில் வீரம் செறிந்த ரோமாபுரியின் வரலாற்றுச் சுவடுகளையும், அதன் அழிவிற்குக் காரணமான நிகழ்ச்சிகளின் நினைவுகளையும், அழிந்ததை நினைத்து ஏக்கமுறாமல் இன்று வளமுற அந்நாடு வாழ்வதையும் கண்டேன்.

குற்றாலம், உதகமண்டலம், கொடைக்கானல் ஏரியும் என் கூட வந்தனவோ என எண்ணும் விதத்தில் ஸ்விட்சர்லாந்து நாட்டின் இயற்கை வளத்தைக் கண்டேன்.

பயங்கரப் போரினால் பாதிக்கப்பட்ட மேற்கு ஜெர்மனி குறுகிய காலத்தில் அற்புதமாக வளர்ந்திருக்கின்ற காட்சிதனைக் கண்டேன்.

சாலைகள், சோலைகள், ஆலைகள் அனைத்தும் என்னைக் கவர்ந்தன. கண்டு, கேட்ட அனுபவங்களைவிட, மனதில் மொண்டு வந்த உணர்ச்சிகள் என் தமிழ்நாட்டையும் அது போல ஆக்க வேண்டும் என்ற ஆர்வத்தை எனக்கு ஊட்டிக் கொண்டேயிருக்கின்றன. மேல் நாட்டினர் நமது கலாச்சாரத்தை அதிகம் உணர்ந்திருக்கவில்லை என்றாலும், அதனைத் தெரிந்து கொள்கிற போது பெரிதும் பாராட்டுகிறார்கள். உதாரணமாக, ஜெர்மனியில் நடைபெற்ற ஒரு கலை நிகழ்ச்சியில் தமிழ் நாட்டுப் பரதக் கலை நிகழ்ச்சியும், கேரளத்துக் கதகளி நிகழ்ச்சியும் நடைபெற்றன. நானும் அழைக்கப்பட்டிருந்தேன் விழாவிற்கு. அந்த விழாவில் நமது கலாச்சாரத்தைக் கண்டு ஜெர்மானிய மக்கள் பெரிதும் வியந்தார்கள்.

சுற்றுலாக்களின் மூலம் மேலை நாடுகள் ஆண்டுதோறும் அதிக வருமானத்தை ஈட்டுகின்றன. எந்த ஒரு மண்டபமானாலும், பழைய நினைவுச் சின்னமானாலும், நவீன பூங்காக்களானாலும் அங்கெல்லாம் அயல்நாட்டைச் சேர்ந்தவர்கள் ஆயிரக்கணக்கில் சுற்றுலாப் பயணிகளர்க வருகிறார்கள். சின்னஞ்சிறு நாடான ஸ்விட்சர்லாந்து ஆண்டுதோறும் சுற்றுலா மூலம் பெறுகிற வருமானமும், அமெரிக்க நாடு ஆண்டுதோறும் சுற்றுலா மூலம் பெறுகிற வருமானமும் ஒன்றாகவே இருக்கிறது என்று புள்ளிவிவரங்கள் கூறுகின்றன.

நம்முடைய நாட்டிலும் சுற்றுலாப் பயணத்தை விரிவுபடுத்தவும், சுற்றுலாப் பயணிகளை நமது பண்பாட்டிற்கு ஏற்ற வகையில் கவரவும் திட்டங்கள் வகுக்கப்பட வேண்டும். உதாரணமாகச் சொன்னால் அந்த நாடுகளிலுள்ள இயற்கைக் காட்சிகள், பார்க்கத் தகுந்த இடங்கள் அனைத்தும் பல

வண்ணங்களில் அஞ்சல் அட்டைகளில் அச்சேற்றப்படுகின்றன. அது சுற்றுலாப் பயணிகளை மெத்தவும் கவருகிறது. அந்த விளம்பரத்தை அனைத்திந்திய அளவில் கடைப்பிடிக்க வேண்டுமென்றும், அதை அஞ்சல்துறை மூலமாகவே செய்ய முயல வேண்டுமென்றும், அதனைக் குறிப்பிட்ட இடங்களில் மாத்திரமல்லாமல், இந்தியா முழுமைக்கும் பரவலாகச் செய்ய வேண்டுமென்றும் இந்தியப் பிரதமருக்கு நான் எழுதியுள்ளேன்!"

அஞ்சல் தலைகளைச் சேகரிப்பதில் ஆர்வமுள்ளவர்களுக்கு, படக்காட்சிகளுடன் கூடிய போஸ்ட்கார்டுகள் எவ்வளவு மதிப்பு வாய்ந்தவை என்பது புரியும். அத்தகைய அஞ்சல் அட்டைகள் 1940-கள் முதலே இந்தியாவில் இருந்தன என்றாலும், கலைஞர் குறிப்பிட்டபடியான, சுற்றுலா சிறப்பு வாய்ந்த இடங்களின் படங்களைத் தாங்கிய அஞ்சல் அட்டைகள் 80-களுக்குப் பிறகே வரத் தொடங்கியிருக்கின்றன. தமிழ்நாட்டில் மதுரை மீனாட்சி அம்மன் கோயில், ராமேஸ்வரம் கோயில் போன்ற இடங்கள் பட அஞ்சல் அட்டைகளாக வெளியிடப்பட்டுள்ளன.

இதைவிட இன்னொரு சிறப்பு... கலைஞர் காலமான போது அவர் நினைவாக ஒடிசா மாநிலத்தைச் சேர்ந்த அஞ்சல் தலை சேகரிப்பாளர் குழு ஒன்று கலைஞர் படம் போட்ட அஞ்சல் உறை ஒன்றை வெளியிட்டது குறிப்பிடத்தக்கது. அதேபோல ஆஸ்திரிய நாட்டு தமிழர்கள் சிலர் கலைஞர் 90-வது பிறந்தநாளையொட்டி கலைஞர் அஞ்சல் தலையை வடிவமைத்து வெளியிட்டார்கள்.

36. 'திரையரங்க' கலைஞர்!

ஐந்தமிழறிஞர் கலைஞர், தமிழ்த் திரைப்படத் துறையில் ஆற்றிய பங்கு அளப்பரியது. திரைப்படக் கலைஞராக கதை, திரைக்கதை, வசனங்கள், பாடல்கள் எழுதியது தவிர, முதலமைச்சர் பதவியில் இருந்து கொண்டு திரைப்படத் துறைக்கு அவர் செய்த உதவிகள், அறிமுகப்படுத்திய திட்டங்கள் ஏராளம்.

அதில் ஒன்றுதான் குறைந்த பட்ஜெட்டில் எடுக்கப்பட்ட திரைப்படங்களுக்கு மானியம் வழங்கும் திட்டமாகும். 70-களில் அறிமுகப்படுத்தப்பட்ட இந்தத் திட்டத்துக்குப் பின்னால் இருந்த கலைஞரின் சிந்தனை மிக முக்கியமானது. அதை அறிந்துகொள்வதன் மூலம், அவர் எவ்வளவு தூரம் திரைப்படம் என்கிற கலையை மிக ஆழமாகவும், மக்கள் மயம் சார்ந்தும் புரிந்து வைத்திருந்தார் என்பது தெரியும்.

1970 நவம்பர் 21 ஆம் தேதி, டெல்லி நகருக்கு வெளியில் இரண்டாவது முறையாகவும், சென்னையில் முதன் முறையாகவும் இந்திய அரசின் 17வது தேதியத் திரைப்படப் பரிசளிப்பு விழா சென்னைப் பல்கலைக்கழக நூற்றாண்டு விழா பட்டமளிப்பு மண்டபத்தில் நடைபெற்றது. அதுகுறித்த செய்தி 1970 டிசம்பர் 1 ஆம் தேதியிட்ட 'தமிழரசு' இதழில் வெளியாகியுள்ளது. அந்த விழாவில் அன்றைய முதலமைச்சர் கலைஞர் ஆற்றிய உரை பின்வருமாறு:

"இந்த ஆண்டு பரிசளிப்பு விழா, கலைகளில் சிறந்த சென்னையில் நிகழ்வது குறித்து மகிழ்ச்சியடைகிறேன். கலை உலகத்தோடு எனக்குள்ள தொடர்பு குறித்து நீங்கள் அறிவீர்கள். வாழ்க்கை நிகழ்ச்சிகளைச் சீரிய முறையில் சித்தரிக்கும் திரைப்படங்களை ரசிப்பதில் என்றுமே நான் தவறியதில்லை.

எந்தத் துறையானாலும் புதுமையான சோதனை முறைகளைப் புகுத்துவது அவசியமானது. திரைப்படத் துறையிலும் புதுமைகளைப் புகுத்திச் சிறந்த படங்களைத் தயாரித்து வெளியிட வேண்டும். கிராமப்புற மக்களுக்கு அவர்கள் எது போன்ற படங்களை விரும்புகின்றனர் என்பதை அறிந்து அதற்கு ஏற்பப் படங்களைத் தயாரிக்கலாம். கிராமப்புறங்களில் உள்ள மக்கள் அதிக அளவில் சினிமா பார்க்க விரும்பினாலும் அங்கெல்லாம் போதுமான அளவில் சினிமாக் கொட்டகைகள் இல்லை. அதைத் தீர்க்க, 'திரைப்பட அரங்குகள் நிதி நிறுவனம்' ஒன்றை அமைக்க இருக்கிறோம். இந்த நிறுவனம் முதலில் கிராமப் புறங்களில் சினிமாக் கொட்டகைகளைக் கட்ட நிதி உதவும். பிறகு, குறைந்த செலவில் திரைப்படம் தயாரிப்பவர்களுக்கு நிதி உதவும்".

ஓ.டி.டி.க்களின் காலம் இன்று. அவற்றின் ஊடுருவல் தொடங்குவதற்குப் பல ஆண்டுகள் முன்பே, தமிழ்நாட்டில் இருந்த பல பிரபலமான திரையரங்கங்கள் கல்யாண மண்டபங்களாகி வருகின்றன என்று செய்திகள் வந்தன. அந்தச் சமயத்தில்தான் தமிழ்ப்படங்களுக்கு தமிழில் பெயர் வைத்தால் வரி விலக்கு என்று அறிவித்து, திரையரங்கங்களுக்குப் புத்துயிர் ஊட்டினார் கலைஞர்.

நவீன அறிவியல் மற்றும் தொழில்நுட்பங்களின் உதவியோடு நகரங்களுக்கும் கிராமங்களுக்கும் இடையே உள்ள வேறுபாடுகள் மெல்ல மெல்ல மறைந்து வருகின்றன. இன்றைக்கு வரும் 90 சதவீதப் படங்களில் கிராமம் என்ற கருப்பொருள் இல்லை. மீதியிருக்கும் படங்களில், 'சாதி' என்ற விஷயம்தான் கிராமம் என்கிற ரீதியில் அடையாளப் படுத்தப்பட்டு வருகிறது.

இந்தப் பின்னணியில் இருந்துதான் கிராமங்களில் சினிமா தியேட்டர்கள் கட்டும் அன்றைய கலைஞர் அரசின் முயற்சியை நாம் பார்க்க வேண்டும். 'சினிமா' எனும் நவீனம், கிராமங்களையும் சென்றடைய வேண்டும், அதன் மூலம் மக்களை புதுமைச் சிந்தனைகளுக்கு அறிமுகம் செய்ய வேண்டும் என்ற கலைஞர் சிந்தித்திருக்கக் கூடும். அதன் வெளிப்பாடுதான் இந்த முயற்சி என நம்பலாம்!

37. 'அகராதி' கலைஞர்..!

ஐந்தமிழறிஞர் கலைஞரின் படைப்புகளைப் படிக்க, புரிந்துகொள்ள அகராதி எல்லாம் தேவையில்லை. அவரது சிந்தனையும் சொல்லும் மிகவும் எளிமையானவை.

நல்ல சொல் வளம் மிக்க அவருக்கே, 'ஒரு நல்ல தமிழ் அகராதியை உருவாக்க வேண்டும்' என்ற ஆர்வம் இருந்தது. காரணம், ஒரு மொழியின் வளத்தைக் கூறும் மூல ஆவணம் அகராதிகள் தான். அவர் இப்படிச் சிந்தித்தது 1970 ஆம் ஆண்டு. எனில், அப்போது இருந்த தமிழ் அகராதிகளின் உள்ளடக்கப் போதாமை, அறிஞர்கள் மட்டுமல்லாது சாமானியர்களும் பயன்படுத்தும் தரத்தில் இல்லாதது போன்றவற்றின் காரணமாகவே அவர் அவ்வாறு சிந்தித்திருக்கலாம்.

இந்தச் சிந்தனையை 1970 ஜூலை, பாரீஸ் நகரத்தில் நடைபெற்ற மூன்றாம் உலகத் தமிழ் மாநாட்டிலும் கலைஞர் எதிரொலித்தார். தனது முதல்முறை வெளிநாட்டுப் பயணம் குறித்து 70-களில் 'இனியவை இருபது' என்ற தலைப்பில் 'தமிழரசு' இதழில் பயணக் கட்டுரைத் தொடராக கலைஞர் எழுதி வந்தார்.

1971 ஜூன் 16 தேதியிட்ட 'தமிழரசு' இதழில், அந்தக் கட்டுரைத் தொடரில் தன் மூன்றாம் உலகத் தமிழ் மாநாட்டு அனுபவங்களைப் பற்றி எழுதுகையில், அந்த மாநாட்டில் தான் பேசியதாக கலைஞர் இப்படிச் சொல்கிறார்:

"இந்த மாநாடு, மூன்று பணிகள் மீது கவனம் செலுத்த வேண்டும். முதலாவதாக, உலக நாடுகளுக்கும், தமிழ் நாட்டுக்குமிடையே மாணவர்கள் பரிவர்த்தனைக்கு ஏற்பாடு செய்ய வேண்டும். இரண்டாவதாக, தமிழை ஒரு நவீன மொழியாக்கும் வண்ணம் ஆங்கில-தமிழ் அகராதியைத்

தயாரிக்கும் பணியிலிறங்க வேண்டும். மூன்றாவதாக, உலகின் பல்வேறு நாடுகளிலும் தமிழைப் பரப்பவும் வளர்க்கவும் வழிவகை செய்ய வேண்டும். இந்தப் பணிகளில் மறைந்த அண்ணாவின் அடியொற்றி நடக்கும் எமது தமிழ்நாட்டு அரசு இயன்ற எல்லா உதவிகளையும் செய்யும்..."

தொடர்ந்து 1971 ஜூலை 1 தேதியிட்ட இதழில், தனது தொடரில் லண்டனில் பி.பி.சி. வானொலிக்கு தான் அளித்த பேட்டி குறித்து எழுதுகிறார். அப்போது மூன்றாம் உலகத் தமிழ் மாநாடு குறித்த கேள்வி ஒன்றுக்குப் பதில் சொல்லும்போது, மீண்டும் அகராதியின் தேவையை வலியுறுத்துகிறார் இப்படி:

"சங்க இலக்கியங்களில் காணப்படும் சொற்கள் சுமார் மூன்று லட்சமாகும். தற்போது புழக்கத்தில் உள்ள வார்த்தை களையும் சேர்த்துச் சுமார் ஆறு லட்சம் வார்த்தைகளைக் கொண்டதாய் ஓர் ஆங்கில-தமிழ் அகராதியைத் தயாரிக்க முயற்சி மேற்கொள்ளப்பட வேண்டும்".

கலைஞர் சிந்தித்து, சுமார் 20 ஆண்டுகளுக்குப் பிறகு 'க்ரியா' பதிப்பகத்தின் மூலம் தரமான தற்காலத் தமிழ் அகராதி கிடைத்தது. பள்ளிப் படிப்பையே முடிக்காத ஒருவர், வருங்காலத் தலைமுறையினருக்காக, தாய்மொழியை நவீனப்படுத்துவதற்காக தமிழ்-ஆங்கில அகராதி ஒன்று வேண்டும் என்று தொலைநோக்குப் பார்வையுடன் யோசித்திருக்கிறார். இப்படி ஓர் அற்புதமான தலைமை, இந்தியாவின் வேறு மாநிலங்களில், வேறு மொழிகளில் ஏன் நிகழ்ந்துவிடவில்லை?

38. 'கேம்பஸ்' கலைஞர்..!

"நானெல்லாம் வேலைக்காக எங்கெங்கேயோ அலைஞ்சேன். ஆனால் என் பையனுக்கு வேலை அவனைத் தேடி வந்துச்சு. காலேஜ் ஃபைனல் இயர்ல 'கேம்பஸ் பிளேஸ்மென்ட்'ல செலக்ட் ஆகிட்டான்..!" என்று பல பெற்றோர்கள் பெருமை பொங்கக் கூறுவதை பலரும் பார்த்திருக்க முடியும்.

இன்றைக்கு ஒருவர் கல்லூரிக்குப் படிக்கப் போகிறார் என்றால், அவர் கேட்கும் முதல் கேள்வியே 'கேம்பஸ் பிளேஸ்மென்ட்' இருக்கா என்பதுதான். கல்லூரியில் சொல்லித் தர ஆசிரியர்கள் இருக்கிறார்களா, முறையான உள்கட்டமைப்பு வசதிகள் இருக்கின்றனவா என்பதெல்லாம் இரண்டாம் நிலைக் கவலைகள்.

உலகம் விரல் நுனியில் வந்துவிட்ட பிறகு, 'கேம்பஸ் பிளேஸ்மென்ட்' என்ற சொற்பதம் ஃபேஷனாகிவிட்டது. ஆனால் 1970-களில் 'கல்லூரிகளைத் தேடி நிறுவனங்கள் வந்து மாணவர்களுக்கு வேலை வாய்ப்பை வழங்க வேண்டும்' என்று ஒருவர் சிந்தித்திருக்கிறார். அப்படி எண்ணியது நம் ஐந்தமிழறிஞர் கலைஞரே அன்றி வேறு யார்?

1971 ஜூலை மாதத்தில் கலைஞருக்கு கௌரவ டாக்டர் பட்டம் வழங்கியது அண்ணாமலைப் பல்கலைக்கழகம். அன்று நடந்த பட்டமளிப்பு விழாவில் கலைஞர் ஆற்றிய உரை, 1971 ஆகஸ்ட் 1 ஆம் தேதியிட்ட 'தமிழரசு' இதழில் வெளியிடப் பட்டுள்ளது. அதில் 'கேம்பஸ் பிளேஸ்மென்ட்' என்ற 'ட்ரெண்ட்' உருவாவதற்கு முன்பே, கலைஞர் அந்த விஷயத்தைப் பற்றி தன் சிந்தனையை எப்படி முன்வைத்திருக்கிறார் பாருங்கள்...

"பட்டம் பெற்றவர்களுக்கு வேலை வாய்ப்புகளைத் தேடித் தருவதற்குப் பல்கலைக்கழகத்தில் வேலை தேடித் தரும் தனிப் பிரிவு ஒன்றினை ஏற்படுத்துவது அவசியம் என்று இப்போது ஏற்றுக்கொள்ளப்பட்டது. நம் நாட்டில் பல பல்கலைக்கழகங்களில் இத்தகைய பிரிவு ஒன்று ஏற்படுத்தப் பட்டுள்ளது. இத்தகைய பிரிவினால் உருப்படியான நன்மை ஏற்பட வேண்டுமென்றால், பொதுத் துறையிலும் தனியார் துறையிலும் இயங்கி வரும் தொழில் நிறுவனங்களிலுள்ள வேலைகளுக்குத் தகுதியுடையோரைத் தேர்ந்தெடுக்கும்போது, இப்பிரிவின் தொண்டினைப் பயன்படுத்திக் கொள்ள வேண்டும்.

மேனாடுகளில் தனியார் தொழில்களில் ஆட்களைத் தேர்ந்தெடுப்பதற்கு அத்தொழில் நிறுவனங்கள் கல்லூரிகளுடன் தொடர்பு கொண்டு, சிறந்த மாணவர்களைத் தேர்ந்தெடுத்து, அவர்கள் கல்லூரியிலிருந்து தேர்வு பெறுவதற்கு முன்பாகவே அவர்களுக்கு வேலைக்கு உத்தரவாதம் அளிக்க முன் வருகின்றன. அத்தகைய நிலை நம் நாட்டில் உருவாவதற்கு இன்னும் பல ஆண்டுகள் செல்லக்கூடுமென்ற போதிலும், இதில் உடனடியாக ஒரு தொடக்கம் காண்பது அவசியமாகிறது. பல்கலைக்கழகங்கள் வேலை தேடித் தரும் பிரிவை அமைக்கும் போது, தனியார் தொழில் நிறுவனங்களின் அதிபர்களைக் கொண்டு ஆலோசனைக் குழு ஒன்றினை அமைத்தல் நலம். தென் பகுதியிலுள்ள எல்லாப் பல்கலைக் கழகங்களும் ஒன்று சேர்ந்து பொதுவான ஒரு குழுவினை அமைப்பது நல்ல பலன் தரும். தனியார் தொழில் நிறுவனங் களுக்குத் தேவையான தேர்ச்சியுடைய மாணவர்களைத் தயார் செய்யும் வகையினில் பல்கலைக்கழகங்கள் தம்முடைய பாடத் திட்டங்களையும் பயிற்சி முறைகளையும் திருத்தியமைத்துக் கொள்வது அவசியம்".

கல்லூரி, பல்கலைக்கழகங்களில் அப்போதே 'பிளேஸ்மென்ட்' எனும் தனித்துறை இருந்தன என்றாலும் கூட, அவை என்ன மாதிரியான பணிகளைச் செய்ய வேண்டும் என்று கலைஞர் போட்டுக்கொடுத்த 'பிளான்' இன்றும் பக்காவாகப் பொருந்துகிறது, இல்லையா..?

39. கலைஞர் சிந்தித்த வங்கி..!

இந்தியாவில், மாநிலங்களிடமிருந்து ஒன்றிய அரசுக்குச் செல்லும் வரி வருவாய்ப் பங்கில், கணிசமான அளவு தமிழ் நாட்டினுடையது. ஆனால் நமக்குத் திரும்பக் கிடைப்பது என்னவோ கொஞ்சமே கொஞ்சம். அதனால் மக்கள் நலத் திட்டங்களைச் செயல்படுத்துவதற்கு நிதிப் பற்றாக்குறையும், தேர்தலின் போது அறிவித்த திட்டங்களைச் செயல்படுத்துவதற்குத் தாமதமும் ஏற்படுகின்றன.

இந்தப் பின்னணியில் ஐந்தமிழறிஞர் கலைஞர், ஒரு தீர்வைச் சிந்தித்து முன்வைக்கிறார். அதன்படி ஒன்றிய அரசு நடந்துகொண்டிருந்தால், இந்நேரம் பல மாநிலங்கள் நல்ல வளர்ச்சியை அடைந்திருக்கும்.

1973 அக்டோபர் மாதம், சென்னை ராஜாஜி மண்டபத்தில் நடைபெற்ற அரசு நிதி பொருளாதாரம் பற்றிய அனைத்து இந்திய மாநாட்டில் முதல்வர் டாக்டர் கலைஞர் உரையாற்றினார். அதுதொடர்பான செய்தி 1973 அக்டோபர் 16 ஆம் தேதியிட்ட 'தமிழரசு' இதழில் வெளியாகியுள்ளது. தனது உரையில் கலைஞர் முன்வைத்த சிந்தனைகள் இவை:

"அரசாங்கக் கடன்களைப் பற்றிப் பேசுகிற இந்நேரத்தில் மின் உற்பத்தி மற்றும் நீர்ப்பாசனத் திட்டங்களுக்கான நிதி வழங்குவது பற்றி ஏற்கெனவே தமிழ்நாடு அரசு தெரிவித்திருந்த யோசனையை மீண்டும் வலியுறுத்த விரும்புகிறேன்.

இந்தத் திட்டங்களுக்காக வழங்கப்படும் நிதி ஐந்தாண்டுத் திட்டப் பணிகளுக்காக ஒதுக்கப்படுகிற நிதி அளவுக்குள் அடங்கியதாக இருக்கக் கூடாது. அவற்றுக்கென தனியே நிதி ஒதுக்கப்பட வேண்டும். இதற்கென அனைத்திந்திய அளவில் 'வளர்ச்சி வங்கி' ஒன்று அமைக்கப்பட வேண்டும். அந்த

வங்கியில் மாநில அரசுகளுக்கும் பிரதிநிதித்துவம் இருக்க வேண்டும்.

ஒரு மின் உற்பத்தித் திட்டமோ அல்லது பாசனத் திட்டமோ திறம் மிக்கது என்று புலனானவுடன் இந்த வங்கி அந்தத் திட்டங்களுக்குத் தேவையான நிதியை வழங்குகிற பொறுப்பை ஏற்க வேண்டும். இவ்வாறு செய்வதன் மூலம் குறுகிய காலத்தில் அத்திட்டங்கள் நிறைவேற உதவலாம். இதை விடுத்து இம்மாதிரி திட்டங்கள் மாநில நிதி நிலைமைகளுக்கு உட்பட்டதாகவே இருக்க வேண்டும் என்று சொல்வது குறுகிய கண்ணோட்டமாகும்" என்று சொல்லிவிட்டு, அடுத்ததாக அரசாங்கக் கடன்கள் குறித்துச் சில விஷயங்களைக் கவனப்படுத்துகிறார் தலைவர் கலைஞர். அதில் அவரது பரந்துபட்ட உலக அறிவு வியக்க வைக்கிறது.

"ஆஸ்திரேலியா நாட்டில் உள்ளதுபோல 'கடன் கவுன்சில்' என்ற அமைப்பை இந்நாட்டிலும் ஏற்படுத்தலாம். ஆஸ்திரேலிய கடன் கவுன்சில் அந்நாட்டுத் தலைமை அமைச்சரையும் மாநில முதல்வர்களையும் கொண்டதாக, இருசாராரும் வாக்களிக்கும் உரிமையுடையதாக இருக்கின்றது.

ஒரு மாநிலம் பெறவேண்டிய கடனைப் பற்றி கருத்து வேறுபாடு இக்கழகத்தில் ஏற்படுமானால் ஏற்கெனவே அவர்கள் தங்களுக்குள் வகுத்துள்ள முறைகளின்படியும், ஐந்தாண்டுகளில் ஒரு மாநிலம் வாங்கியுள்ள கடன்களின் அடிப்படையிலும் கடன்தொகை இன்னதென்று நிர்ணயிக்கப்படும்.

பி.வி.ராஜமன்னார் தலைமையில் அமைத்து மத்திய-மாநில உறவுகள் பற்றி ஆராய்ந்த விசாரணைக் குழு, இத்தகைய 'கடன் கவுன்சில்' அமைப்பு இந்தியாவிலும் அமைக்கப்பட வேண்டும் என்று எடுத்துக் கூறியுள்ளது.

இன்றுள்ள நிலையில் வங்கிகள் மத்திய அரசினால் இறுக்கமான கட்டுப்பாட்டிற்கு உட்படுத்தப்பட்டுள்ளன. வங்கிகள் செயல்படுவது பற்றிய கொள்கைகளை உருவாக்குவதில் மாநில அரசுகள் முற்றிலும் கலந்தாலோசிக்கப்பட வேண்டும் என்று நாங்கள் கருதுகிறோம். மாநில அரசுகள் புதிய

முறைகளில் வங்கி நிறுவனங்களை உருவாக்குவதற்கு வாய்ப்புகள் அமைய வேண்டும்.

மக்களின் சேமிப்புகளை திரட்டிப் பயன்படுத்த, மாநில அளவில் காப்புறுதி நிறுவனங்களையும், முதலீட்டுப் பொறுப்பு அமைப்பு அமைப்பதற்கும் வகை செய்வது அவசியம். மாநில அரசுகள் இத்துறையில் முயற்சிகள் எடுக்க வகை செய்தால் மட்டுமே இவை உருவாக முடியும். இதன் மூலம் அரசாங்கக் கடன்களை நிர்வகிப்பதில் செயலாற்றும் சுதந்தரம் ஏற்படும்".

40. கலைஞரும் சமணமும்!

நமது ஐந்தமிழறிஞர் கலைஞர் வாழ்க்கையில் நடந்த நிகழ்ச்சி இது. அவரது சொற்களிலேயே...

“ஒருமுறை, ஒரு பண்டிதர், நான் மாணவனாக இருந்த பொழுது திருவாரூரில் வந்து கதாகாலட்சேபம் நடத்திய போது, ‘சமணர்கள் சைவர்களிடம் தோற்றார்கள்; அப்படித் தோற்றுப் போன சமணர்கள் 8,000 பேரைக் கழுவிலே ஏற்றினார்கள்’ என்று சொன்னார். மாணவனாக அப்போதிருந்த நான் உடனே எழுந்து, “சைவ மதமும், அன்பைப் போதிக்கிற மதம் அல்லவா? சமண மதமும் அன்பைப் போதித்த மதம் அல்லவா! இப்படி அன்பைப் போதிக்கின்ற மதங்களுக்கிடையே தகராறு ஏற்பட்டு அதில் சிலர் தோற்றிருந்தாலும் அன்பைப் போதிப்பதாகச் சொல்கிற சைவ மதத்தினர் சமணர்களைக் கழுவில் ஏற்றலாமா? அன்பு எங்கே போயிற்று?” என்று கேட்டேன். உடனே அந்த பாகவதர், “இந்தச் சின்னப் பையனுக்கு விஷயம் தெரியவில்லை. நான் பாட்டைச் சொல்கிறேன், கேளுங்கள்” என்றார்.

‘எண்பெருங்குன்றத்து எண்ணாயிரவரும் ஏறினார்கள்’ என்ற பாட்டைச் சொல்லிச் சமணர்கள் தாங்களே கழுவில் ஏறினார்கள் என்று பாடிக்காட்டினார். அந்தப் பாட்டு எனக்கு முன்பே தெரிந்திருந்த அக்காரணத்தால் உடனே, நான் திரும்பக் கேட்டேன். “நீங்கள் பாட்டின் கடைசி அடியை மட்டும் பாடிக் காட்டுகிறீர்கள்! நான் முழுமையும் சொல்கிறேன் கேளுங்கள்” என்று,

‘பண்புடை அமைச்ச னாரும்
பாருளோர் அறியும் ஆற்றல்
கண்புடை பட்டு நீண்ட
கழுத்தரி நிறையில் ஏற்ற
எண்பெருங் குன்றத் துஎண்ணா
யிரவரும் ஏறி னார்கள்’.

'ஏற்ற ஏறினார்கள் என்றுதான் பாட்டு இருக்கிறது ஆகவே அவர்கள்தான் சமணர்களைக் கழுவிலே ஏற்றினார்கள் என்று நான் சொன்னேன்".

இந்த நிகழ்ச்சியை அவர், 1974 நவம்பர் 17 ஆம் தேதி, சென்னைப் பல்கலைக்கழக நூற்றாண்டு விழா மண்டபத்தில் நடைபெற்ற வர்த்தமானர் 2500வது நினைவு நாள் விழாவில் தான் ஆற்றிய உரையில் நினைவுகூர்ந்திருக்கிறார். அந்த விழா குறித்த செய்தி, 1974 டிசம்பர் 1 ஆம் தேதியிட்ட 'தமிழரசு' இதழில் வெளியாகியுள்ளது.

அந்த விழாவில் அவர் சமணம் மற்றும் சுயமரியாதை இயக்கம் ஆகியவற்றுக்கிடையே உள்ள ஒற்றுமை குறித்தும் இவ்வாறு குறிப்பிட்டார்:

"... தமிழகத்திலே பெரியார் ராமசாமி அவர்களால் ஆரம்பிக்கப்பட்டு அவர் வழிநின்று பேரறிஞர் அண்ணா அவர்களால் நடத்தப்பட்ட தன்மான இயக்கம்; இன்றைக்கு நாங்கள் ஏற்றுக்கொண்டிருக்கிற சுயமரியாதைக் கொள்கை இவைகள் எல்லாம் வடிவெடுக்கக் காரணமாக இருந்த கொள்கைகளில் சமணக் கொள்கையும் தலையாய கொள்கை என்பதை தெரிவித்துக் கொள்கிறேன்.

சமணக் கொள்கைகளில் முக்கியமானது, 'உலகத்தை ஆண்டவன் படைத்தான்' என்பதை அவர்கள் ஏற்றுக் கொள்ளவில்லை. இன்னும் சொல்லப்போனால் ஒரு மனிதன் தன்னுடைய பாவங்களை எல்லாம் அகற்றிவிட்டால் அவனே கடவுள் ஆகின்றான். இதுதான் சமண மதத்தில் கொள்கை. ஆகவே மனிதனே தன்னைத் தெய்வமாக ஆக்கிக் கொள்ள வேண்டும்; அந்தத் தெய்வம் சிறந்த தெய்வம் என்பது சமண மதத்தின் கொள்கையாகும். அந்தக் கொள்கையோடுதான் இன்றைக்கு இந்த அரசு, 'ஏழையின் சிரிப்பில் இறைவனைக் காண்போம்' என்ற வகையில் பணியாற்றி வருகிறது. மகாவீரர் வர்த்தமானர் எந்தக் கொளை மக்கள் மத்தியில் பரவ வேண்டும் என்று விரும்பினாரோ அந்தக் கொள்கைகளுக்காகப் பாடுபட்டு வருகிறோம்".

41. கலைஞர் எனும் வரலாற்றாசிரியர்!

வரலாற்றுப் பிரியர் கலைஞர் என்று சொன்னால் அது மிகையாகாது. வரலாற்றை விரும்பிப் படித்ததால்தான் அவரால் 'ரோமாபுரி பாண்டியன்' போன்ற படைப்புகளைத் தர முடிந்தது. கடந்த கால வரலாறுகளில் இருந்து பாடம் கற்றுக்கொள்பவரே சிறந்த தலைவராகவும் விளங்க முடியும் என்பதற்கு கலைஞர் ஓர் எடுத்துக்காட்டு. பாடங்களை மட்டுமல்ல... புதிய சிந்தனைகளையும் வரலாறே நமக்கு வழங்கும். அப்படி வரலாற்றிலிருந்து தான் பெற்ற புதிய சிந்தனையைத் தனது உரையில் இப்படி வெளிப்படுத்தினார் கலைஞர்...

"1876 ஆம் ஆண்டில் மிகப் பெரிய வறட்சி தமிழகத்தில் ஏற்பட்டது. அப்போது சென்னை மாநிலத்தை வெள்ளையர் ஆண்டார்கள். வெள்ளை வைஸ்ராய் டெல்லியிலிருந்து ஆட்சி செய்தார். சென்னையில் ஆட்சி செய்த வெள்ளை கவர்னர் டெல்லியிலிருந்து வைஸ்ராய்க்குக் கடிதம் எழுதுகிறார்: "சென்னை மாநிலத்தில் வறட்சி ஏற்பட்டுள்ளது. வறட்சியைச் சமாளிக்க 47 ஆயிரம் ரூபாய் நிதி உதவி செய்யுங்கள்" என்று. அப்போது, சென்னை மாகாணம் என்பது கர்நாடகம், ஆந்திரம், கேரளத்தின் பகுதிகள் ஆகியவை அடங்கிய மாநிலம். அதற்குத் தேவையான 47 ஆயிர ரூபாயைத் தருவதற்கே அந்த வைஸ்ராய் மறுத்திருக்கிறார். இன்று நூறாண்டுகளுக்குப் பிறகு ஏற்பட்டுள்ள இந்த வறட்சியைச் சமாளிக்க 47 கோடி ரூபாய்க்கு மேல் தேவைப்படுகிறது. இதற்குக் காரணம் என்ன?

மக்கள் உற்பத்தி அதிகம் என்பதுதான்!

பணத்தின் மதிப்பு குறைந்துவிட்டது. அதனால்தான் 47 கோடி ரூபாய் என்பது சாதாரணமாகத் தெரிகிறது என்பது

ஓரளவு உண்மை என்றாலும், மக்கள் பெருக்கம் ஏற்பட்டு விட்டதும் முக்கியமான காரணம் என்பதை நாம் மறக்கக்கூடாது. கரன்சிகளை அதிகம் உற்பத்தி செய்யச் செய்ய, பணப் பெருக்கம் அதிகம் ஆக ஆக, நூறு ரூபாய் நோட்டு, பத்து ரூபாய் நோட்டு போல் கருதப்படுகிறதே. அதுபோல, மக்கள் பெருக்கம் அதிகம் ஆக ஆக மக்களின் மதிப்பும் குறைந்துவிடுகிறது. எனவே, ஒன்றிரண்டு குழந்தைகள் இருந்தால் அவர்கள் மதிக்கப் படுவதும், அளவு மீறிப் பிறந்தால் அவர்கள் மதிப்பிழப்பதும் வாடிக்கையாகிவிட்டது. எனவே குழந்தைகள் மதிக்கப்பட வேண்டுமானால், நாம் குடும்பநலத் திட்டத்தை அவசியம் கடைப்பிடிக்க வேண்டும். இந்த விஷயத்தில் ஒவ்வொருவரும் தன்னலம் கருதுதல் தேவை. இந்தத் தன்னலத்தில்தான் தாய்நாட்டின் பொதுநலமே அடங்கியுள்ளது".

1975 ஆம் ஆண்டு போளூரில் ஆரம்ப சுகாதார நிலையத் திறப்பு விழாவில் இவ்வாறு பேசியிருக்கிறார் கலைஞர். இந்த உரை, 1975 மார்ச் 1 ஆம் தேதியிட்ட 'தமிழரசு' இதழில் பதிவாகியுள்ளது.

'ஒரு மாநிலத்தின் பொருளாதார முன்னேற்றத்துக்கு முக்கியத் தடைக்கல்லாக இருப்பது மக்கள் தொகை பெருக்கம் தான். ஆகவே அதைக் கட்டுப்படுத்த வேண்டும்' என்று பல முறை கலைஞர் குறிப்பிட்டிருக்கிறார். இன்று வடக்கில் பல மாநிலங்கள் முன்னேறாமல் இருப்பதற்கும், தெற்கில் உள்ள மாநிலங்கள் பல துறைகளிலும் முன்னேறியிருப்பதற்கும் காரணம் நாம் கடைப்பித்த மக்கள் தொகைக் கட்டுப்பாடுகள் தான். ஆனால் அதுவே இன்று நமக்குப் பெரிய தடைக்கல்லாக மாறிவிடுமோ என்கிற அச்சம் ஏற்பட்டிருப்பதை காலத்தின் கோலம் என்று சொல்வதா அல்லது அரசியலமைப்பின் குறைபாடு என்று கொள்வதா?

42. கலைஞரின் 'டைமிங்'..!

நம் தலைவர் ஐந்தமிழறிஞர் கலைஞருக்குப் பிரமாதமான நகைச்சுவை உணர்வு உண்டு என்பதைப் பலரும் அறிவார்கள். யாரையும் புண்படுத்தாத பல நகைச்சுவைத் துணுக்குகளை எந்த ஒரு திட்டமிடலும் இல்லாமல் அந்தந்த நேரத்தில் 'டக்'கென்று சொல்லி அரங்கைக் குலுங்க வைப்பதில் வல்லவர் என்பதற்குப் பல சான்றுகள் உண்டு.

'ஒரு பானை சோற்றுக்கு ஒரு சோறு பதமாக' இந்த நிகழ்வை நாம் சொல்லலாம். 1975 ஆண்டில் இந்தியா முழுவதுமே உணவுத் தட்டுப்பாட்டில் தவித்தது. அப்போது தமிழ்நாட்டுக்கு தாய்லாந்து நாட்டிலிருந்து அரிசி இறக்குமதி செய்யப்பட்டது. 'அர்கோசி' என்னும் கப்பலில் 9800 டன் அரிசி வந்தது. அதனை ஒன்றிய அரசின் உணவு நிறுவனம் 31.7.75 அன்று தமிழ்நாடு அரசிடம் ஒப்படைத்தது. அந்த நிகழ்வில், உணவு நிறுவன வட்டார மேலாளர் டி.டி.பி.அப்துல்லா, அந்த அரிசியை முதல்வர் கலைஞர் அவர்களிடம் ஒப்படைத்தார்கள். அதற்கு அடையாளமாக விழா மேடையில் ஒரு பொட்டலம் அரிசியை கலைஞர் அவர்களிடம் கொடுத்தார். அந்த நிகழ்வில் கலைஞர் அடித்த 'டைமிங் ஜோக்' அவர் சொற்களிலேயே...

"அடிக்கடி இப்படி வாரம் ஒருமுறை தமிழ்நாட்டுக்கு வெளிநாட்டு அரிசி வருகிற சூழ்நிலையில் இருக்க வேண்டுமென்று உணவு அமைச்சர் மாதயன் அவர்கள் கேட்டுக் கொண்டார்.

இப்போதுள்ள கஷ்ட நிலையில் மட்டும் அடிக்கடி இப்படி வந்தால் போதுமானது என்பதையும், விரைவில் நம்முடைய உணவுப் பற்றாக்குறை நீங்கி, தன்னிறைவு பெற்று, மற்றவர்களுக்கு, கடந்த இரண்டு ஆண்டுகளுக்கு முன்பு நாம்

வாரி வழங்கியதைப் போல ஒரு சூழ்நிலை உருவாக வேண்டுமென்று அனைவரும் எண்ணிக் கொண்டிருக்கிறோம்.

அடுத்த கப்பல் அரிசியும் தமிழ்நாட்டுக்குக் கிடைக்கும். அதற்கு அடுத்த கப்பலும் கிடைக்கும் என்பதற்கான அறிகுறியாகத்தான் முதலில் கொடுத்த அரிசியைப் புகைப்படக்காரர்களின் தாமதத்தால் மீண்டும் அந்த அரிசிப் பொட்டலத்தை என்னிடம் கொடுக்கும் சூழ்நிலை ஏற்பட்டது என்பதை அறிவீர்கள். இதுவே நமக்குத் தொடர்ந்து கிடைக்கும் அறிகுறி" என்று சொல்லி அரங்கை கலகலப்பாக்கினார்.

இந்த நிகழ்வு 1975 ஆகஸ்ட் 16 ஆம் தேதியிட்ட 'தமிழரசு' இதழில் பதிவு செய்யப்பட்டுள்ளது.

43. கலைஞர் காட்டிய முன்னுதாரணம்!

மாநிலத்தின் முதலமைச்சராக எத்தனையோ விஷயங்களில் பல முன்னுதாரணங்களை ஏற்படுத்திச் சென்றவர் நம் தலைவர் கலைஞர். அப்படி அவர் உருவாக்கிச் சென்ற ஒரு 'பிரெசிடென்ஸ்' (precedence) பற்றி இங்கே பார்க்கலாம்...

1989 பிப்ரவரி 6 ஆம் தேதி, தலைமைச் செயலக ஊழியர்கள் சங்கம், நமது முதலமைச்சர் கலைஞர் அவர்களுக்கும், அவரது அமைச்சரவைக்கும் வரவேற்பு விழா ஒன்றை நடத்தியது. அதில் பேசிய சங்கத்தின் செயலாளர் நமச்சிவாயம் ஒரு விஷயத்தை நினைவுகூர்ந்தார். அது அவரது சொற்களிலேயே...

"1974 ஆம் ஆண்டு அப்போதிருந்த ஒரு மாண்புமிகு அமைச்சர் அவர்கள் மரணம் அடைந்துவிட்டபின், அவரது துணைவியார் தனக்கு அந்தக் குடியிருப்பில், தங்கியிருக்கத் தொடர்ந்து அனுமதி அளிக்க வேண்டுமென்று கேட்டுக் கொண்டார்கள்.

கோப்பு, பொதுப்பணித்துறைக்கு வந்தது. பொதுப் பணித்துறையிலே சட்ட திட்டங்களையெல்லாம் ஆராய்ந்து, 'சட்டத்தில் இடம் இல்லை' என்று கூறிவிட்டார்கள். அப்போது இருந்த பொதுப்பணித்துறை அமைச்சர் அவர்கள், அக்கருத்தை ஏற்றுக் கொண்டார்கள். அக்கோப்பு மாண்புமிகு கலைஞர் அவர்களுக்கு வந்தபோது, அதில் அவர்கள் இப்படி எழுதியிருந்தார்கள்.' 'My order in current file No. such and such of 1968 are applicable in this case also'.

துறையிலிருந்தவர்களுக்கு எதுவுமே புரியவில்லை. நாம் இருப்பதோ 1974. மாண்புமிகு முதல்வர் குறிப்பிடுவதோ 1968-இல் உள்ள ஒரு கோப்பினைப் பற்றி. என்ன செய்வது என்று உடனடியாக ஆவணக் காப்பகத்திற்குச் சென்று அந்த

கோப்பினைப் பெற்று வந்த பார்த்தால், நமது முதலமைச்சர் குறிப்பிட்ட அதே பக்கங்கள் 100-101 நடப்புக் கோப்பிலே அப்போதிருந்த எதிர்க் கட்சி உறுப்பினர் ஒருவர் இறந்தபோது, அவருடைய மனைவிக்கு இதைப் போன்ற ஒரு அனுமதி ளயீந-உயைட உயளந ஆக வழங்கப்பட்டிருந்தது. We all go by precedents. But நமக்கு ஞாபகமே இருப்பதில்லை.

நேற்று ஒரு ஃபைல் போடுகிறோம். இன்றைக்கு மறந்து விடுகிறோம். 1988-இல் பொதுப்பணித்துறை அமைச்சராக இருந்தபோது, தான் வெளியிட்ட ஒரு ஆணையை நினைவில் கொண்டு 1974-இல் முதலமைச்சராக இருக்கும்போது குறிப்பிட்டிருக்கிறார் கலைஞர் என்றால், there is no other proof for his extraordinary administrative ability.

1977-இல் அந்தக் கோப்பினைச் சந்தர்ப்பவசமாக நான் பார்த்தபோது, இதுபோன்ற ஒரு நிர்வாகத்திறம் படைத்த, திறம்மிக்க ஒரு முதலமைச்சரிடம் பணியாற்றும் வாய்ப்புக் கிடைக்காதா என்று பல நாட்கள் ஏங்கினேன். அவ்வாறு இவ்வளவு பெரிய ஒரு நிர்வாகத் திறமைமிக்க ஒரு முதலமைச்சரின் கீழ் பணியாற்றுவதை நாங்கள் அனைவரும் மிகவும் பெருமையாகக் கருதுகிறோம்" என்று சொன்னார்.

பிறகு உரையாற்ற வந்த கலைஞர், மேற்குறிப்பிட்ட சம்பவங்களைப் பற்றிப் பேசுகையில், எந்தப் பின்னணியில் தான் அவ்வாறு செயல்பட்டேன் என்று விளக்கினார் இப்படி...

"1968 ஆம் ஆண்டு நான் கையெழுத்திட்ட கோப்பினைப் பற்றி இங்கே குறிப்பிட்டார். ஒரு அமைச்சர் மறைந்தது குறித்தும், அவருடைய குடும்பத்தாருக்கு அவருடைய மறைவிற்குப் பிறகும் ஒரு வீடு அரசினர் தோட்டத்திற்குள்ளே வழங்கப்பட வேண்டும் என்பது குறித்தும் அந்தக் கோப்பில் நான் என்ன எதினேன் என்பது பற்றியும் அவர் இங்கே சொன்னார்.

அந்த அமைச்சர் வேறு யாருமல்ல. எங்கள் தலைவர்களிலே ஒருவரான என்.வி.நடராசன் அவர்கள்தான். அவர் மறைவிற்குப் பிறகு அவருடைய குடும்பத்தார், அவர் இருந்த அந்தப் பெரிய வீடு தேவையில்லை என்றாலும் கூட,

அவர்கள் வாழ்வதற்கு அரசினர் தோட்டத்திலேயே ஒரு சிறிய வீடு தேவை என்றார்கள். 'தருவதற்கு இல்லை' என்று வழக்கம் போலக் கோப்புகளில் குறிப்புகள் எழுதப்பட்டு என்னிடத்திலே வந்தன. அப்போதுதான் அவர்களுக்கு 68 ஆம் ஆண்டு நான் எழுதிய கோப்பினை ஞாபகப்படுத்தினேன்.

அது என்ன கோப்பு என்றால், காங்கிரஸ் இயக்கத்தினுடைய பெரும் தூண்களில் ஒருவராக விளங்கியவர் வரதராஜுலு நாயுடு. அந்தக் கால்த்தில் நாயக்கர், நாயுடு, முதலியார் என்றால், நாயக்கர் என்பது தந்தை பெரியாரையும், முதலியார் என்பது தமிழ்த்தென்றல் திரு.வி.க.வையும், நாயுடு என்பது டாக்டர் வரதராஜுலுவையும் குறிப்பதாகும். அந்த மூவரும்தான் தமிழகத்திலே தேசிய இயக்கத்தை அன்றைக்கு வளர்த்தார்கள். விடுதலை இயக்கத்தின் தானைத் தளபதிகளாக அன்றைக்கு உலவினார்கள்.

அந்த வரதராஜுலு நாயுடு அவர்கள் மறைந்த பிறகு அவருடைய துணைவியார் ருக்மணி அம்மாள் அவர்கள், அரசினர் தோட்டத்திலே அரசுக்குச் சொந்தமான ஒரு வீட்டில் வாழ்ந்து வந்தார்கள். அந்த வீட்டை அவர் காலி செய்ய வேண்டும் என்று ஆணையிடப்பட்ட கோப்பு ஒன்று என்னிடத்திலே வந்தது. நான் அதில் கையெழுத்திட்டிருந்தால், அவர்கள் உடனடியாகக் காலி செய்துவிட்டுச் சென்றிருக்க வேண்டும். "ருக்மணி அம்மாள் அவர்களுடைய கணவர் வரதராஜுலு நாயுடு அவர்கள் தேசத்தியாகி. அவருடைய துணைவியார் அங்கிருந்து விரட்டப்படுஅது முறையல்ல. எனவே அவருடைய ஆயுட்காலம் வரையில் உரிய வாடகையைச் செலுத்தி அரசினர் தோட்டத்திற்குள் அந்த வீட்டிலேயே அவர்கள் வாழட்டும்" என்று நான் குறிப்பு எழுதினேன். இதுதான் 1968-இல் நான் எழுதிய குறிப்பு".

இந்த உரைகள், 1989 பிப்ரவரி 16 ஆம் தேதியிட்ட 'தமிழரசு' இதழில் வெளியாகியுள்ளன.

44. 'மாமன்னன்' கலைஞர்!

உலகத் திரையரங்குகளில் வெற்றிகரமாக ஓடிக் கொண்டிருக்கிறது 'மாமன்னன்' திரைப்படம். அதுவும், இடைவேளைக் காட்சியாக வரும் 'நாற்காலியில் அமரும்' காட்சிக்குப் பலத்த கைதட்டல்கள் கிடைக்கின்றன.

இதேபோன்றதொரு கௌரவத்தை நகர் மன்றத் தலைவர்களுக்கு கலைஞர் ஏற்படுத்திக் கொடுத்த வரலாற்றைக் கொஞ்சம் அறிந்துகொள்ளலாமா..?

1989 பிப்ரவரி 7 அன்று, சென்னை ராஜாஜி மண்டபத்டில் நகர் மன்றத் தலைவர்கள் மாநாடு நடைபெற்றது. 98 நகராட்சித் தலைவர்களும், 8 நகர்ப்புற நகரியங்களின் தலைவர்களும் இந்த மாநாட்டில் கலந்துகொண்டனர். அதுபற்றிய செய்தி 1989 பிப்ரவரி 16 ஆம் தேதியிட்ட 'தமிழரசு' இதழில் வெளியாகியுள்ளது. அந்த நிகழ்வில் கலைஞர் ஆற்றிய உரையின் சில பகுதிகள்...

"அதிகாரங்கள் பறிக்கப்பட்டதாக இங்கே பேசிய நகர்மன்றத் தலைவர்கள் எல்லாம் எடுத்துக் காட்டினார்கள். அதிகாரம் பறிக்கப்பட்டதுகூட அவ்வளவு பெரியதல்ல. நகர்மன்றத் தலைவர்களுடைய கௌரவமே பறிக்கப்பட்டிருக்கிறது என்பதுதான் மிக முக்கியம்.

நான் முதலில் உங்களுக்கு உறுதி அளிக்கிறேன். பறிக்கப்பட்ட கௌரவம் உங்களுக்கு மீண்டும் வழங்கப்படும்.

நாடாளுமன்ற உறுப்பினர்கள் வந்து பக்கத்திலே அமர்ந்து கொள்ளலாமா என்ற கேள்வியை இங்கே எழுப்பினார்கள். சட்டமன்ற உறுப்பினர்களுக்கென்று, நாடாளுமன்ற உறுப்பினர்களுக்கென்று தனி உரிமைகள் தனிப்பணி அவர்களுடைய தொகுதிகளைப் பொறுத்து இருக்கின்றன.

அவர்கள் நகர்மன்றத் தலைவர்களையோ, ஊராட்சி ஒன்றியத் தலைவர்களையோ, ஊராட்சித் தலைவர்களையோ, பேரூராட்சித் தலைவர்களையோ அல்லது நகரியத் தலைவர்களையோ அணுகி, அவர்களும் துணை நின்று நகரை வளப்படுத்த, ஊரை வளப்படுத்த, ஒத்துழைப்பதில் எந்த விதமான மறுப்பும் கிடையாது. அதிலே இருவேறு கருத்துகளுக்கு இடமேயில்லை. ஆனால் அவர்களுக்குப் பக்கத்திலே நாற்காலி போட வேண்டும். அப்படிப் போட்டால்தான் ஏற்றுக் கொள்ளப்படும் என்றெல்லாம் விதிகளோ அல்லது சட்டங்களோ செய்வது அவர்களுடைய மதிப்பைக் குறைக்கின்ற ஒன்றாகும்.

நான், நகர்மன்றத் தலைவர்களும் ஒன்றியத் தலைவர்களும் தேர்ந்தெடுக்கப்பட்டபொழுது, திருச்சியில் என்னுடைய இயக்கத்தைச் சேர்ந்தவர்களை மாத்திரம் அழைத்து அறிவுரைகளைக் கூறியபொழுது சொன்னேன். "என்னையோ கட்சியினுடைய தலைவர்களையோ அடிக்கடி வரவேற்பு நிகழ்ச்சிகளுக்கு அழைக்காதீர்கள். மக்களுக்கு ஆற்ற வேண்டிய பணிகளைச் செய்யுங்கள். நேரத்தை வரவேற்பு விழாக்களுக்குச் செலவழிக்காதீர்கள்" என்று கேட்டுக் கொண்டேன். அதையும் மீறிச் சில இடங்களில் ஒன்றிரண்டு அழைப்புக்கள் தவிர்க்க முடியாதவைகளாக ஆனபொழுது, சில படத்திறப்பு நிகழ்ச்சிகளுக்கு அழைக்கப்பட்டபொழுது, நான் மேடைக்குச் செல்லும்பொழுது எனக்கு என்று ஒரு தனி நாற்காலி அங்கே போடப்பட்டிருக்கும். நான் அந்த நாற்காலியில் நகராட்சித் தலைவரை அமரவைத்துவிட்டு ஒரு சாதாரண நாற்காலியில் பக்கத்திற்கும் பக்கத்தில் போய் உட்கார்ந்து அவர்களுக்குத் தர வேண்டிய கௌரவத்தை எதிர்க்கட்சித் தலைவனாக இருந்து எப்படித் தர முடியுமோ அப்படித் தந்திருக்கிறேன்.

எனவே எதிர்க்கட்சியிலிருந்தே அந்தக் கௌரவத்தை அவர்களுக்கு வழங்க முடிந்தது என்றால், உங்கள் தயவால் தமிழ்நாட்டு மக்கள் தயவால், ஆளுகின்ற பொறுப்பை ஏற்று இருக்கின்ற நேரத்தில் நிச்சயமாக அந்தக் கௌரவம் உங்களுக்கு வழங்கப்படும் என்பதை மீண்டும் ஒருமுறை நான் இங்கே தெரிவிக்கக் கடமைப்பட்டிருக்கிறேன்".

அதேபோல கலைஞர் தன்னைச் சந்திக்க வருபவர்களை எழுந்து நின்றுதான் வரவேற்பாராம். அப்படி ஒருமுறை காங்கிரஸ் தலைவர் பீட்டர் அல்போன்ஸ், முதலமைச்சர் கலைஞரை அவரது அலுவலகத்தில் சந்தித்தபோது, தான் அவரை விட வயதில் இளையவராக இருந்தபோதும் எழுந்து நின்று வரவேற்றாராம். அதுகுறித்து அல்போன்ஸ் கேட்டபோது, "இது பெரியார் எங்களுக்குச் சொல்லிக் கொடுத்த பாடம்" என்று சொன்னாராம். எல்லாரையும் சமமாக நடத்த வேண்டும் என்பதுதான் சமூக நீதியின் அடிப்படை. கலைஞர் அந்த அடிப்படையைச் சரியாகப் புரிந்துகொண்டதில் வியப்பென்ன..?

45. அரசு ஊழியருக்கு கலைஞரின் கரிசனம்!

மக்களுக்கு எண்ணற்ற நலத் திட்டங்களைக் கொடுத்த நம் தலைவர் கலைஞர், அரசு ஊழியர்களை மட்டும் கவனிக்காமல் விட்டுவிடுவாரா என்ன? மக்களிடம் கலைஞர் காட்டும் பரிவு ஒரு தாய் தன் குழந்தையிடம் காட்டும் அன்பைப் போன்றது. ஆனால் அவர் அரசு ஊழியர்களிடம் காட்டிய பரிவு, அந்தக் குழந்தையிடம் ஆசிரியர் காட்டும் கண்டிப்பைப் போன்றது. கண்டித்தாலும், அந்தக் குழந்தை ஒழுக்கமாக இருந்தால், உச்சிமுகரும் ஆசிரியரைப் போல, அரசு ஊழியர்களைக் கண்டிக்க வேண்டிய நேரத்தில் கண்டித்தும், கவனிக்க வேண்டிய நேரத்தில் கவனித்தும் வந்தார் நம் தலைவர். அதற்கு ஓர் எடுத்துக்காட்டு இது:

1989 ஜூன் 30 ஆம் தேதி, சென்னை வள்ளுவர் கோட்டத்தில் நடைபெற்ற தமிழ்நாடு அரசு அலுவலர் ஒன்றியத்தின் 53வது மாநில மாநாட்டில் கலைஞர் ஆற்றிய உரையின் சில பகுதிகள் இங்கே...

"...நீங்கள் அதிகமாக கையொலி செய்ததே, சனிக்கிழமை விவகாரத்திலேதான். ஆனால் அதற்கு நான் விளக்கம் தர விரும்புகிறேன். உங்களுக்குத் தெரியாத விளக்கமல்ல. மத்திய அரசு அலுவலாளர்கள் இப்போது காலை 9 மணி முதல் மாலை 5.30 மணி வரையிலே பணியாற்றுகிறார்கள். எனவே மாதம் ஒன்றுக்கு சுமார் 160 மணி நேரம் அவர்கள் பணியாற்றுகிறார்கள்.

நீங்கள் மத்திய அரசு அலுவலர்களுக்குச் சமமான ஊதிய உயர்வு கேட்டீர்கள். ஆனால் அவர்கள் 160 மணி நேரம் பணியாற்றுகிறார்கள். மாநில அரசு அலுவலாளர்கள் இப்போது காலை 10 மணி முதல் மாலை 5.30 மணி வரை

பணியாற்றுகிறார்கள். அதாவது அரை மணி நேரம் இடைவேளை போக ஏழு மணி நேரம்தான் பணியாற்றுகிறீர்கள். இந்த வகையிலே மாதம் ஒன்றுக்கு 140 மணி நேரம்தான் நீங்கள் பணியாற்றுகின்றீர்கள்.

ஆக 20 மணி நேரம் மாநில அரசு அலுவலர்கள் குறைவாகப் பணியாற்றியதாலும், இப்போது மத்திய அரசு அலுவலர்களுக்கு சமமான ஊதியம் அளிப்பதாலும், சனிக்கிழமை விடுமுறைவிட முடியாத நிலை ஏற்பட்டது. நீங்களே தயவுசெய்து எண்ணிப் பார்க்க வேண்டும். முதலமைச்சர் ஞாயிற்றுக்கிழமையிலே பணியாற்றவில்லையா என்றெல்லாம் இங்கே பேசியவர்கள் சுட்டிக் காட்டினார்கள்.

...இருந்தாலும் உங்களுக்கு நான் கூற விரும்புகிறேன். ஒரு நாளைக்கு ஒரு மணி நேரம் அதிகமாக வேலை செய்தால் கூட, இன்றைக்கு பொது மக்களுக்கு, வாரத்திலே இரண்டு நாள் விடுமுறை வந்து விடுகின்ற காரணத்தால் அவர்கள் அரசு அலுவலகங்களை நாடி தங்களுடைய குறைகளைத் தெரிவிக்கவோ தங்களுடைய தேவைகளை நிறைவு செய்து கொள்ளவோ முடியாமல் கஷ்டப்படுவதை நீங்கள் மறந்து விடக்கூடாது.

இன்னொன்றையும் சொல்கிறேன். ஒரு நாள் உங்களுக்கு விடுமுறை இருந்தால்தான் நல்லது. அதிகச் சம்பளத்தையும் கொடுத்து இரண்டு நாள் விடுமுறையும் கொடுத்தால் நீங்கள் வீணாக அந்தப் பணத்தைச் செலவு செய்துவிடுவீர்கள் (சிரிப்பு). வேலைக்கு கணவனை அனுப்பி விட்டு வீட்டிலே இருக்கின்ற பெண்கள் கூட அநாவசதியமாகச் செலவாகிறதே என்று வருத்தப்படுவார்கள். எனவே அந்தச் சகோதரிகளுக்காக நான் வாதாட வேண்டியவனாக இருக்கிறேன்".

இவ்வாறு சொல்லிவிட்டு, அந்த மேடையிலேயே சத்துணவுத் திட்டத்தில் பணியாற்றும் பெண்களுக்கு முழு ஊதியத்துடன் கூடிய மூன்று மாத பிரசவ கால விடுமுறை அறிவிப்பை வெளியிட்டார். அடுத்ததாக அவர் சொன்னதுதான் 'ஹைலைட்'...

"ஐந்தாவது ஊதியக் குழுவின் பரிந்துரைக்கு முன்னால் ஒரு மாதத்தில் மூன்று முறை அனுமதியுடனும், அனுமதியில்லாமலும் ஒரு மணி நேரம் தாமதமாக வர விதிகளில் வழி இருந்தது. இப்பொழுது அந்த வழி அடைக்கப்பட்டது. மீண்டும் அந்த வழி உங்களுக்குத் திறந்து விடப்படுகிறது (கைதட்டல்). நீங்கள் எப்போது வேண்டுமானாலும் தாமதமாக வாருங்கள். உங்கள் பாடு, தமிழ்நாட்டு மக்கள் பாடு, அவ்வளவுதான். ஆனால் ஒன்று, நான் இப்போது அறிவிக்கின்றேன். யாரையும் கலந்து கொண்டு கூட அல்ல. யார் ஆண்டு முழுவதும் ஒரு நாள் கூட தாமதமில்லாமல் அலுவலகத்திற்கு வருகிறார்களோ அவர்களுக்கு எல்லாம் தமிழ்நாடு அரசின் சார்பில் பதக்கங்கள் வழங்கப்படும் (கைதட்டல்)".

இந்த நிகழ்ச்சி தொடர்பான செய்தி, 1989 ஜூலை 16 ஆம் தேதியிட்ட 'தமிழரசு' இதழில் பதிவு செய்யப்பட்டுள்ளது.

46. 'உதைத்த காலுக்கு முத்தம்!'

தமிழினத் தலைவர் கலைஞர் அவர்கள், ஈழப் போராட்ட விஷயத்தில் இன்றும் பலரது மனங்களில் தவறாகவே புரிந்துகொள்ளப்பட்டிருக்கிறார் என்பதற்கு ஒரு சான்று இது....

1989 ஜூலையில், அமிர்தலிங்கம், யோகேஸ்வரன், உமா மகேஸ்வரன் உள்ளிட்ட ஈழத் தமிழர்களுக்காகப் போராடி வந்த பல்வேறு இயங்கங்களைச் சேர்ந்த தலைவர்கள் இலங்கையில் அடுத்தடுத்து கொல்லப்பட்டார்கள். அவர்களுக்கான இரங்கல் கூட்டம் ஜூலை 19 ஆம் தேதி சென்னையில் நடைபெற்றது. அதுதொடர்பான செய்தி, 1989 ஆகஸ்ட் 1 ஆம் தேதியிட்ட 'தமிழரசு' இதழில் வெளியிடப்பட்டுள்ளது. அப்போது கலைஞர் அதில் கலந்துகொண்டு ஆற்றிய உரையிலிருந்து சில பகுதிகள்...

"...இலங்கையிலே உள்ள தமிழீழ மக்களுடைய நல்வாழ்வு ஒன்றுதான் நமது குறிக்கோள். இதிலே எந்தப் போராளிகளின் இயக்கத்தின் பக்கம் நாம் இருக்கிறோம் என்பதைவிட, எந்தப் போராளி இயக்கம் நம்மை நாடி வருகின்றது என்பதைவிட, எந்தப் போராளி இயக்கம் நாம் தேடிப் போனாலும் கண்ணில் படாமல் ஓடிப் போகின்றது என்பதைவிட, எல்லாப் போராளி இயக்கங்களுமே அவர்களிடையே ஒற்றுமை இல்லாவிட்டாலுங்கூட, உரிமைக்காக, விடுதலை வேட்கைக்காகப் போர் முனையில் நிற்கின்ற காரணத்தால் அவர்கள்பால் தமிழ்நாட்டு மக்களுடைய அன்பும் ஆதரவும் நிரந்தரமாக இருக்க வேண்டும், அதற்குச் சிறு ஊனமும் ஏற்பட தி.மு.கழகம் காரணமாக இருத்தல் ஆகாது என்ற அழுத்தந்திருத்தமான கருத்தை நாங்கள் அனைவரும் சிந்தித்துச் செயல்படுத்துகின்ற வகையிலேதான் இத்தனை ஆண்டுக் காலமும் நடந்து வருகிறோம் என்பதை,

தமிழ்நாட்டிலே உள்ள அனைவரும், அரசியல் காழ்ப்புணர்வின் காரணமாக சிலர் மறுத்தாலும்கூட, நன்றாகவே உணர்வீர்கள்.

இவ்வளவு காலம் அவர்களுக்காக இலங்கைத் தமிழர்களுக்காக தமிழீழத்து மக்களுக்காக எத்தனையோ போராட்டங்களை நடத்தி, எத்தனையோ தியாகங்களைச் செய்து, எத்தனையோ பேர் தீக்குளித்து, தி.மு.கழகம் அரும்பணியாற்றியிருந்தும்கூட, இன்னமும் என்னதான் உதைத்தாலும், உதைத்த காலுக்கு முத்தம்தான். ஏனென்றால் உதைக்கின்ற கால் எங்கள் குழந்தையின் கால் என்கின்ற அந்த அளவிலே கருதுகின்ற இந்த இயக்கத்தினுடைய அழைப்பை, இந்த இயக்கத்தின் கருத்தை ஏற்றுக் கொள்வதற்குப் போராளி இயக்கத்தின் தலைவர்கள் தயாராக இல்லை. அதற்கு எந்தப் பதிலும் இல்லை".

ஆம்... 'கருப்பு யூலை'யை நினைவில் கொள்ளும் இலங்கைத் தமிழர்கள், கலைஞரின் கருத்துகளைச் சிந்தித்துப் பார்க்க வேண்டும். 'உதைக்கிற காலைத் தன் குழந்தையின் காலாக' நினைக்கும் மனம் கலைஞரைத் தவிர வேறு எந்தத் தலைவனிடம் இருந்தது?

47. நலத்திட்ட விழாக்கள் ஏன்?

ஒரு கட்சி, தேர்தலில் அறிவிக்கப்படும் வாக்குறுதிகளை, அது ஆட்சிக்கு வந்தவுடன் சட்டங்களாகவோ, திட்டங்களாகவோ செயல்படுத்துகிறது. 'இந்தா... இந்த சீட்டைக் கொண்டு போய் அந்த ஆபீசுல காமிச்சு வாங்கிக்க' என்கிற ரீதியில் பெரும்பாலான மக்கள் நலத்திட்டங்கள் அமைந்துவிடுவதில்லை. அப்படி ஒரு திட்டத்தைச் செயல்படுத்திடவும் முடியாது.

முதலில் அப்படி ஒரு திட்டம் இருப்பதை மக்களுக்குத் தெரிவிக்க வேண்டும். அப்போதுதான் மக்களுக்கு விழிப்புணர்வு ஏற்பட்டு, ஒரு திட்டத்தைப் பற்றி அறிய தகுந்த அரசு அலுவலகங்களை நாடிப் பயன்பெற முடியும். இதைப் பின்னணியாகக் கொண்டு அமைந்தவைதான் நலத்திட்ட விழாக்கள். இத்தகைய விழாக்களை அறிமுகப்படுத்தியதன் பெருமை திராவிட முன்னேற்றக் கழகத்துக்கே உரியது.

இதுதொடர்பாக 1989 ஆகஸ்ட் 17 ஆம் தேதி, கன்னியாகுமரி மாவட்டம் நாகர்கோயிலில் நடைபெற்ற நலத் திட்டங்கள் வழங்கும் விழாவில் கலந்துகொண்டு நம் தலைவர் கலைஞர் ஆற்றிய உரையின் சில பகுதிகள் இங்கே. இவை 1989 அக்டோபர் 1 ஆம் தேதியிட்ட 'தமிழரசு' இதழில் வெளியாகி யுள்ளன.

“நலிவுற்றவர்களுக்குப் பல நல்வாழ்வுத் திட்ட உதவிகளை வழங்குவதிலும், புதிய திட்டங்களுக்கு அடிக்கல் நாட்டுவதிலும் பெரு மகிழ்ச்சி அடைகிறேன். 16 கோடி ரூபாய் மதிப்பிலான திட்டங்கள் அறிவிக்கப்படுவதையும், ஒரு கோடி ரூபாயில் 2 ஆயிரம் பேர்களுக்கு உதவி அளிப்பதையும் இங்கு ஒரு விழாவாக நடத்துவது, விளம்பரத்திற்காக அல்ல. அரசு சார்பில் செயல்படுத்தப்படும் திட்டங்கள் ஏழை எளிய மக்களுக்குத்

தெரிய வேண்டும் என்பதற்காகத்தான். இன்று கூட தலைமைச் செயலகத்திற்குச் செல்லும் போதும் சரி, திரும்பி வரும் போதும் சரி... ஆயிரக்கணக்கான மனுக்கள் என்னிடம் தரப்படுகின்றன. அவைகளில் பெரும்பாலானாவை 'முதியோர் ஓய்வூதியம் இன்னும் கிடைக்கவில்லை', 'கர்ப்பிணிகளுக்கு உதவித் தொகை கிடைக்கவில்லை', '18 வயது பூர்த்தி அடைந்த பல பெண்கள் திருமணம் செய்ய வழி இல்லாமல் அவதிப் படுகிறோம்' என்பன போன்றவைகளாகும். அவர்கள் தலைமைச் செயலகம் வந்து மனுக்கள் தருவதற்குக் காரணம் அவர்கள் இன்னும் யாரை அணுகினால் அந்த உதவிகள் கிடைக்கும் என்பது தெரியாமல் இருப்பதுதான். இது போன்ற விழாக்கள் மூலம் அந்த ஏழை எளிய மக்கள் உதவிகளைப் பெற முடியும் என்பதால்தான் இது போன்ற விழாக்கள் நடத்தப் படுகின்றன. ஒவ்வொரு மாவட்டத்திலும் இதுபோன்ற விழாக்கள் நடத்தப்பட்டு அந்த விழாவில் அரசியல் கட்சியினர் அனைவரும் கலந்து கொள்ளும் வகையில் ஏற்பாடுகள் செய்யப்படுகின்றன" என்று சொல்லிவிட்டு மிகவும் முக்கியமான விஷயத்தைக் கவனப்படுத்துகிறார் கலைஞர்.

இன்றைக்கு 'டாஸ்மாக் வருமானத்தின் மூலம்தான் தமிழ்நாடு கஜானா இயங்குகிறது' என்று சிலர் விமர்சிக்கிறார்களே, அதற்கு கலைஞர் அன்றே பதில் தந்திருக்கிறார் இப்படி:

"இந்த அரசு ஆட்சிப் பொறுப்பேற்ற உடன் பாலைவனத்தில் பயணம் செய்யும் நிலை ஏற்பட்டுள்ளது என்று கூறினேன். இன்று நலிவடைந்த ஏழை எளிய மக்களுக்குப் பல்வேறு திட்டங்களை நிறைவேற்றி வருகிறோம். மத்திய அரசு ஊழியர்களுக்கு ஊதியம் வழங்குவதன் மூலம் 427 கோடி ரூபாய் கூடுதல் செலவாகும். ஆண்டிற்கு ஐந்து முறை ஐந்து கிலோ இலவச அரிசி வழங்குவதன் மூலம் 40 கோடி ரூபாயும், இலவச வேட்டி, சேலை வழங்குவதற்கு 30 கோடி ரூபாயும், ஏழைக் குழந்தைகளுக்கு உண்மையான சத்துணவு வழங்கும் பொருட்டு மாதம் இருமுறை முட்டை வழங்குவதற்கு 12 முதல் 15 கோடி ரூபாயும் செலவாகிறது. இந்த திட்டங்களைச் செயல்படுத்த பணம் எப்படி வந்தது என்று கேட்கிறார்கள்.

அன்னிய நாட்டு வகை இந்தியாவில் தயாரிக்கும் மதுவுக்குப் போடப்பட்ட சட்ட திட்டங்கள், ஆயத் தீர்வை மூலம் கடந்த ஆண்டு இந்த அரசுக்கு 120 கோடி ரூபாய் கிடைத்தது. அதில் இருந்த ஓட்டை உடைசல்களையெல்லாம் சீர்படுத்தியதன் காரணமாக ஆயத்தீர்வை மூலம் 320 கோடி ரூபாய் இப்பொழுது கிடைத்துள்ளது. 200 கோடி ரூபாய் முன்பு எப்படிப்போனது, என்ன ஆனது என்ற கேள்விக்கே போகாமல் அந்தக் கேள்வியையும் பதிலையும் உங்களுக்கே விட்டுவிடுகிறேன்".

48. கலைஞரின் கூட்டுறவுச் சிந்தனை!

கூட்டுறவு அமைப்பு குறித்து நம் தலைவர் ஐந்தமிழறிஞர் கலைஞர் கூறிய உவமை இது...

"கூட்டுறவுத்துறை என்பது பேரறிஞர் அண்ணா அவர்களால் பெரிதும் பாராட்டப்பட்ட ஒரு துறை, போற்றப்பட்ட ஒரு துறை. நான் இதற்கு முன்பு முதல்வராகப் பொறுப்பேற்ற நேரத்தில் புதுக்கோட்டையில் ஒரு கூட்டுறவு வங்கியின் விழாவிலே கலந்துகொண்ட போது சொன்னேன். கூட்டுறவிற்குச் சின்னமாக வானவில்லின் வண்ணத்தை நாம் அமைத்துக் கொண்டிருக்கிறோம். பல வண்ணங்கள் ஒன்று கூடியிருப்பதைப் போல, இந்தக் கூட்டுறவு இருக்க வேண்டும். அதிலே காணுகின்ற அந்தப் பொலிவும் எழிலும் இந்தக் கூட்டுறவுத் துறையிலேயும் இருந்திட வேண்டும் என்பதை, சுட்டிக் காட்டிவிட்டு ஒன்றைச் சொன்னேன்.

கூட்டுறவு என்பது காகங்கள் கூடி, இருப்பதைப் பகிர்ந்து கொண்டு போவது அல்ல. கூடுவது, காகங்கள் கூடுவதைப் போல இருக்கக் கூடாது. கூட்டுறவு மேகங்கள் கூடுவதைப் போல இருக்க வேண்டும். மேகங்கள் கூடுவது மழைகளைத் தருவதற்காக. மக்களுக்கு நன்மைகளைக் கொடுப்பதற்காக கூட்டுறவு இருக்க வேண்டும் என்ற கருத்தை அன்றைக்கே நான் தெரிவித்திருக்கிறேன். அந்த வகையிலே இந்த ஆட்சியில் கூட்டுறவுத் துறை நல்ல முறையில் செயல்படும்".

1989 ஆகஸ்ட் 28 அன்று சேலம் மத்தியக் கூட்டுறவு வங்கியின் பலமாடி புதிய கட்டடத்தைத் திறந்து வைத்து அன்றைய முதல்வர் கலைஞர் ஆற்றிய உரையின் ஒரு பகுதி இது. 1989 நவம்பர் 16 ஆம் தேதியிட்ட 'தமிழரசு' இதழில் இந்தச் செய்தி வெளியாகியுள்ளது.

49. வைரங்களைப் பாராட்டிய மேதை!

1989 டிசம்பர் 14 அன்று நடந்த அண்ணாமலைப் பல்கலைக்கழக வைர விழாவில் பேசிய தலைவர் கலைஞர் சுவாரஸ்யமான தகவல் ஒன்றைச் சொல்லி நிகழ்ச்சியை கலகலப்பாக்கினார். அதுதான் இது:

"புரட்சிக் கவிஞர் பாரதிதாசன் நல்ல குடும்பத்தைப் பல்கலைக்கழகத்தோடு ஒப்பிட்டு, 'நல்ல குடும்பம் ஒரு பல்கலைக்கழகம்' என்று கூறினார். அப்படிப்பட்ட ஒரு நல்ல குடும்பம் ஒரு பல்கலைக்கழகத்தை உருவாக்கி இருக்கின்றது என்றால், அதற்குப் பெயர்தான் அண்ணாமலைப் பல்கலைக்கழகம்.

இந்தப் பல்கலைக்கழகத்தினுடைய சிறப்புகளை அடையாளப்பூர்வமாக உங்களுக்குச் சொல்ல வேண்டுமானால், இப்பல்கலைக்கழகத்தில் முதல்தர மாணவராக விளங்கியவர் இன்றைக்கு இந்திய நாட்டின் குடியரசுத் தலைவராக (ஆர்.வெங்கட்ராமன்) அமைந்திருக்கிற காட்சியைக் காணுகிறீர்கள். இந்தப் பல்கலைக்கழகத்திலே வரலாற்றுத் துறையிலே விரிவுரையாளராகப் பணியாற்றியவர் இன்றைய தமிழக ஆளுநராக (பி.சி.அலெக்சாண்டர்) இந்த மேடையிலே அமர்ந்திருக்கின்ற காட்சியைக் காணுகிறீர்கள். இந்தப் பல்கலைக்கழகத்திலேயிருந்து புரட்சிக் கவிஞர் பாரதிதாசனின் அழைப்பை ஏற்று 'பூட்டிய இரும்புக் கூட்டின் கதவு திறந்தது. சிறுத்தையே வெளியே வா' என்பதற்கேற்ப மாணவனாக வெளியில் வந்த பேராசிரியர் அன்பழகன் அவர்கள் கல்வி அமைச்சராக வீற்றிருக்கின்ற காட்சியைக் காணுகின்றீர்கள். எனக்கு இந்தப் பல்கலைக்கழகத்தோடு என்ன தொடர்பு என்றால், அவர்களோடெல்லாம் எனக்குத் தொடர்பு. எனவே,

இந்தப் பல்கலைக்கழகத்தோடு எனக்கும் தொடர்பு இருப்பதாக நான் எண்ணிக் கொள்கிறேன்".

அந்தப் பட்டதாரிகளுக்கு மத்தியிலே பள்ளிப் படிப்பைக் கூட முடிக்காத கலைஞர் கம்பீரமாக அமர்ந்திருந்தார். ஏனென்றால், அண்ணாமலைப் பல்கலைக்கழகத்தால் பல ஆண்டுகளுக்கு முன்பே 'டாக்டர்' பட்டம் பெற்றது, அந்தக் கூட்டத்தில் அவர் மட்டும்தான்.

இந்த நிகழ்ச்சி குறித்த செய்தி 1990 ஜனவரி 1 ஆம் தேதியிட்ட 'தமிழரசு' இதழில் வெளியானது.

50. கலைஞரின் மொழி ஆய்வு!

'பிரிவினை வாதம் பேசும் கட்சிகளைத் தடை செய்வேன்' என்று அன்றைய பிரதமர் இந்திரா காந்தி சொன்னதுதான் தாமதம். அடித்துப் பிடித்துத் தன் கட்சிப் பெயரை 'அனைத்து இந்திய அண்ணா திராவிட முன்னேற்றக் கழகம்' என்று மாற்றிய 'புரட்சி' (?) தலைவர்தான் எம்.ஜி.ஆர். 'அப்படியெல்லாம் கட்சிப் பெயரை மாற்றத் தேவையில்லை' என்று உறுதியாக, துணிச்சலாக நின்றவர் ஐந்தமிழறிஞர் நம் தலைவர் கலைஞர்.

இந்த "அனைத்திந்திய', 'அகில இந்திய' போன்ற சொற்களைக் குறித்து அவர் செய்த மொழி ஆய்வு பற்றிய பதிவு இது. 1989 டிசம்பர் 22 அன்று சென்னை தீவுத் திடலில் நடைபெற்ற 'இந்திய சுற்றுலாப் பொருட்காட்சி'யைத் தொடங்கி வைத்து அன்றைய முதல்வர் கலைஞர் ஆற்றிய உரையின் சில பகுதிகள் இங்கே...

"இந்தப் பொருட்காட்சியை 'அகில இந்தியச் சுற்றுலா மற்றும் தொழிற் பொருட்காட்சி என்று நாம் அழைக்கின்றோம். வரவேற்புரையிலே சுற்றுலாத் துறைச் செயலர் குறிப்பிட்டதைப் போலவும், தலைமை உரையிலே சுற்றுலாத் துறை அமைச்சர் அவர்கள் எடுத்துக் காட்சியதைப் போலவும், இந்தப் பொருட்காட்சி அகில இந்திய துற்றுலாப் பொருட்காட்சி என்ற தலைப்பில் நடத்தப்பட்டு வருகின்றது. இங்கே என்னுடைய நண்பர் புலவர் நன்னன் அவர்கள் இருக்கிறார்கள். அவர்கள் அண்மையிலே தான் இந்த அகில இந்தியா என்பது குறித்தும், அனைத்து இந்தியா என்பது குறித்தும் ஒரு ஆராய்ச்சியைப் பத்திரிகையிலே எழுதியிருந்தார்கள். அதனைப் படித்துப் பார்த்தேன்.

'அகில இந்தியா' என்று சொல்வது சரியா? அல்லது 'அனைத்து இந்தியா' என்று சொல்வது சரியா? என்று கேள்விக்கு என்னைப் பொறுத்தவரையில் எனக்குக் கிடைத்த விடை இரண்டுமே சரியில்லை என்பதுதான்.

'அகிலம்' என்றால் உலகம். அகில இந்தியா என்று சொல்லும்போது, உலக இந்தியா என்றாகிறது. எனவே அகில இந்தியா என்பது இதுவரையில் ஒரு தவறான பொருளில் பயன்படுத்தப்பட்டு வந்திருக்கின்றது. அகிலம் என்றால் உலகம் என்பதற்கு நான் புதிய உதாரணங்களைத் தேடித் தர விரும்பவில்லை. உங்களிலே பலருக்குப் பழக்கப்பட்ட ஆதாரத்தையே சொல்கிறேன். 'அகிலாண்டேஸ்வரி' என்று வணங்குகின்ற தெய்வத்தைக் குறிப்பிடும்போது உலகத்திற்கே அவள் தேவி என்கின்ற அந்தக் கருத்திலேதான் அகிலம் என்ற சொல் பயன்படுத்தப்படுகின்றது. எனவே அகில இந்தியா என்று சொல்லும்போது 'உலக இந்தியா' என்ற பொருள் வருகின்ற காரணத்தால் அது பொருத்தமாக இல்லை.

அப்படியானால் 'அனைந்து இந்தியா' என்று சொல்லலாமே என்கின்ற ஒரு கருத்து எழுமேயானால், அதற்கு நம்முடைய புலவர் நன்னன் அவர்கள் தருகின்ற மறுப்பு ஏற்றுக் கொள்ளக்கூடிய மறுப்பாக இருக்கின்றது.

'அனைத்து' என்கின்ற சொல் எப்போது வருகிறதென்றால், பலவற்றை ஒன்று சேர்க்கின்ற நேரத்திலே அனைத்து என்கின்ற சொல் வருகின்றது. ஒரு இருபது அல்லது இருபத்தைந்து உறுப்பினர்கள் ஒரு மன்றத்திலே இருக்கின்றார்கள். நாம் அவர்களை ஒரு விழாவிற்கு வரவேண்டுமென்று அழைக்கிறோம். அப்படி அழைக்கும்போது எல்லோரும் வரவேண்டுமா? என்று அவர்களிலே யாராவது கேட்டால், அனைத்து உறுப்பினர்களும் வர வேண்டுமென்று நாம் சொல்கிறோம். அனைத்து உறுப்பினர்களும் வரவேண்டுமென்று சொல்லும்போது, இருக்கின்ற இருபது பேரோ, இருப்பத்தைந்து பேரோ அவ்வளவு பேரும் வரவேண்டும் என்ற பொருளிலேதான் அனைத்து உறுப்பினர்களும் வரவேண்டுமென்று சொல்கிறோம். எனவே அனைத்து இந்தியா என்றால், ஏழெட்டு இந்தியா உலகத்திலே

இருப்பதைப் போலவும், எனவே அனைத்து இந்தியாவும் சேர்ந்ததுதான் இந்த அனைத்திந்தியா என்று சொல்லுவதைப் போலவும் ஆகிவிடுகின்றது. ஒரே இந்தியா என்ற குரலை வலுவாக இன்றைக்கு எழுப்பிக் கொண்டிருக்கின்ற இந்தக் காலக் கட்டத்தில், அனைத்திந்தியா என்று சொல்லி, பல இந்தியாக்கள் உலகத்திலே இருப்பதை நாமே ஒப்புக் கொண்டவர்களாக ஆகிவிடக்கூடாது என்பதால், அனைத்திந்தியா என்கின்ற அந்தச் சொல்லும் ஏற்றதாகத் தெரியவில்லை.

நான் கேட்கின்றேன். உங்களையும் எண்ணிப் பார்க்க வேண்டுமென்று கேட்டுக் கொள்கிறேன். இந்த 'அகிலம்', 'அனைத்து' என்கின்ற சொற்களையும் விட்டுவிட்டு, 'இந்தியச் சுற்றுலாப் பொருட்காட்சி' என்று சொன்னால், புரியாமல் போய்விடுமா? நான் கூட எண்ணிப் பார்த்தது உண்டும். இதை அனைத்து மாநிலங்கள் சுற்றுலாப் பொருட்காட்சி என்று அழைக்கலாமே என்று! அப்படியானால் இந்தியாவில் இருக்கின்ற எல்லா மாநிலத்தினுடைய பங்கேற்பும் இந்தப் பொருட்காட்சியிலே இருந்தால் தான் அனைத்து மாநிலங்கள் என்று அழைக்க முடியும். ஒரு பத்து, பதினைந்து மாநிலங்கள் பங்கு பெற்று, ஒரு ஐந்தாறு மாநிலங்கள் இங்கே பங்கேற்க வில்லையென்றால், அனைத்து மாநிலப் பொருட்காட்சி என்று அழைக்க முடியாது. எனவே இந்த வம்பே வேண்டாமென்று இனிமேல் இதனை 'இந்தியச் சுற்றுலாப் பொருட்காட்சி' என்று அழைப்பதே சரியாக இருக்கும் என்பதனை நான் இங்கே எடுத்துக் கூறுவதோடு, என்னிடத்திலே நிதி வேண்டுமென்று கேட்ட நம்முடைய அமைச்சர் அவர்களுக்கும், முதலில் இந்தத் திருத்தத்தைச் செய்யுங்கள், பிறகு அந்த நிதியைப் பற்றி யோசிக்கலாம் என்று கூறவும் நான் கடமைப்பட்டிருக் கின்றேன்".

உடன்பிறப்புக்களே... இப்போது சொல்லுங்கள்... 'இந்தியா ஒன்றே' என்று நினைத்தவரையா, மக்கள் 'பிரிவினைவாதி' என்பது..? அவர்களுக்கு நாம் உண்மையை எடுத்துரைக்க வேண்டாமா..?

இந்த நிகழ்வு குறித்த செய்தி 1990 ஜனவரி 1 ஆம் தேதியிட்ட 'தமிழரசு' இதழில் பதிவு செய்யப்பட்டுள்ளது.

51. கலைஞர் காட்டும் ராமாயணம்!

ராமாயணத்தை வட இந்தியாவில் பக்திப் புராணமாகப் பார்க்கிறார்கள். பாரதிய ஜனதா கட்சி ஆட்சிக்கு வந்த பிறகு, அதனை வரலாற்று நூலாகச் சித்தரிக்கும் முயற்சிகள் மேற்கொள்ளப்பட்டு வருகின்றன. அதிலும் வால்மீகி ராமாயணமே சிறந்தது என்று சொல்லி, இந்துத்துவவாதிகள் மேற்கொண்டு வரும் பிரசாரத்தால், உலகம் முழுவதிலும் உள்ள இதர ராமாயண வகைப்பாடுகள் குறித்து மக்களுக்குத் தெரியாமல் போகும் நிலை ஏற்பட்டிருக்கிறது. 'உலகில் 300-க்கும் அதிகமான ராமாயணங்கள் இருக்கின்றன' என்று பிரபல வரலாற்றாசிரியர் ஏ.கே.ராமானுஜன் என்பவர் ஒரு பெரிய ஆய்வையே நடத்தியிருக்கிறார்.

இந்நிலையில், நம் தலைவர் கலைஞர் அவர்கள் ராமாயணத்தை எப்படிப் பார்த்திருக்கிறார் என்பதற்கு விடையளிக்கிறது 1989 டிசம்பர் 22 அன்று சென்னை தீவுத்திடலில் நடைபெற்ற இந்தியச் சுற்றுலாப் பொருட்காட்சி. அதைத் தொடங்கி வைத்து நம் தலைவர் ஆற்றிய உரையில், ராமாயாணம் மற்றும் சிலப்பதிகாரம் குறித்துத் தன் எண்ணங்களை இப்படி முன்வைக்கிறார். இந்த உரை 1990 ஜனவரி 1ஆம் தேதியிட்ட 'தமிழரசு' இதழில் வெளியாகியுள்ளது.

"நம்முடைய இதிகாசங்கள், இலக்கியங்கள் இவைகளைப் பார்த்தால்கூட, நான் பல முறை குறிப்பிட்டிருக்கிறேன், அவைகள் எல்லாம் சுற்றுலா நோக்கத்தோடுதான் எழுதப் பட்டிருக்கின்றன. இதிகாசம் எனப்படும் ராமாயணத்தை எடுத்துக் கொண்டால், ராமாயணக் கதையை எழுத முற்பட்ட வால்மீகியோ அல்லது அதனைத் தமிழிலே தமிழாக்கம் செய்த தமிழ்ப் பண்பாட்டிற்குச் சிறிதும் ஊனம் ஏற்படாமல் தர

வேண்டும் என்கின்ற விருப்பத்தோடு தந்த கம்பனோ சுற்றுலாவையும் அடிப்படையாக வைத்துத்தான் ராமாயணத்தை மக்களுக்குத் தந்திருக்கின்றார்கள். ராமாயணக் கதை அயோத்தியிலிருந்து புறப்பட்டு, தண்டகாருண்யம் வரை வந்து, இலங்கை வரையிலே செல்கிறதென்றால், அந்த நெடுந்தொலைவிற்கும் உள்ள பல்வேறு சுற்றுலாத் தளங்களை நமக்கு அறிமுகப்படுத்தும் வகையிலேதான் ராமாயணம் அமைந்திருக்கிறது.

வடக்கேயிருந்து தெற்கே வந்த ஒரு மன்னனின் மகனின் கதையை எடுத்துக் காட்டுவது ராமாயணம் என்றால், அதற்குப் பிறகு எழுதப்பட்ட சிலப்பதிகாரத்திலே இளங்கோவடிகள், 'சரி நீ வடக்கே இருந்து வந்தாயா? நான் தெற்கேயிருந்து வடக்கே வருகிறேன்' என்று அவர் காவிரிப்பூம்பட்டினத்திலேயிருந்து புறப்பட்டு வடபுலத்திலே இமயம் வரையிலே சேரன் செங்குட்டுவனை அழைத்துச் சென்று இமயத்திலே கல்லெடுத்து, கனகவிஜயன் தலையிலே கல்லேற்றி, அதனைக் கண்ணகிக்குச் சிலை வடிக்கும் வகையிலே, சேரநாடு வரையிலே கொண்டு வந்தான் என்று சிலப்பதிகாரத்தையும் ஒரு சுற்றுலா வரலாறாக, சுற்றுலாக் கதையாகத்தான் இளங்கோவடிகள் நமக்குத் தந்திருக்கிறார். அதனுடைய சிறப்பு சோழநாடு, பாண்டிய நாடு, சேரநாடு, வடநாட்டிலே உள்ள மன்னர்கள், அந்த மன்னர்களுடைய வாழ்க்கைக் குறிப்புகள், அவர்களுடைய வீரம், வெற்றி, அந்த வெற்றிகளை எல்லாம் பின்னடையச் செய்கின்ற அளவிற்குச் சேரன் செங்குட்டுவன் நடத்திய போர், இவைகள் அனைத்தும் அதிலே இடம் பெற்றிருக்கின்ற காரணத்தால், இதிகாசம் என்ற அளவிலே ராமாயணம் ஒரு சுற்றுலா நூலாகவும், இலக்கியம் என்கின்ற வகையிலே சிலப்பதிகாரம் ஒரு சுற்றுலா நூலாகவும் நமக்குக் கிடைத்திருக்கின்றது!"

ராமாயணம் உள்ளிட்ட வட இந்திய புராணங்கள் எல்லாம் தமிழர்களை ஆரிய மயத்தில் மயங்கச் செய்த போதெல்லாம், சங்க இலக்கியங்கள், சிலப்பதிகாரம் போன்ற காப்பியங்கள் மூலமாக நம் மக்களை அந்த மயக்கத்தில் இருந்து தெளியச் செய்து, தமிழின் பெருமையை உணர்த்தியவர் கலைஞர். ராமாயணம் பற்றி அவரது இந்தச் சிந்தனையை, பார்வையை மக்களிடம் எடுத்துச் செல்வோம் வாருங்கள் உடன்பிறப்புக்களே...

52. அதிகார எல்லைகளை மதித்த கலைஞர்!

'Demarcation of authority' என்று ஆங்கிலத்திலே ஒரு சொற்பதம் உண்டு. அதாவது, அதிகார எல்லை வரையறை. அதாவது, ஓர் அரசின் கீழ் இரண்டு துறைகள் இருக்கின்றன என்றால், இரண்டு துறைகளுக்கும் அவற்றிற்கான தனித்தனி அதிகாரங்கள் உண்டு. இரண்டு துறைகளும் ஒரே இலக்கை நோக்கி நகர்கின்றன என்றாலும், 'நம் இரண்டு துறைகளுமே ஒரே விஷயத்துக்காகத்தானே பாடுபடுகிறோம்' என்று சொல்லிவிட்டு, ஒரு துறையின் அதிகாரத்தில் இன்னொரு துறை தலையீடு செய்யக் கூடாது. ஓர் அரசு இயந்திரம் முறையாகச் செயல்படுவதற்கு இந்த 'அதிகார எல்லை வரையறை' மிகவும் முக்கியம். அந்த எல்லையை நம் தலைவர் எப்போதும் மதித்தவர் என்பதற்கு இந்த நிகழ்ச்சி ஒரு சான்று...

1990 ஜனவரி 15 அன்று, சென்னை வள்ளுவர் கோட்டத்தில் திருவள்ளுவர் நாள் நடைபெற்றது. அதுதொடர்பான செய்தி 1990 பிப்ரவரி 1 ஆம் தேதியிட்ட 'தமிழரசு' இதழில் வெளியாகி யுள்ளது. அந்த விழாவில் பேசிய கலைஞர் இப்படிக் குறிப்பிட்டார்...

"இந்த இனிய விழாவிலே மற்றொரு அறிவிப்பாக, நான் இந்த மேடைக்கு வந்ததும் வள்ளுவர் கோட்டத்து வட்டாரத்திலே உள்ள வியாபாரிகள் சங்கத்தினர் ஒரு கோரிக்கையை என்னிடத்திலே வழங்கினார்கள். இந்தக் கோரிக்கையை ஏற்பதில் இங்கே அமர்ந்திருக்கின்ற தமிழர்கள் மாத்திரமல்ல, தமிழ்நாடு முழுவதும் இருக்கின்ற தமிழர்கள், ஏன் கடல் கடந்து வாழ்கின்ற தமிழர்கள் கூட தயங்க மாட்டார்கள். அவர்கள் கேட்டிருக்கின்ற கோரிக்கை...

'தங்கள் கலைக் கண்ணோட்டத்தில் இன்று பார் புகழும் வள்ளுவர் கோட்டம் எங்கள் தொகுதியில் சிறப்புடன் தமிழின் பெருமையை நாளும் பறைசாற்றிக் கொண்டிருக்கின்றது. இந்தக் கோட்டம் அமைந்துள்ள டேங்க் ரோடு, ரங்கனாதன் ரோடு, வில்லேஜ் ரோடு என்று மூன்று பெயர்களிலே அழைக்கப் படுகின்றது. இதனை வள்ளுவர் கோட்டம் தொடங்கி ஸ்டர்லிங் சாலை வரை ஒரே பெயரில் 'வள்ளுவர் கோட்டம் நெடுஞ்சாலை' என்ற பெயரிலே அழைக்குமாறு கேட்டுக் கொள்கிறோம்'.

இதனை ஏற்றுக் கொள்ளலாமா? (ஏற்றுக் கொள்ளலாம், ஏற்றுக் கொள்ளலாம் என்று மக்கள் குரல்) வியாபாரிகள் சங்கத்தின் இந்தக் கோரிக்கையை நான் ஏற்றுக்கொள்ள வேண்டுமென்று நீங்கள் ஆணையிட்டுத் தெரிவித்திருக்கின்ற காரணத்தால், வள்ளுவர் கோட்டம் தொடங்கி ஸ்டர்லிங் சாலை வரையிலே செல்கின்ற இந்த நெடுஞ்சாலைக்கு 'வள்ளுவர் கோட்டம் நெடுஞ்சாலை' என்று பெயர் வைக்கப்படும்.

இதனை ஆட்சியின் வாயிலாகச் செய்யலாமா? அல்லது மாநகராட்சி மன்றத்தின் மூலமாகச் செய்யலாமா என்பதைச் சிந்தித்து உடனடியாக முடிவெடுக்கப்படும். ஏன்றால் அவர்கள் மூலமாகத்தான் செய்ய வேண்டுமென்றால் அவர்களை மீற, அவர்களுடைய அதிகாரத்தில் நாங்கள் தலையிட மாட்டோம். யாருடைய அதிகாரத்திலும் தலையிடக் கூடாது என்பது எங்கள் கொள்கை".

ஒரு மாநில முதல்வர், தன் கட்டுப்பாட்டின் கீழ் இயங்கும் ஒரு மாநகரத்தை ஆட்சி செய்யும் மேயருக்குத் தந்த மரியாதை இதுதான்: அவருடைய அதிகாரத்தில் தலையிடாமல் இருந்தது. அவருடைய அதிகாரத்துக்கான உரிமையை உறுதி செய்தது!

53. கலைஞர் காண விரும்பிய இந்தியா!

1990 நவம்பர் 22 அன்று, சென்னை கலைவாணர் அரங்கத்தில் நடைபெற்ற 'ஹார்மோனி இந்தியா' எனும் அமைப்பின் தொடக்க விழாவில் ஐந்தமிழறிஞர் கலைஞர் பேசியது இது...

"ஹார்மோனி இந்தியா என்ற இந்த ஆங்கிலச் சொற்றொடருக்கு நண்பர் லத்தீப் அவர்கள் 'சௌசன்ய இந்தியா' என்று குறிப்பிட்டார்கள். நான் அதை ஏற்றுக்கொள்ள மாட்டேன் என்பது அவருக்குத் தெரியும். இந்தியாவில் வாழ்கிற நாம் சௌசன்யமாக இருக்க வேண்டும் என்று புழங்குகிற மொழியில் அவர் சொன்னார். சௌசன்ய இந்தியா என்றால் சில பேருக்கு வாயிலே நுழையாமல் கூட போய்விடும். எனவே இதற்கு மிகமிகப் பொருத்தமான பெயர் --- எந்த இந்தியாவை நாம் காண விரும்புகிறோம்? 'ஒன்றுபட்ட இந்தியா' என்று நாம் சொல்லுகிறோம். சரி, 'ஒன்றுபட்ட இந்தியா' என்று நாம் சொல்லும்போதே, அது பல கூறுகளாக இருக்கிறது என்பது உண்மையாகிறது. இந்தியா என்பதை நாம் ஒத்துக் கொள்கிறோம். எனவேதான் ஒன்றுபட வேண்டும் என்று சொல்கிறோம். இரண்டாக, மூன்றாக, நான்காக, ஐந்தாக இருந்தாலும், அந்த வேற்றுமையில் ஒற்றுமை காண வேண்டும் என்று சொல்ல வேண்டிய அவசியம் ஏற்படுகிறது.

எனவே ஒன்றுபட்டவர்கள் நாம் என்று சொல்லி, வேறுபட்டு இரு என்பதைத் தெரிவிக்க வேண்டிய அவசியம் இல்லாமலே, இதை இந்தச் சொற்றொடரை 'இனிய இந்தியா' என்று அழைக்கலாம் என நான் கருதுகிறேன்.

இனிய என்பதில் அமைதி அடங்கியிருக்கிறது.
இனிய என்பதில் வெறுப்பற்ற தன்மை அடங்கியிருக்கிறது.
இனிய என்பதில் கசப்பற்ற உணர்வு அடங்கியிருக்கிறது.
இனிய என்பதில் ஒற்றுமை அடங்கியிருக்கிறது.
இனிய என்பதில் உறவு அடங்கியிருக்கிறது.

எனவே 'இனிய இந்தியா' என்று இந்த அமைப்பின் பெயர் இருக்கலாம். ஏனென்றால் ஆங்கிலம் படித்தவர்களிடத்திலே மாத்திரம் நாம் ஒற்றுமயை, உறவை உருவாக்க இந்த அமைப்பைத் தோற்றுவிக்கவில்லை. ஆங்கிலம் தெரியாத, பிற மொழி பயின்ற அல்லது வேறு மொழிகளைத் தாய்மொழியாகக் கொண்டிருக்கிற எல்லா மக்களிடத்திலும் நாம் சொல்லும் போது அந்தந்த மொழியில் இதனுடைய பொருளைக் குறிக்கும்போது தமிழில் 'இனிய இந்தியா' என்று குறித்தால் பொருத்தமாக இருக்கும் என்று நான் நம்புகின்றேன்".

இந்த உரை, 1990 டிசம்பர் 1 ஆம் தேதியிட்ட 'தமிழரசு' இதழில் பதிவு செய்யப்பட்டுள்ளது.

54. இசைவாணர் கலைஞர்!

ஐந்தமிழறிஞர் கலைஞரின் இசை நேசத்துக்கு இது ஓர் எடுத்துக்காட்டு. 1996 டிசம்பர் 15 அன்று, சென்னை 'மியூஸிக் அகாடமி'யின் 70 ஆம் ஆண்டு விழாவில் கலைஞர் ஆற்றிய உரையின் ஒரு பகுதி இது:

"இயற்கை, இசையை வழங்கிக் கொண்டிருக்கின்றது. இயற்கையின் மறு உருவம்தான் இசை. திருமதி எம்.எஸ்.சுப்புலட்சுமி பாடினால் அது தென்றல்! எஸ்.ஜி.கிட்டப்பா கோடையிலே இளைப்பாற்றிக் கொள்ள வகை கிடைத்த குளிர் தருவே என்று ஓங்கி உரத்த குரலிலே பாடினால், அது இடி! வலையப்பட்டியும் அரித்துவாரமங்கலமும் தனித்தவிலிலே மோதிக்கொண்டால், அது பேரிடி, புயல் எல்லாமே. செம்மங்குடி பாடினால் அது அளவான மழை. ரமணி புல்லாங்குழல் வாசித்தால், அது குற்றால அருவியின் சாரல். இவ்வளவு சிறப்புக்களை சொல்கிற, இசையைப் பற்றிச் சொல்கிற நீ இசைவாணனா என்று கேட்டால் நல்லவேளையாக இல்லை. இருந்தால் இங்கேயும் குழப்பம் செய்து கொண்டிருப்பேன். அதனால் நான் இசைவாணனாக இல்லை. ஆனால் இசைக் குடும்பத்திலே நான் பிறந்தவன்" என்று சொல்லிவிட்டு, உரையின் இன்னோர் இடத்தில் தனக்கே உரிய 'டைமிங்' நகைச்சுவையை இப்படி தொட்டுச் செல்கிறார் கலைஞர்...

"கர்நாடக இசை என்பதே தென்புலத்தில் இருக்கிற தமிழ்நாடு, கேரளம், கர்நாடகம், ஆந்திரம் ஆகிய பகுதிகளிலே புழங்குகின்ற இசைதான் கர்நாடக இசை. கர்நாடக இசை

என்றதும் அது ஏதோ பழைய காலத்து மைசூர் இசை என்று யாரும் கருதத் தேவையில்லை. அப்படிக் கருதினால் அந்த இசையைக் கூட இங்கே அவர்கள் தருவார்களோ தர மாட்டார்களோ என்ற அச்சமும் நமக்கு ஏற்படும்".

இந்த உரை 1997 ஜனவரி 16 தேதியிட்ட 'தமிழரசு' இதழில் பதிவு செய்யப்பட்டுள்ளது.

55. 'என் வீடே சமத்துவபுரம்தான்!'

1997 நவம்பர் 5 ஆம் தேதி சென்னை கலைவாணர் அரங்கில் மனித உரிமைக் கருத்தரங்கத்தைத் தொடங்கி வைத்து முதலமைச்சர் கலைஞர் ஆற்றிய உரையின் ஒரு பகுதி இது...

"நான் எழுதிய 'ஒரே ரத்தம்' என்ற புதினம். அது திரைப்படமாகக் கூட வெளிவந்திருக்கின்றது. அந்தப் படத்தில் உயர் சாதிக்கார வாலிபன் ஒருவன் முற்போக்குக் கருத்துகளைச் சொல்வான். "சாதி கூடாது, மதம் கூடாது, எல்லாரும் ஓர் குலம். 'ஒன்றே குலம், ஒருவனே தேவன்' என்ற கருத்தைச் சொல்வான். ஆனால் பிற்படுத்தப்பட்ட மக்களும், தாழ்த்தப்பட்ட மக்களும் மோதிக்கொள்வார்கள். அவர்களுக்கிடையே நுழைந்து அந்த உயர் சாதிக்கார வாலிபன், "மோதிக்கொள்கிறீர்களே, நியாயமா?" என்று கேட்டுவிட்டு கூறுவான். "ஐயா, புராண காலத்திலே புலியும் மானும் ஒரே துறையிலே தண்ணீர் குடித்ததாகக் கதை எழுதுவார்கள். இந்தக் காலத்திலே புலியும் மானும் கூட ஒரே துறையிலே தண்ணீர் குடிக்க வேண்டாம். மானும் மானுமாவது ஒரே துறையிலே தண்ணீர் குடிக்கக் கூடாதா?" என்று கேட்பான். இதை 15 ஆண்டுகளுக்கு முன்பே நான் எழுதியிருக்கிறேன். அதனால்தான் சமத்துவபுரங்களை உருவாக்க வேண்டுமென்ற எண்ணம் எனக்குத் தோன்றியது, இயல்பான ஒன்று.

ஏனென்றால் என்னுடைய வீடே, கிட்டத்தட்ட ஒரு சமத்துவபுரம்தான். என்னுடைய வீட்டிலே நாடார் சாதி உண்டு. நாயுடு சாதி உண்டு. என்னுடைய மருமகள் ஆதிதிராவிடப் பெண். அதைப் போலவே நான் ஒரு ஆதிதிராவிட வாலிபனுக்கு என் பேத்தியையும் திருமணம் செய்துகொடுத்திருக்கிறேன்".

இவ்வாறு சொல்லிவிட்டு அவர் ஆங்கிலத்தில் எழுதிய கவிதை ஒன்றையும் வாசித்தார்.

Where there is purity of heart,
there is beauty of character;
Where there is beauty of character,
there is harmony in the home;
Where there is harmony in the home,
there is order in the nation;
Where there is order in the nation,
there is peace on the earth.

This is possible only if human rights culture is developed at the family and the society level.

அதாவது,

"எங்கே இதயத்தில் தூய்மை நிலவுகிறதோ,

அங்கே குணத்தின் அழகு பரிமளிக்கும்;

எங்கே குணத்தின் அழகு பரிமளிக்கிறதோ,

அங்கே வீட்டில் அமைதியும் ஆனந்தமும் தவழும்;

எங்கே அமைதியும் ஆனந்தமும் வீட்டில் தவழுகிறதோ,

அங்கே நாட்டில் ஒழுங்கு நிலவிடும்;

எங்கே நாட்டில் ஒழுங்கு நிலவுகிறதோ,

அங்கே பூமியெங்கும் அமைதி நிலவும்".

குடும்ப அளவிலும், சமூக அளவிலும் மனித உரிமைகளின் கலாசாரம் வளர்க்கப்படும் போதுதான், பூமியிலே அமைதி நிலவும்".

இது தொடர்பான செய்தி 1997 நவம்பர் 16-30 தேதியிட்ட 'தமிழரசு' இதழில் பதிவாகியுள்ளது.

56. கலைஞர் விரும்பிய நேதாஜி!

1997 டிசம்பர் 15 அன்று, சென்னை காமராஜர் சாலையில் நேதாஜி சுபாஷ்சந்திரபோஸ் சிலையைத் திறந்து வைத்து முதலமைச்சர் கலைஞர் ஆற்றிய உரையின் ஒரு பகுதி இங்கே...

"நம்முடைய அய்யணன் அம்பலம் அவர்களும், பார்வர்டு பிளாக் கட்சியின் சட்டமன்ற உறுப்பினர்கள் சந்தானம் அவர்களும், வல்லரசு அவர்களும் குறிப்பிட்டதைப் போல், சட்டப் பேரவையில் ஒரு நாள் சுதந்திரதினப் பொன்விழாவைக் குறித்து விவாதம் நடைபெற்றபோது, நேதாஜியின் சிலையை சென்னையிலே அமைப்பதற்கு முதலமைச்சர் அனுமதி தர வேண்டுமென்று கேட்டார்கள். நானும் உடனடியாக அனுமதி வழங்கப்படுமென்று குறிப்பிட்டேன்.

அனுமதி கேட்டார்கள், அனுமதி வழங்கப்பட்டது. அவர்களே சிலை வைப்பார்கள் என்ற எண்ணத்தோடு அந்த அனுமதி வழங்கப்பட்டது. பிறகு அவர்களை நான் சந்தித்தபோது அனுமதி வழங்கிய நீதான் சிலையையும் வைக்க வேண்டுமென்று சொன்னார்கள். அது என்னுடைய கடமை என்று நானே உணர்ந்த காரணத்தால் அதை நான் ஒரு அறை கூவலாகவே எடுத்துக்கொண்டு அந்தச் சிலையை உடனடியாக இங்கே நிறுவிட அமைச்சர் முல்லைவேந்தன் அவர்களிடத்திலே அந்தப் பொறுப்பை ஒப்படைத்து, சிலை செய்வதற்கான முயற்சிகள் மேற்கொள்ளப்பட்டபோது பல படங்கள் அந்தச் சிலைக்காக வந்தன என்றாலும், அந்தப் படங்கள் எதுவுமே எனக்கு மனநிறைவைத் தராத காரணத்தால் நான் டெல்லிக்குச் சென்றபோது டெல்லியில் நடைபெற்ற ஐக்கிய முன்னணி வழிகாட்டுதல் கூட்டத்திற்கு வந்திருந்த மேற்கு வங்கத்தின் முதலமைச்சர் ஜோதிபாசு அவர்களைப் பார்த்த நேரத்தில், கல்கத்தாவிலே இருக்கின்ற சுபாஷ் சந்திரபோஸ் அவர்களின்

சிலைகளில் ஒன்றை, அவற்றின் உருவ அமைப்புப் படத்தை எனக்கு அனுப்பி உதவுங்கள் என்று கேட்டுக்கொண்டேன். அவரும் அந்தப் படத்தை எனக்கு அனுப்பி வைத்தார். அந்தப் படம் இங்கே உங்கள் முன்னால் சிறப்பிக்கப்பட்ட சிற்பி அவர்களிடம் ஒப்படைக்கப்பட்டு நான் எண்ணியவாறு விரும்பியவாறு அந்தச் சிலை இங்கே நின்று கொண்டிருக்கின்றது.

நேதாஜியின் சிலையைச் சில நேரங்களில் ராணுவ உடை இல்லாமல், தலையிலே தொப்பி இல்லாமலே கூட காணக் கூடிய வாய்ப்பு அல்லது அந்தப் படங்களைக் காணக்கூடிய வாய்ப்பு நமக்கு ஏற்பட்டிருக்கின்றது. ஒரு சிலை எப்படி அமைய வேண்டும் என்பதற்குக் கூட சில கலை நுணுக்கங்கள் உண்டு. உதாரணமாக விவேகானந்தருடைய நினைவு வந்தால் நம்முடைய நெஞ்சிலே ஆழமாகப் பதிந்திருப்பது அவர் கட்டியிருக்கின்ற தலைப்பாகை. அவருடைய கம்பீரத்தை மேலும் உயர்த்துகின்ற அந்த கோட்டு இவைதான் விவேகானந்தருடைய உருவத்தை நம் கண் முன்னால் நிறுத்தும்.

இதே கடற்கரையில் விவேகானந்தருடைய சிலை ஒன்று இருக்கின்றது. இதுதான் விவேகானந்தர் என்று சொன்னால்தான் யாருக்கும் தெரியும். ஏனென்றால் தலையிலே தலைப்பாகை இல்லாமல், கோட்டு இல்லாமல் நிறுத்தப்பட்டிருக்கின்ற விவேகானந்தர் சிலை அது. விவேகானந்தர் ஆன்மீகத்திலே கொண்டிருந்த நம்பிக்கையை, பற்றினை வெளிப்படுத்துகின்ற வகையிலே அமைந்த உருவம் அந்த உருவம். அதைப் போலவே நேதாஜியின் உருவங்கள் கூட ஒரு சட்டையோடு, தலையிலே தொப்பியற்ற நிலையில் செதுக்கப்பட்டும் இருக்கின்றன. ஆனால் அந்த உருவம் கம்பீரமான உருவமாக இருக்க வேண்டுமென்று நான் எண்ணிய காரணத்தால், ஜோதிபாசு அவர்களிடத்திலே கேட்டு அவர் அனுப்பிய புகைப்படத்தை வைத்துக்கொண்டு தயாரிக்கப்பட்ட, செதுக்கப்பட்ட சிலை இந்தச் சிலை".

இவ்வாறு சொல்லிவிட்டு, கடற்கரையிலே ஏன் சிலை வைக்கப்படுகிறது என்பதற்கான விளக்கத்தையும் அவர் கொடுக்கிறார்.

"கடற்கரையிலே இந்தச் சிலை அமைந்திருப்பது மிகமிகப் பொருத்தமான ஒன்று. ஏனென்றால் கடற்கரையிலே உலவ வருகிறவர்கள்தான் சற்று நிதானித்துச் சிந்திக்க முடியும். ஏராளமான மக்கள் பார்க்கக் கூடிய போக்குவரத்து நெரிசல் மிகுந்த இடங்களில் சிலை இருக்க வேண்டாமா என்று சிலர் எண்ணக்கூடும். அப்படிப்பட்ட இடங்களில் சிலை இருக்குமேயானால் தாங்கள் ஏற்றுக் கொண்ட பயணத்தை மேற்கொண்டு எப்படி நடத்துவது என்பதிலேதான் அந்த மக்களுடைய கவனம் இருக்குமேயல்லாமல், சிலையை உற்றுநோக்கவோ அதைப் பற்றிச் சிந்தக்கவோ அவர்களுக்கு நேரமோ நினைப்போ நிச்சயமாக இருக்காது.

எனவேதான் கடற்கரையிலே இந்தச் சிலை அமைக்கப் பட்டால்

காலையிலே உலவ வருகின்றவர்கள், மாலையிலே காற்று வாங்க வருபவர்கள் இந்தச் சிலையைக் காணவும், இந்தச் சிலையைப் பற்றிப் பேசவும், சிலைக்கு உரியவர் யார் என்பதைப் பற்றிச் சிந்தக்கவும், அவர் இந்த நாட்டிற்காக, சமுதாயத்திற்காக ஆற்றிய பணிகள் என்ன என்பதை அசைபோடவுமான ஒரு சூழல் ஏற்படும் என்பதற்காகத்தான் கடற்கரையிலே இந்தச் சிலை அமைக்கப்பட்டிருக்கிறது".

இந்தச் செய்தி 1997 டிசம்பர் 16-31 தேதியிட்ட 'தமிழரசு' இதழில் வெளியிடப்பட்டுள்ளது.

57. காலவரிசையின் முக்கியத்துவம் உணர்ந்தவர்!

1998 அக்டோபர் 18 அன்று கவிஞர் ஈரோடு தமிழன்பன் நூல்கள் வெளியீட்டு விழாவில் முதலமைச்சர் கலைஞர் ஆற்றிய உரையின் ஒரு பகுதி...

"இன்னும் நூறு ஆண்டுகளுக்குப் பிறகு அல்லது ஐம்பது ஆண்டுகளுக்குப் பிறகு யாராவது ஒரு குறும்புக்காரர் புரட்சிக்கவிஞர் பாரதிதாசனின் கவிதைகளை வெளியிடுகிறேன் என்று சொல்லி, அவர் எழுதிய சுயமரியாதைப் பாடல்கள், திராவிட நாட்டுப் பண்கள், தமிழ் இயக்கப் பாடல்கள் இவைகளையெல்லாம் புத்தகத்தின் முன் பகுதியில் வைத்துவிட்டு, 'பாரதிதாசன் பிறகு திருந்திவிட்டார், ஆத்திகராக மாறிவிட்டார். அந்தக் காலத்தில் எழுதியது 'சுப்பிரமணியர் துதி அமுது' என்று கூட ஒரு புரட்டைச் செய்ய முடியும். எனக்குச் சந்தேகம் இது பாரதியார் யுகத்திலே நடந்திருக்குமோ என்று. சுப்பிரமணிய பாரதியார் யுகத்தில் நடந்திருக்கக்கூடும். ஏனென்றால் அவர் பாடிய பாடல்கள் எவ்வளவு புரட்சிகரமானது என்பதை, சிலவற்றை மறைத்துவிட்டாலும்கூட மறைக்காமலே வெளியிடப் பட்ட சில கவிதைகள் இன்றைக்கும் மக்கள் மத்தியிலே பரவியிருக்கின்றன.

"பாப்பானை ஐயர் என்ற
காலமும் போச்சே! வெள்ளை
பரங்கியைத் துரை என்ற
காலமும் போச்சே!"

என்று பாரதியார் கவலைப்பட்டு அதைச் சொல்லவில்லை. அப்படிப்பட்ட காலமும் மாறிவிட்டது என்பதற்காக அதைச் சொல்கிறார்.

> "ஆயிரம் தெய்வங்கள் உண்டென்று தேடி
> அலையும் அறிவிலிகாள்"

என்கிறார் பாரதியார். அவைகளெல்லாம் வரிசையிலே ஒழுங்காக வைக்கப்படாமல் மாறி மாறி வைக்கப்பட்டு, பாரதியார் ஏதோ சமுதாயத்திலே புரட்சி செய்தவர் அல்ல என்பதைப் போலவும், சாதிமதங்களை வேரோடு வெறுத்தார் என்கின்ற நிலையை எடுத்துக்காட்டாமல், சமுதாயத்தில் ஒரு புரட்சிக்காரராக விளங்கினார் என்பதை எடுத்துக்காட்டாமல் அவரை முழுக்க முழுக்க ஒரு பக்தராக, தேவி உபாசகராக நாட்டிலே காட்டியிருக்கிறார்கள் என்றால் அவருடைய பாடல்கள் ஒழுங்காக வரிசைப்படுத்தப்படவில்லை என்பதுதான் அதற்குப் பொருள்.

அதற்காகத்தான் சொல்கிறேன். இந்தப் பாடல்களைக் கூட எதிர்காலத்திலே ஒழுங்காக வரிசைப்படுத்தாமல், வேண்டுமென்றே பாரதிதாசனுக்குக் களங்கம் கற்பிக்க அத்தகைய முயற்சியிலே கூட சிலர் ஈடுபடக்கூடும். ஏனென்றால் அவர் எழுதிய 'சுப்பிரமணியர் துதி அமுது', 'கதர்பாட்டு' இவைகளெல்லாம் அவ்வளவு சிறந்த பாடல்கள்!

இந்த உரை. 1998 அக்டோபர் 16-31 தேதியிட்ட 'தமிழரசு' இதழில் வெளியாகியுள்ளது.

கலைஞர் கொண்ட இந்தக் கவலையைத் தீர்த்து வைக்கும்படியாக 2012 ஆம் ஆண்டில் 'காலவரிசையில் பாரதி பாடல்கள்', 'காலவரிசைப் படுத்தப்பட்ட பாரதி படைப்புகள்' போன்றவற்றை சீனி விசுவநாதன் என்ற பாரதி ஆய்வாளர் கொண்டு வந்தார். ஆனால் பாரதிதாசன் பாடல்கள், படைப்புகள் ஆகியவற்றுக்கு அந்த பாக்கியம் இன்னும் வாய்க்கவில்லை என்பது வேதனை!

58. பத்திரிகைகளின் கேலியும், கலைஞரின் கடமையும்!

ஐந்தமிழறிஞர் கலைஞர் என்ன திட்டம் கொண்டு வந்தாலும், அதைக் கேலி செய்யவும், கரித்துக்கொட்டவும் அன்றைய பத்திரிகைகள் தவறியதே இல்லை. அப்போதெல்லாம் அதற்குக் கோபமாக எதிர்வினையாற்றாமல், நிதானமாக அவற்றுக்குத் தன் செயல்பாடுகள் மூலம் பதிலளித்தவர் கலைஞர். சில சமயம், கேலி செய்த அந்தப் பத்திரிகைகளே வெட்கித் தலைகுனியும் அளவுக்கு, பொது மேடைகளில் பதில் சொல்லி அவற்றின் வாயை அடைத்துவிடுவார். அதற்கு ஓர் உதாரணம் இது.

1999 நவம்பர் 20 அன்று, கலைமாமணி விருது வழங்கும் விழாவில் கலைஞர் ஆற்றிய உரையின் ஒரு பகுதி இது...

"இந்த மன்றம் 'தமிழ்நாடு இயல் இசை நாடக மன்றம்' என்று இன்றைக்கு அழைக்கப்படுகின்றது. இது தொடங்கிய போது 'சங்கீத நாடக சபா' என்றுதான் தொடங்கப்பட்டது. இதனை தமிழாக மாற்ற வேண்டும் என்று எண்ணங்கொண்டு 'தமிழ்நாடு இயல் இசை நாடக மன்றம்' என்று மாற்றினோம். திராவிட முன்னேற்றக் கழக ஆட்சி அமைவதற்கு முன்னால் இருந்த பெயர் சங்கீத நாடக சபா என்பதாகும். சங்கீதம் என்றால் இசை, நாடகம் என்றால் நாடகம், சபை என்றால் தமிழில் மன்றம். இதை மாற்றிய நேரத்திலே ஒரு ஆதாயமாக இசை, நாடகம் என்ற இரண்டுடன் இயலும் இணைந்தது. இயலும் இணைந்த காரணத்தினால்தான் தவத்திரு குன்றக்குடி அடிகளார் போன்றவர்களையெல்லாம் சிறப்பிக்கக் கூடிய வாய்ப்பு எங்களுக்கு ஏற்பட்டிருக்கின்றது.

இயல் இசை நாடக மன்றத்தின் சார்பில் ஆண்டு தோறும் நடைபெறுகின்ற இந்த இனிய விழாவில் ஒவ்வொரு ஆண்டும் ஐம்பது அல்லது அறுபது பேர் என்கின்ற கணக்கில் விருதுகளைப் பெறுகிறார்கள். சில பத்திரிகைகளிலே கூட கேலிச் சித்திரம், 'ஐம்பது பேர், அறுபது பேர் என்பது அதிக எண்ணிக்கை என்பதைப் போல வீட்டுக்கு ஒருவருக்குக் கொடுத்து விடலாமே' என்று வரையப்பட்டிருந்தது. வீட்டுக்கு வீடு கலைஞர்கள் இருக்கிறார்கள் என்றாலுங் கூட, கொடுப்பதற்கு இயலாத சூழ்நிலைதான் எங்களுக்கு இருக்கிறதே அல்லாமல், எல்லா வீட்டிலும் கலைஞர்கள் இருக்கிறார்கள். அந்தக் கலைஞர்களுக் கெல்லாம் தரவேண்டிய பொறுப்பும் கடமையும் அரசுக்கு இருக்கின்றது. ஒரே நாளில் ஒரே ஆண்டில் எல்லா கலைஞர்களுக்கும் கொடுத்துவிட்டால் பிறகு ஆண்டுதோறும் விழா எடுக்க முடியாது என்பதற்காகத்தான் ஆண்டுதோறும் விழா எடுப்பதற்காக அவ்வப்போது ஐம்பது பேர், நூறு பேர் என்று இந்த விருதுகளை வழங்கிக் கொண்டிருக்கின்றோம். அத்தகைய விருதுகளைப் பெற்று எங்களை மகிழ்வித்து விருது வழங்குகின்ற பேறு எங்களுக்குக் கிடைக்குமாறு செய்த கலையுலகப் பெருமக்கள் அனைவருக்கும் என்னுடைய நன்றியைக் காணிக்கையாக்க நான் கடமைப்பட்டிருக்கிறேன்."

இது 1999 நவம்பர் 16-30 தேதியிட்ட 'தமிழரசு' இதழில் வெளியாகியுள்ளது.

59. கலைஞரின் மொழிபெயர்ப்புப் பாடம்!

ஐந்தமிழறிஞர் கலைஞர், நிறைய மேடைகளில் இலக்கண, இலக்கிய, ஆங்கில மொழி குறித்து கூட பாடங்கள் எடுத்திருக்கிறார். அவை என்றுமே படித்துச் சிரிப்பதற்கு மட்டுமல்லாமல், சிந்திக்கவும் வைப்பவை. அந்த வகையில் அவர் மொழிபெயர்ப்புப் பாடம் ஒன்றையும் எடுத்திருக்கிறார். 2000 பிப்ரவரி 27 அன்று சென்னை கிண்டி நோய்த் தடுப்பு கிங் மருத்துவ நிலைய நூற்றாண்டு விழாவில்தான் அந்த வகுப்பு நடந்தது. அப்போது அவர் ஆற்றிய உரையிலிருந்து ஒரு பகுதி...

"என்னுடைய உரையைத் தொடங்குவதற்கு முன் ஒரு வித்தியாசமானக் கருத்தை விளக்கிட விரும்புகிறேன். இன்று நடைபெறும் விழா, 'கிங் இன்ஸ்டிட்யூட் ஆப் பிரிவெண்டிவ் மெடிசின்' என்ற நிறுவனத்தின் நூற்றாண்டு விழா. ஆங்கிலத்தில் சொல்லும் போது இது பொருத்தமாக உள்ளது. இதனைத் தமிழிலே எப்படி மொழிபெயர்த்து அழைப்பிதழிலேயும் பத்திரிகைகளிலும் திறப்பு விழா பலகையிலும் வெளியிட்டிருக்கின்றார்கள் என்றால், 'கிங் நோய் தடுப்பு மருந்து நிலைய நூற்றாண்டு விழா' என்று. எய்ட்ஸ் நோய் தடுப்பு என்பதைப் போல 'கிங் நோய் தடுப்பு மருந்து நிலையம்' என்ற பெயரை முதலில் நான் ஆட்சேபிக்கிறேன்.

சில நேரங்களில் மொழிபெயர்ப்பு இப்படிப்பட்ட ஆபத்தான நிலைகளை உருவாக்கிவிடும். ஒரு வேடைக்கையான துணுக்குப் படித்திருக்கிறேன். பெரும் மழை பொழிந்தது. மறுநாள் தமிழ் பத்திரிகையிலே செய்தி வந்தது. ஆங்கிலத்திலே அந்தச் செய்தியை அனுப்பியவர் ஒரு ரெயில்வே ஸ்டேஷன் பக்கத்தில் நூறு 'ஸ்லீப்பர்ஸ் வாஷ்டு அவுட்' என்று ஆங்கிலத்திலே செய்தி அனுப்பினார். அதை தமிழிலே

மொழிபெயர்த்தவர், 'ரெயில் தண்டவாளத்திலே தூங்கிக் கொண்டிருந்த நூறு பேர் மழை வெள்ளத்திலே அடித்துச் செல்லப்பட்டு இறந்துவிட்டார்கள்' என்று செய்தி வெளியிட்டு விட்டார்.

'ஸ்லீப்பர்ஸ்' என்று செய்தி அனுப்பியவர் குறிப்பிட்டது, தண்டவாளத்திற்கு அடியிலே இருக்கின்ற குறுக்குச் சட்டங்களே யாகும். அந்தச் சட்டங்கள் தான் மழை வெள்ளத்திலே அடித்துச் செல்லப்பட்டது. ஆனால் ஸ்லீப்பர்ஸ் என்பதற்கு 'தூங்கிக் கொண்டிருந்தவர்கள்' என்று பொருள் எடுத்துக் கொண்டு செய்தி வெளியாகிவிட்டது. அதைப் போல கிங் இன்ஸ்டிட்யூட்டை 'கிங் நோய்த் தடுப்பு' என்றா 'கிங் நோய்' என்பது ஒரு நோயாகவும், அதைத் தடுக்கின்ற நிலையம் இது என்றும் வித்தியாசமான பொருள் வந்துவிடும் என்பதற்காக நான் சொல்கிறேன்.

எனவே தயவு செய்து இனிமேலாவது இந்த நிலையத்தை 'நோய்த் தடுப்பு கிங் மருந்து நிலையம்' என்று பெயர் வைக்க வேண்டும். மருத்துவ நிலையங்களிலே 'கிங் ஆக இருக்கிறது. எதிலே என்றால் நோயைத் தடுப்பதில் கிங் ஆக இருக்கிறது என்ற அளவில் இந்தப் பெயரை மாற்ற வேண்டுமென்று மக்கள் நல்வாழ்வுத் துறை அமைச்சரைக் கேட்டுக் கொள்கிறேன். ஆங்கிலத்தில் அப்படியே இருக்கலாம். அதிலே பொருள் கெடவில்லை."

கலைஞர் சொல்லிக் கொடுத்த பாடம் சரிதான். ஆனால் அதை மக்கள்தான் கற்றார்கள் இல்லை!

இந்த நிகழ்ச்சி பற்றிய செய்தி, 2000 பிப்ரவரி 16-29 தேதியிட்ட 'தமிழரசு' இதழில் வெளியிடப்பட்டுள்ளது.

60. காவேரியா? கங்கையா?

சென்னைக்கு நாள்தோறும் 530 மில்லியன் லிட்டர் குடிநீர் வழங்கும் சுத்திகரிப்பு நிலையத்தை செம்பரம்பாக்கத்தில் 2007 ஜூலை 19 அன்று தொடங்கிவைத்து, ஐந்தமிழறிஞர் கலைஞர் ஆற்றிய உரையில் தெரிவித்ததாவது...

"இங்கே தம்பி ஸ்டாலின் பேசும்போது சொன்னார். அவருடைய ஆற்றொழுக்கு நடையில் அவரையும் அறியாமல் ஒரு தவறு வந்தது என்றாலும், அந்தத் தவறையும் நான் சரிப்படுத்தி உங்களுக்குச் சொல்ல விரும்புகிறேன். அவர் சொன்னார், 'பகீரதன் காவேரியைக் கொண்டு வருவதற்காகவும் இருந்தான்' என்று. இல்லை. காவேரியை அல்ல. அவன் கொண்டு வர விரும்பியது கங்கையை. கங்கையைத் தான் கொண்டு வந்தான். அவன் ஏன் காவேரியைக் கொண்டு வரவில்லை என்றால், கங்கையைக் கூட கொண்டு வர முடியும். காவேரியைக் கொண்டு வர முடியாது என்ற காரணத்தினால் அவன் அந்தக் காலத்திலேயே எதைப் பிடிக்கலாம் என்று, 'காவேரியா? கங்கையா?' என்று அலசிப் பார்த்து காவேரி என்றால் அதற்கு நடுவர் மன்றம் அல்லவா வைக்கப்பட வேண்டும்? நம்முடைய சடாமுடியில் கொண்டுவரப்படக் கூடிய காரியமல்ல அது. ஆகவே நடுவர் மன்றம் கொண்டு வர வேண்டும். அந்தத் தீர்ப்பை ஏற்றுக் கொள்வதற்கு உச்ச நீதிமன்றத்திற்கெல்லாம் போக வேண்டும். "ஏ அப்பா! நம்மால் ஆகாது. அந்த வேலையென்று" பகீரதனே பதைபதைத்துப் போய் கங்கையோடு விட்டுவிட்டான். எனவே, அப்படி தண்ணீர் தேவை மக்களுக்கு அவ்வளவு ஆழமாக, அவ்வளவு அவசியமாக உயிர்ப் பிரச்சினையாக இன்றல்ல, என்றைக்கும் இருந்திருக்கிறது."

பிறர் செய்யும் தவறுகளையும், நயத்தக்க முறையில், சூழலுக்கு ஏற்ப, நகைச்சுவையாகச் சொல்லி சிக்ஸர் அடிப்பது கலைஞரின் 'ட்ரேட்மார்க்' இல்லையா..? இந்தச் செய்தி 2007 ஆகஸ்ட் மாத 'தமிழரசு' இதழில் வெளியாகியுள்ளது.

61. 'மாவலி என்றொரு திராவிட மன்னன்!'

2007 செப்டம்பர் 3 அன்று, 'அனைத்துப் பேரூராட்சி அண்ணா மறுமலர்ச்சித் திட்ட'த்தை மாமல்லபுரத்தில் தொடங்கி வைத்து ஐந்தமிழறிஞர் கலைஞர் உரையாற்றும் போது, மாமல்லபுரத்தை 'மகாபலிபுரமா? மாமல்லபுரமா?' எப்படி அழைப்பது என்ற விவாதத்துக்கு முற்றுப்புள்ளி வைக்கும் வகையில், 'ஓணம்' பண்டிகைக்குப் பின்னுள்ள கதையைச் சொல்லி, அதன் வழியே 'மாமல்லபுரத்தை மாமல்லபுரம் என்றுதான் அழைக்க வேண்டும்' என்று சொன்னார்.

அந்த ஓணம் பண்டிகை கதையில் தமிழ்நாட்டுப் புராணிகர்கள், எவ்வாறு 'மகாபலி' என்ற ஒரு ராட்சசனைப் பற்றி கதையளந்திருக்கிறார்கள் என்று விளக்கிய கலைஞர், கேரளத்தில் போற்றப்படும் 'மாவலி' என்ற அரசன் யாரென்பது பற்றியும் இவ்வாறு குறிப்பிட்டார்:

"கேரளத்துக் கதையை, ஏதோ கொஞ்சம் பகுத்தறிவு உள்ளவர்கள் எழுதியது. கேரள மக்களைப் புரிந்தவன் எழுதியதுமான உணர்வு உள்ளவன் எழுதியது. மனித உணர்வு உள்ளவன் எழுதியது. மலையாள உணர்வு உள்ளவன் எழுதியது. கேரளமும் கலி தெலுங்கும், கவின் மலையாளமும் திராவிட மொழி என்கின்ற காரணத்தால் திராவிட மொழி உணர்வு உள்ளவன் எழுதியது. அவன் என்ன எழுதினான்? அவன் எழுதியது இன்றைக்கும் கேரளத்திலேயிருந்து வெளிவருகின்ற கதைகளாக நமக்குக் கிடைக்கின்றன. அவன் எழுதியதுதான் கேரளத்திலே 'மாவலி.' மகாபலி அல்ல.

'மாவலி என்று ஒரு மன்னர் இருந்தார். 'மாவலி என்றால், தமிழ் புரிந்தவர்களுக்குச் சொல்கிறேன். 'வலி' என்றால் வலிமை. மாவலி என்றால் பெரிய வலிமை. பெரிய வலிமை

கொண்டவன் 'மாவலி' மன்னன். அந்த மாவலி மன்னன் கேரளத்திலே ஒரு பகுதியை ஆண்டான். அவன் ஆண்டபொழுது மக்கள் மகிழ்ச்சியாக இருந்தார்கள். நல்லாட்சி நடத்தினான். நல்லாட்சி நடத்தினால் சில பேருக்குப் பொறுக்குமா? ஆகவே எல்லோரும் சென்று மகாவிஷ்ணுவிடம் முறையிட்டார்கள். 'இவன் நல்லாட்சி நடத்திக் கொண்டிருக்கிறானே. இப்படியேவிட்டால் இவனை ஜெயிக்கவே முடியாதே. நிரந்தரமாக மன்னனாக ஆகிவிடுவானே. என்ன செய்யலாம்?' என்று கேட்டார்கள். 'பொறுங்கள், நான் பார்க்கிறேன்' என்று சொல்லி, மகாவிஷ்ணு அந்த மன்னனை அழித்தார். இதுதான் மாவலி கதை.

அவன் அழியும்போது கேட்டுக் கொண்டான். மகாவிஷ்ணுவைப் பார்த்து, 'நான் உன்னுடைய தந்திரத்தால், சூழ்ச்சியால் அழிக்கப்படுகின்றேன். இருந்தாலும் பரவாயில்லை. என்னுடைய மக்களை நல்லாட்சி நடத்தி வாழவைத்தேன். அப்படி வாழ்ந்து கொண்டிருக்கின்ற மக்களை ஆண்டுக்கு ஒருமுறை நான் காண்பதற்கு எனக்கு ஒரு வரம் தா' என்று கேட்டான். அந்த வரத்தை மகாவிஷ்ணு அவனுக்கு வழங்கினான். அதுதான் ஓணம் பண்டிகை. ஒவ்வொரு ஆண்டும் ஓணம் பண்டிகை அன்று அவன் வெளியிலே வந்து, அரண்மனையிலே யிருந்து வெளியே வருவான், மக்களைப் பார்ப்பான். அப்படி மன்னன் வருகிறான் என்பதற்கு அடையாளமாக கேரள மாதர்கள் எல்லாம் தங்களுடைய வீட்டு வாசல்களில் கோலங்கள் இட்டு, வாழை, கமுகு போன்ற மரங்களையெல்லாம் நட்டு, பூ வைத்து, மஞ்சள் தெளித்து வரவேற்பார்கள். இது கேரளத்து வரலாறு.

ஆக மகாபலி வேறு. மாவலி வேறு. ஆனால் மாவலி என்று அழைக்கப்படுகிறவன் திராவிட மன்னன். தமிழ் மன்னன். நல்லாட்சி நடத்தியவன். மக்களை நல்ல முறையிலே வாழ வைத்தவன். மக்களுக்கு அமைதியான வாழ்வைத் தந்தவன். அந்த அமைதியான வாழ்வைத் தந்து, மக்களை அவன் காப்பாற்றுகிறான் என்ற காரணத்தால் பொறாமை கொண்டவர்கள் அவனை வீழ்த்தினார்கள் என்பதுதான் கதை.

அந்த மாவ்லி கதையை எப்படியோ கொண்டு வந்து மகாபலி கதையோடு சேர்த்து, இரண்டையும் ஒன்றாகப் போட்டுக் குழப்பி மாமல்லன் வேறு, மாவலி வேறு, மகாபலி சக்கரவர்த்தி வேறு என்று இல்லாமல், எல்லாவற்றையும் ஒன்றாகப் போட்டுக் குழப்பி இதுதான் மகாபலி கதை என்று ஒரு பெரிய தகராறை இன்றைக்குப் புராணிகர்கள் உருவாக்கி யிருக்கிறார்கள்".

இந்தச் செய்தி 2007 செப்டம்பர் தேதியிட்ட 'தமிழரசு' இதழில் வெளியாகியுள்ளது.

62. இராஜேந்திர சோழர் ஆட்சி!

தருமபுரி அரசுக் கல்லூரி வளாகத்தில் 2008 பிப்ரவரி 26 அன்று நடைபெற்ற ஒகேனக்கல் கூட்டுக்குடிநீர்த் திட்டத்துக்கான அடிக்கல் நாட்டு விழாவில் ஐந்தமிழறிஞர் கலைஞர் அவர்கள் ஆற்றிய உரையிலிருந்து...

"நம்முடைய துரைமுருகன், 'கருணாநிதி இராஜராஜ சோழர். ஸ்டாலின் இராஜேந்திர சோழர்' என்று சொன்னார். இராஜராஜ சோழருடைய வரலாற்றை விரிவாக, விளக்கமாக ஆராயக்கூடாது. ஆனால் இராஜராஜ சோழர் தமிழை வளர்த்து, எல்லா மொழிகளுக்கும் உரிய இடம் கொடுத்து தன்னுடைய சோழ மண்டலத்தை கடல் கடந்தும் விரிவாக்கிய மாமன்னர். அதைப் போல நான் சார்ந்துள்ள இயக்கத்தை தமிழகத்திலே மாத்திரமல்லாமல், தமிழகத்திற்கு அப்பாலும் விரிவாக்கக் கூடிய அதனுடைய புகழ் பரவக் கூடிய காரியங்களை அங்கு சென்றல்ல, எங்கும் சென்று படையெடுத்தல்ல, இங்கே நாம் உருவாக்குகின்ற நல்ல செயல்கள், நல்ல காரியங்கள் இவைகள் மூலமே பல்லாயிரக்கணக்கான மைல்களுக்கு அப்பால் வாழ்கின்ற தமிழர்கள் அதைப் பாராட்டுவார்கள் என்றால், நம்முடைய ராஜ்யம் அதுவரையிலே விரிவாகிவிட்டது என்றுதான் பொருள். அப்படித்தான் நாம் நம்முடைய ராஜ்யத்தை விரிவாக்க வேண்டும். நம்முடைய புகழ் ராஜ்யத்தை விரிவாக்க வேண்டும். தமிழர்களுடைய வாழ்வை விரிவாக்க வேண்டும். அவர்களுடைய வாழ்விலே எல்லா விதமான நன்மைகளையும் பெற அதற்கு ஆவன செய்ய வேண்டும். அதைத்தான் இன்றைக்குத் தமிழகத்திலே இருக்கின்ற ஒரு மாநில ஆட்சி செய்து கொண்டிருக்கிறது."

இந்த உரை 2008 மார்ச் மாத 'தமிழரசு' இதழில் பதிவாகியுள்ளது.

கலைஞரின் சொல்படி பார்த்தால், இன்று தமிழ்நாட்டில், 'திராவிட மாடல் அரசு' செயல்படுத்தி வரும் பள்ளி மாணவர்களுக்குக் காலை உணவுத் திட்டத்தை, தெலங்கானாவில் பின்பற்றுகிறார்கள். குஜராத்தைச் சேர்ந்த மருத்துவர்கள் தமிழ்நாட்டுக்கு வந்து இங்குள்ள அரசு மருத்துவக் கட்டமைப்புகளில் பின்பற்றப்படும் சிறந்த நடைமுறைகளைக் கற்றுச் சென்றிருக்கிறார்கள். போலவே, நாம் இங்கு செயல்படுத்தி வரும் மாடித் தோட்டங்கள் பற்றி அறிந்துகொள்ள பிஹார் மாநிலத்திலிருந்து அதிகாரிகள் வந்து சென்றார்கள். அப்படிப் பார்த்தால், நம்முடைய 'திராவிட மாடல்' ராஜ்யத்தை தமிழ்நாட்டைத் தாண்டியும் விரிவாக்கி இருக்கிறோம். அப்படி எனில், தமிழ்நாட்டில் தற்போது நடப்பது இராஜேந்திர சோழரின் ஆட்சி என்று சொல்லலாம் இல்லையா..?

63. “அப்படி என்ன இந்த கருணாநிதி தவறு செய்துவிட்டான்?”

33-வது சென்னை புத்தகக் காட்சியைத் தொடங்கிவைத்து ஐந்தமிழறிஞர் கலைஞர் ஆற்றிய உரையில் அவர் வெளிப்படுத்திய ஆதங்கம்...

“புத்தகங்களை எழுதிய எழுத்தாளர்களுக்கு இங்கே பரிசுகள் வழங்கப்பட்டிருக்கின்றன. நான் கடந்த ஆண்டு என்று கருதுகிறேன். அங்கே விருதுகள் வழங்கப்பட்டபோது ஒரு எழுத்தாளருக்கு வழங்கப்பட்ட விருது பற்றி ஒரு சில சொல்ல வேண்டியிருக்கின்றது.

வழங்கியது தவறு என்று சொல்லமாட்டேன். ஆனால் அதைப் பெற்றவர்கள் எப்படி தவறு செய்திருக்கிறார்கள் என்பதை நான் எடுத்துக் கூறக் கடமைப்பட்டிருக்கிறேன். நம்முடைய தவத்திரு குன்றக்குடி அடிகளார் அவர்கள் என்னைக் காணும்போதெல்லாம் வழக்கமாக ஒரு நூலைத் தருவதுண்டு. சில நாட்களுக்கு முன்பு அப்படி அவர்கள் தந்த நூல் சென்னையின் வரலாற்றை விளக்கும் நூல். அது ஒரு பெரிய தடிப் புத்தகம். 600 பக்கங்களைக் கொண்டது. சென்ற ஆண்டு அந்தப் புத்தகத்தை எழுதிய எழுத்தாளருக்கு இங்கே விருது வழங்கப்பட்டிருக்கின்றது. நான் மரியாதையோடு, அன்போது, உணர்வோடு, தமிழ் ஆர்வத்தோடு இந்தப் புத்தகக் கண்காட்சி தொடர்ந்து இத்தகைய அருஞ்செயல்களைச் செய்ய வேண்டும் என்ற வேண்டுகோளோடு நான் அளித்த அந்த ஒரு கோடி ரூபாயில் அமைக்கப்பட்ட கருணாநிதி அறக்கட்டளையின் மூலம் வழங்கப்பட்ட விருதுகளில் ஒன்றை அந்த எழுத்தாளர் பெற்றிருக்கிறார்.

அப்படி விருது பெற்றவர் எழுதிய புத்தகம் ஆயிற்றே என்று அந்த 'சென்னை' என்ற பெயர் கொண்ட புத்தகத்தைப் புரட்டிப் பார்த்தேன். எப்போதுமே என்னிடம் ஒரு புதிய புத்தகம் கிடைத்தால் இரவோடு இரவாக, ஒரு நாள் அல்லது இரண்டு நாட்களில் படித்து முடித்துவிடுவது என் வழக்கம். அப்படி இரவு முழுவதும் படித்து நான் அந்தப் புத்தகத்தை நிறைவு செய்தேன். அந்தப் புத்தகத்தில், 'சென்னை - காலவரிசை' என்ற ஒன்றைத் தொகுத்துள்ளார். அதில் எந்தெந்த ஆண்டு போர்த்துகீசியர் ஆண்டார்கள், ஆங்கிலேயர்கள் எப்போது ஆட்சியைப் பிடித்தார்கள் என்ற சரித்திரக் குறிப்புகள் எல்லாம் உள்ளன. அதில் 1948 ஆம் ஆண்டுக்குப் பிறகு 1967 ஆம் ஆண்டு தி.மு.கழகம் ஆட்சியில் அமர்ந்தது என்று குறிப்பிடப்பட்டுள்ளது. ஆனால் யார் தலைமையிலே ஆட்சி அமைந்தது என்று குறிப்பிடவில்லை. யார் முதலமைச்சராக இருந்தார் என்று குறிப்பிடவில்லை. தேர்வுக் குழு ஒன்று அமைக்கப்பட்டு, அந்தக் குழு தேர்வு செய்த எழுத்தாளர் ஒருவர் எழுதிய புத்தகம் அது. அதிலேதான் 1969-இல் ஆட்சி மாற்றம் ஏற்பட்டு, நான் முதலமைச்சராக ஆனது பற்றியோ, எனக்கு முன்பு முதலமைச்சராக இருந்த பேரறிஞர் அண்ணா அவர்களுடைய செயல்முறைத் திட்டங்களைப் பற்றியோ எதுவுமே இல்லை. 1971-இல் பொதுத்தேர்தல் நடைபெற்று மீண்டும் தி.மு.கழகம் ஆட்சிப் பொறுப்புக்கு வந்தது பற்றி சென்னை என்ற அந்த நூலில் ஒருவரி கூட இல்லை. 600 பக்கங்கள் கொண்ட புத்தகம் அது. இடம் இல்லை என்று சொல்ல முடியாது.

1977 ஆம் ஆண்டு பற்றிக் குறிப்பிட்டு என்னுடைய அருமை நண்பர் எம்.ஜி.ஆர். முதலமைச்சராக ஆனார் என்று குறிப்பிடப்பட்டுள்ளது. நான் மகிழ்கிறேன். அதன் பிறகு 1991 ஆம் ஆண்டு என்று குறிப்பிட்டு ஒரு மாதம் மட்டும் முதல்வராக இருந்த திருமதி ஜானகி அம்மையார் அவர்களைப் பற்றி குறிப்பிடப்பட்டுள்ளது. அதன் பிறகு 1996 ஆம் ஆண்டு என்று குறிப்பிடப்பட்டுள்ளது. அந்த ஆண்டு நான்காவது முறையாக முதலமைச்சராக நான் ஆனேனே, அது குறிப்பிடப்

பட்டிருக்கிறதா என்று தேடித் தேடிப் பார்த்தேன். எந்தக் குறிப்பும் கிடையாது. அதிலே வந்தால்தான் எனக்குப் பெருமை என்பதற்காக அல்ல. அதிலேகூட வரவில்லையே என்ற வருத்தம் தான். மாறாக அந்த ஆண்டில் கோயம்பேடு காய்கறி அங்காடி திறக்கப்பட்டதை சென்னையின் புகழ்மிக்க செய்திகளில் ஒன்றாகக் குறிப்பிடப்பட்டிருந்தது. அதைத் திறந்தவன் யார் என்றாவது குறிப்பிடப்பட்டிருக்கிறதா என்றால் அதுவும் கிடையாது. அதே ஆண்டில் தான் ஏற்கெனவே அண்ணா அவர்களால் சென்னை ராஜ்யத்திற்கு, 'தமிழ்நாடு' என்று பெயரிடப்பட்டிருந்த போதிலும், சென்னைக்கு மெட்ராஸ் என்ற பெயர் மாற்றப்படாமல் இருப்பதை எண்ணிப் பார்த்து, 'சென்னை' என்று நான் ஆணை பிறப்பித்தேன். அந்தச் செய்தியை வெளியிட்டுள்ள அந்த நூல் அதைச் செய்தது யார் என்று குறிப்பிட்டிருக்கிறதா என்றால் இல்லை. அதன் பிறகு 1998 ஆம் ஆண்டு டாக்டர் அம்பேத்கர் சட்டப் பல்கலைக்கழகம் தொடங்கப்பட்டது தமிழ்நாட்டிலே தான், சென்னையிலேதான். ஆனால் சென்னை வரலாறு எழுதப்பட்ட அந்தப் புத்தகத்தில் அந்தப் பல்கலைக்கழகத்தை யார் தொடங்கியது என்ற செய்தி குறிப்பிடப்படவில்லை.

இது இங்கே குறிப்பிடப்பட்ட புத்தக ஆசிரியருக்கு நான் விடுக்கின்ற அன்பான கேள்வி. அப்படி என்ன இந்த கருணாநிதி தவறு செய்துவிட்டான்? அப்படி என்ன தாழ்ந்து போய்விட்டான்? தமிழனாகப் பிறந்தான் என்ற ஒன்றைத் தவிர வேறென்ன தாழ்வு அவனுக்கு? அவன் தமிழ்ச் சமுதாயத்திலே குறிப்பிடப்பட்ட மிகவும் பிற்படுத்தப்பட்ட சமுதாயத்திலே பிறந்தான் என்பதைத் தவிர அவனுக்கு வேறென்ன தாழ்வு?".

கலைஞர் குறிப்பிட்ட அந்தப் புத்தகம், 'மெட்ராஸ் ரீடிஸ்கவர்ட்' (Madras Rediscovered) என்ற ஆங்கிலப் புத்தகம். அதனை எழுதியவர் வரலாற்றாசிரியர் என்று புகழப்படுகிற எஸ்.முத்தையா என்கிற பார்ப்பனர். அந்தப்

புத்தகத்துக்குத்தான் கலைஞர் பொற்கிழி விருது வழங்கப்பட்டது. அதனுடைய தமிழ் மொழிபெயர்ப்பை

'சென்னை மறுகண்டுபிடிப்பு' என்ற தலைப்பில் 'கிழக்கு பதிப்பகம்' வெளியிட்டது. ஆம்... பேரறிஞர் அண்ணாவை 'இடியட்' என்று சொன்ன பத்ரி சேஷாத்ரியின் பதிப்பகம்தான்.

கலைஞர் அவ்வாறு பேசியதற்குச் சில நாட்களுக்குப் பிறகு அப்போது கிழக்கு பதிப்பகத்தைச் சேர்ந்த பா.ராகவன் தனது வலைதளத்தில் ஒரு விளக்கம் கொடுத்திருந்தார். 'வரலாற்றில் விடுபடல்கள் எல்லாம் சகஜம். காமராஜ், ராஜாஜி போன்றோரின் பெயர்கள் கூடத்தான் இல்லை' என்று என்னென்னமோ சால்ஜாப்புகளைச் சொல்லியிருந்தார். அவர்கள் இறந்துவிட்டார்கள். அதனால் கேட்கவில்லை. ஒருவேளை உயிருடன் இருந்திருந்தால், 'எங்கள் பெயர் ஏன் இல்லை' என்று கேட்டிருந்தால் 'கிழக்கு' தலைகுனிந்து போயிருக்கும். இந்தப் பார்ப்பனக் கூட்டத்துக்கு, கலைஞர் 'என்னுடைய பெயர் எல்லாம் இல்லையே' என்று வருந்திக் கேட்டதுகூட தவறாகப்படுகிறது. கலைஞர் அவ்வாறு கேட்டதால், அந்தப் புத்தகம் நன்றாக விற்பனை ஆனது என்று புளங்காகிதம் வேறு அந்தப் பதிப்பகம் அடைகிறது என்றால், நாம் ஏன் பார்ப்பனீயம் ஒழிய வேண்டும் என்கிறோம் என்பதற்குப் பதில் கிடைக்கும்.

கலைஞர் அந்த உரை, 2009 நவம்பர்-டிசம்பர் மாத 'தமிழரசு' இதழில் வெளியாகியுள்ளது.

64. வாய்மை என்பது என்ன?

2010 பிப்ரவரி 10 அன்று சென்னையில் ஐந்தமிழறிஞர் கலைஞருக்கு 'திருக்குறள் பேரொளி' எனும் விருது தவத்திரு குன்றக்குடி பொன்னம்பல அடிகள் அவர்களால் வழங்கப் பட்டது. அப்போது ஏற்புரை நிகழ்த்திய கலைஞர், 'வாய்மையே வெல்லும்' என்ற சொற்றொடருக்கு உண்மையான பொருள் என்ன என்பது பற்றி இவ்வாறு குறிப்பிட்டார்:

"அண்ணா அவர்கள் முதலமைச்சராகப் பொறுப்பேற்று சட்டமன்றத்திலே நானும் நாவலரும் பேராசிரியரும் அமருகின்ற ஒரு சூழ்நிலை ஏற்பட்ட போது, அப்பொழுது சில வாசகங்களை எப்படியெல்லாம் நாம் நடைமுறைப்படுத்தலாம் என்று எண்ணிய நேரத்திலே, 'சத்தியமேவ ஜெயதே' என்றிருந்த அந்தச் சொற்றொடரை எப்படி மாற்றலாம் என்று கருதிய போது, 'சத்தியம்' என்றால் வாய்மை. 'வாய்மை வெல்லும்' என்று சொல்லலாமே என்று யோசித்து, 'வாய்மையே வெல்லும்' என்றிருக்கலாம் என்று அந்தச் சொற்றொடரைப் பயன்படுத்தினோம். அது சில நாட்களுக்கு எதிர்ப்புக்கு ஆளாயிற்று. ஆனாலும் கூட, பழகப் பழக அனைவரும் அதையேற்றுக் கொண்டு, 'வாய்மையே வெல்லும்' என நம்முடைய தமிழ்நாட்டு அரசாங்கத்தின் சுட்டுச் சொல்லாக, இலட்சினைச் சொல்லாக இன்றைக்கு மாறிவிட்டிருக்கின்றது.

'வாய்மை' என்றால் உண்மையென்று யாரும் கருதிவிடக் கூடாது. உண்மை வேறு, வாய்மை வேறு. வாய்மையாக இருப்பது வேறு, உண்மையாக இருப்பது வேறு. 'உண்மை சொன்னான், உண்மை பேசினான்' என்றுதான் உண்மை என்ற சொல் வருமே தவிர, தனியாக உண்மைக்கு அந்தப் பொருள் கிடையாது. வாய்மைதான் தனியாக

உச்சரிக்கக் கூடிய, பயன்படுத்தக் கூடிய, எடுத்துக் காட்டக்கூடிய ஒரு சொல். உண்மையையும் வாய்மையையும் ஒன்றாக எண்ணிக் கொண்டிருந்த காலம் ஒன்று உண்டு. அப்படி இன்னமும் எண்ணிக் கொண்டிருக்கின்றவர்கள் இருக்கின்றார்கள். 'வாய்மை' என்பது, பிறருக்குத் தீங்கில்லாமல் சொல்லப் படுகின்ற ஒரு சொல்லுக்குப் பெயர்தான் வாய்மை அடிப்படையிலே பிறக்கின்ற ஒரு சொல்லாகும். யாருக்கும், எந்தவித கெடுதலும் ஏற்படாமல், இந்த வார்த்தையினால் உறுதியோடு சொல்லப்படுகின்ற சொல் 'வாய்மை' ஆகிறது. 'உண்மை' என்பதை அதற்கு அடுத்த கட்டத்திலே வைக்கலாமே தவிர, அது வேறு, இது வேறு."

இந்த உரை 2010 பிப்ரவரி மாத 'தமிழரசு' இதழில் வெளியாகியுள்ளது.

65. திராவிடமும் தீராவிடமும்!

2010 ஜூலை 31 அன்று, திருவள்ளூர் மாவட்டம் மீஞ்சூர் காட்டுப்பள்ளியில் கடல்நீரைக் குடிநீராக்கும் நிலையத்தைத் திறந்துவைத்து ஐந்தமிழறிஞர் கலைஞர் ஆற்றிய உரையிலிருந்து ஒரு தீர்க்கதரிசனம் இது...

“நாம் மாமல்லபுரம் சாலையிலே உள்ள நெம்மேலி என்கின்ற அந்தப் பகுதியில் இதுபோன்ற இன்னொரு திட்டத்தைத் தொடங்கி, ஓராண்டு காலத்திற்குள்ளாக, அல்லது இரண்டாண்டு காலத்திற்குள்ளாக அந்தத் தண்ணீரும் சென்னைக்குப் பயன்படுகின்ற அளவிற்கு நாம் அந்தத் திட்டத்தை நிறைவேற்றுவோம் என்று ஸ்டாலின் இங்கே குறிப்பிட்டார். இதை கணக்குப் போட்டுப் பார்த்தால், இந்த ஆட்சிக்கே இன்னும் ஓராண்டு காலம்தானே இருக்கிறது? எப்படி இரண்டு ஆண்டு காலத்திலே எப்படி நிறைவேற்ற முடியும் என்று யாராவது கணக்குப் போட்டிருக்கலாம். நீங்கள் போடுகிறீர்களோ இல்லையோ, சில பத்திரிகைகள் இருக்கின்றன இதற்காகவே. வாரப் பத்திரிகைகள். அவைகள் எல்லாம் கணக்கிட்டுப் பார்த்து, 2 ஆண்டு காலத்திலே எப்படி நிறைவேறும்? அதைப் போல ஒகேனக்கல் திட்டம் இரண்டு ஆண்டு காலத்திலே 2011 லே நிறைவேறும் என்று ஸ்டாலின் சொன்னார். எப்படி 2011, 2012-இல் நிறைவேற முடியும், இந்த ஆட்சிதான் அதற்குள் முடிந்துவிடுமே என்று அவர்களும் சொல்லக்கூடும்.

ஒரு ஆட்சி முடியலாம். ஆனால் ‘திராவிட சகாப்தம்’ முடியாது என்பதை நான் அவர்களுக்குச் சொல்லிக் கொள்கிறேன். திராவிட சகாப்தத்தில் இது போன்ற ஆட்சிகள், என்னுடைய தலைமையிலே உள்ள ஆட்சியாக இருந்தாலும்

இருக்கலாம். அல்லது இந்த இயக்கத்திலே உள்ள மற்றவர்களுடைய தலைமையிலே உள்ள ஆட்சியாக இருந்தாலும் இருக்கலாம். ஆனால் திராவிட சகாப்தத்திற்கு முடிவில்லை. திராவிட சகாப்தம் என்றதும் 'திராவிட' என்ற அடைமொழியைக் கொண்டவர்கள் எல்லாம், 'ஓ! நம்மையும் சேர்த்துத்தான் சொல்கிறார்' என்று கருதி ஏமாந்துவிட வேண்டாம். 'திராவிட' என்றால், பெரியாரால் உருவாக்கப்பட்ட திராவிடம், அண்ணாவால் ஏற்றுக் கொள்ளப்பட்ட திராவிடம். அந்தத் திராவிடமே தவிர, நீங்கள் கொண்டாடிக் கொண்டிருக்கின்ற 'தீராவிடம்' அல்ல. இது திராவிடம். திராவிடம் என்பது ஒரு இனம், ஒரு உணர்வு. அந்த இன உணர்வைக் கொண்டுதான் இன்றைக்கு இந்த ஆட்சியில் பல திட்டங்கள் அந்த உணர்வின் அடிப்படையிலே நிறைவேற்றப்படுகின்றன."

கலைஞர் சொல்லிய அந்த 'திராவிட சகாப்தம்', நமது 'திராவிட மாடல் அரசு'க்கும் பொருந்துமில்லையா..? ஆம்... 'திராவிட மாடல் அரசு' என்பது தி.மு.க. அரசுதானே தவிர, அடைமொழி திராவிடக் கட்சிகளின் அரசுகள் அல்ல..!

இந்த உரை, 2010 ஜூலை - ஆகஸ்ட் மாத 'தமிழரசு' இதழில் வெளியாகியுள்ளது.

சாதனைகள்

66. 'கொடி' கலைஞர்!

இந்தியாவில் குடியரசு நாளன்று மாநில ஆளுநர்களும், சுதந்திர நாளன்று மாநில முதலமைச்சர்களும் தேசியக் கொடியேற்றி மரியாதை செய்வது மரபு. சுதந்திர நாளன்று முதலமைச்சர்கள் கொடியேற்றுகிற உரிமையை ஐந்தமிழறிஞர் கலைஞர்தான் 1974 ஆம் ஆண்டு பெற்றுத் தந்தார். அதற்கு முன்பு வரை ஆளுநர்கள்தான் சுதந்திர நாளில் கொடியேற்றி வந்தார்கள். இந்தத் தகவல் அனைவரும் அறிந்த ஒன்றுதான்.

ஆனால் கலைஞர், 1970 ஆம் ஆண்டே இந்த சுதந்திர நாள் கொடியேற்றும் உரிமை விஷயத்தில் அன்றைய ஒன்றிய அரசிடம் கோரிக்கை ஒன்றை வைத்துக் கலகம் செய்திருக்கிறார். அந்தக் கோரிக்கை இதுதான்: "ஒவ்வோர் ஆண்டும் ஒவ்வொரு மாநிலத் தலைநகருக்கும் தலைமை அமைச்சர் (பிரதமர்) வந்து விடுதலை நாளைக் கொண்டாடிக் கொடியேற்ற வேண்டும்".

இந்தக் கோரிக்கையை அவர் 1969 ஆம் ஆண்டே வைத்திருக்கிறார். ஆனால் இப்படியொரு கோரிக்கை வைத்தது குறித்து 1970 செப்டம்பர் 1 ஆம் தேதியிட்ட 'தமிழரசு' இதழில் ஒரு செய்திக் கட்டுரை மூலமாக நமக்குத் தெரியவருகிறது. இங்கு அந்த இதழ் தொடங்கப்பட்டதே 1970 ஜூலை மாதத்தில்தான் என்பதை நினைவில் கொள்ள வேண்டும்.

'கொத்தளத்தில் கொண்டாடிய விழா' என்ற தலைப்பில், 1970 ஆம் ஆண்டு சுதந்திர நாள் விழா செய்தியாகப் பதிவு செய்யப்பட்டுள்ளது. அந்த விழாவில் கலைஞர் இவ்வாறு பேசினார்:

"ஒவ்வோர் ஆண்டும் ஒவ்வொரு மாநிலத் தலைநகருக்கும் தலைமையமைச்சர் வந்து விடுதலை நாளைக் கொண்டாடிக்

கொடியேற்ற வேண்டும் என்று எழுதியமைக்கு 'டெல்லி செங்கோட்டையில் கொடியேற்றுவது மரபாகிவிட்டது. அதை மாற்ற இயலாது' என்று தலைமையமைச்சர் எழுதியிருந்தார்.

மீண்டும் தலைமையமைச்சரைக் கேட்டுக் கொள்கிறேன். அதை மறுபரிசீலனை செய்யுங்கள். மாநிலங்களுக்கு அதிக அதிகாரங்கள் வேண்டும் என்று கேட்கப்படும் இந்நாளில் மாநிலங்களில் வந்து விடுதலை நாள் விழா கொண்டாடுவது கடினமல்ல.

ஆகவே, விடுதலை நாளில் பங்குகொள்ள இங்கே வருமாறு பிரதமரைத் தமிழக மக்களின் சார்பில் கேட்டுக் கொள்கிறேன். அது மரபு என்று மறுமுறையும் சொல்லாமல் கொண்டாட வர வேண்டும். அனைவரும் சேர்ந்து மரபை மாற்றமுடியும்.

ஒவ்வொரு ஆண்டும் ஒவ்வொரு மாநிலத் தலைநகருக்கும் தலைமையமைச்சர் வந்து விடுதலை நாளைக் கொண்டாடினால் இந்திய ஒற்றுமை வலுவாக இருக்கும். எல்லா மாநிலங்களும் ஒரே நிலையில் கவனிக்கப்படுகிறது என்ற எண்ணம் உண்டாகும்".

செங்கோட்டையில் கொடியேற்றுபவரை சென்னைக்கு வந்து கொடியேற்றச் சொன்னதெல்லாம் 'தரமான சம்பவம்' ரகம்.

67. தமிழாசிரியர்களை உயர்த்திய தமிழ்மகன்!

ஐந்தமிழறிஞர், கல்லூரி சென்று பட்டம் பெற்றவர் இல்லை. ஆனால் அது அவருக்கு என்றுமே தடைக்கல்லாக இருந்தது இல்லை. எனினும் அவரைப் போன்று தமிழ் மொழியைக் கட்டி ஆண்டவர் எவரும் இல்லை. அவர் படைத்த 'சங்கத்தமிழ்', 'குறளோவியம்', 'தொல்காப்பியப் பூங்கா' போன்ற படைப்புகளை, தமிழில் முனைவர் பட்டம் பெற்றவர்கள், சிந்தித்துக்கூடப் பார்க்க முடியுமா என்று தெரியவில்லை.

அத்தகைய மொழி வளமும், மொழியின் மீது ஆளுமையும் கொண்ட கலைஞரே ஒருமுறை, "நான் தமிழில் போதிய பயிற்சி பெற்றேனா என்பது சந்தேகமே" என்று கூறியிருக்கிறார். எப்போது, எந்தப் பின்னணியில் அவர் இதைச் சொன்னார் என்பது குறித்து 1970 செப்டம்பர் 16 ஆம் தேதியிட்ட 'தமிழரசு' இதழ் விளக்கம் தருகிறது.

அந்த இதழில், 1970 ஆகஸ்ட் 9 ஆம் தேதி கலைஞர் பேசியதாக அவரது உரையின் ஒரு பகுதி, 'தாய்மொழி படித்தால்தான்...' என்ற தலைப்புடன் வெளியிடப்பட்டுள்ளது. அந்த உரையில் கலைஞர் சொன்ன விஷயம் இது:

"தமிழாசிரியர்கள், தலைமை ஆசிரியர்களாக ஆக வேண்டும் என்ற கோரிக்கையைக் கொள்கைப் பூர்வமாக ஏற்றுக்கொள்கிறேன்.

ஆங்கிலம் படித்தால்தான் தலைமை ஆசிரியராய் ஆகலாம் என்று இங்கு சொல்லுகிறார்கள்.

மேல் நாடுகளில், அது பெரிய நாடாக இருந்தாலும் சரி, சிறிய நாடாக இருந்தாலும் சரி, தாய்மொழிக்குத் தரப்படும் மதிப்புப் பிற மொழிகளுக்குத் தரப்படுவதில்லை. ஆங்கிலத்தைத் தொடர்பு மொழியாகத்தான் வைத்திருக்கிறார்கள்.

எல்லாத் துறைகளிலும் தாய்மொழி அறிவு பெற்றவர்களே தலைமை வகிக்கிறார்கள். ஆனால் இங்கு, தமிழ் கற்றவர்கள், தமிழ் மாத்திரம் படித்தவர்கள், அந்தக் காரணத்தினாலேயே அவர்களுக்கு நிர்வாகத் திறமையில்லை, கட்டிக் காக்கும் திறமையில்லை என்று கூறப்படுகிறார்கள்.

தமிழாசிரியர்களை விட்டுவிடுங்கள். என்னை எடுத்துக் கொள்ளுங்கள். ஆங்கிலத்தில் நான் பட்டதாரியில்லை. தமிழில் கூட. தமிழாசிரியர் வேண்டுமானால் என்னைத் தமிழாய்ந்த தலைமகன் என்று கூறலாம்.

ஆனால், என்னைப் பொறுத்தவரை நான் தமிழில் போதிய பயிற்சி பெற்றேனா என்பது சந்தேகமே.

தமிழில் நான் பெற்ற இந்தப் பயிற்சியை வைத்துக்கொண்டே இந்த நாட்டையே ஆளும்போது, தமிழ் படித்தவர்கள், தலைமையாசிரியர்களாக இருக்கக் கூடாது என்பது எந்த வகையில் பொருத்தமாகும்?"

கேள்வி எழுப்பியதோடு நின்றுவிடவில்லை கலைஞர். 70-களிலேயே தமிழாசிரியர்கள் தலைமையாசிரியராகலாம் என்ற ஆணையையும் பிறப்பித்தார். தமிழில் பட்டம் பெறாத தலைமகன், தமிழுக்குச் செய்த பல சிறப்புக்களில் இது மிகவும் முக்கியமானது. ஆனால் பலருக்கும் தெரியாதது!

68. 'மின்சார' கலைஞர்..!

1971 தேர்தலில் வென்று ஐந்தமிழறிஞர் கலைஞர் முதலமைச்சரான பிறகு, அவர் செய்த மிக முக்கியமான சாதனைகளில் ஒன்று... தமிழ்நாட்டில் மின் இணைப்பு இல்லாத கிராமமே இல்லை என்னும் நிலையை அடைந்தது.

அவ்வாறு எல்லா கிராமங்களிலும் முழுமையான மின் இணைப்பு பெற்ற முதல் மூன்று மாவட்டங்கள்: செங்கல்பட்டு, நீலகிரி மற்றும் நெல்லை. ஒவ்வொரு மாவட்டத்திலும் மின் இணைப்பு முழுமை பெறும்போது அதற்கு ஒரு விழா எடுக்கப்பட்டுள்ளது. அப்படி செங்கல்பட்டு மற்றும் நீலகிரி மாவட்டங்களுக்கு விழா எடுத்த செய்திகள் முறையே 1971 ஆகஸ்ட் மற்றும் அக்டோபர் தேதியிட்ட 'தமிழரசு' இதழ்களில் காணக் கிடைக்கின்றன.

செங்கல்பட்டு மாவட்ட மின் இணைப்பு முழுமை விழா குறித்த செய்தியில், கலைஞர் ஒரு 'டேட்டா'வைக் கொடுக்கிறார். அதில் முந்தைய காங்கிரஸ் அரசும், தி.மு.க. அரசும் தமிழ்நாட்டுக் கிராமங்களுக்கு மின் இணைப்பு வழங்கியது குறித்த ஓர் ஒப்பீடு அந்தத் தரவுகளில் தென்படுகிறது. அப்போதே கலைஞர் 'டேட்டா'வை முன்வைத்துத் தன் சாதனைகளைக் கூறியிருக்கிறார் என்பதை உணரும்போது வியப்பு ஏற்படுகிறது. அந்த 'டேட்டா' இது:

"1933 ஆம் ஆண்டுதான் தமிழ்நாட்டுக்கு மின்சாரம் அறிமுகமானது என்று கருதுகிறேன். 33 ஆம் ஆண்டிலிருந்து 66 ஆம் ஆண்டுவரை தமிழ்நாட்டில் எந்த அளவுக்கு மின்சார வசதி செய்யப்பட்டது என்று பார்க்க வேண்டும். 1933 ஆம் ஆண்டிலிருந்து 66-67 வரை மின்சாரம் பெற்ற கிராமங்கள் 25 ஆயிரம். மொத்தக் கிராமங்களின் எண்ணிக்கை 57 ஆயிரம். இதில் மின்சாரம் பெற்றவை 25 ஆயிரம் கிராமங்களாகும்.

பிறகு 67-68-ல் ஓராண்டுக் காலத்தில் மின்சாரம் பெற்ற கிராமங்களின் எண்ணிக்கை மூவாயிரம் உயர்ந்து 28 ஆயிரம் கிராமங்களாயிற்று. 1969-70-ல் 31,727 கிராமங்கள் என்றாகி, 1970-71-ல் 42,229 கிராமங்களாகவும் உயர்ந்திருக்கின்றன. இந்த நான்காண்டுக் காலத்தில் மட்டும் 17 ஆயிரத்துக்கும் மேற்பட்ட கிராமங்கள் பேரறிஞர் அண்ணா அவர்களால் உருவாக்கப்பட்டு, அவர் வழியில் நடக்கும் இந்தச் சாதாரணமானவர்களின் ஆட்சியில் மின் விளக்கு வசதி பெற்றிருக்கின்றன".

பிறகு, நீலகிரி மாவட்டத்தில் நடைபெற்ற விழாவில் இப்படிச் சொல்கிறார் கலைஞர்:

"1972-க்குள் தமிழகத்தில் மின் இணைப்பு இல்லாத கிராமமே இல்லை எனும் நிலையை நாம் வேகமாக அடைந்து கொண்டிருக்கின்றோம். இந்தியாவிலே இதில் நமக்குப் பெருமை உண்டு.

சிலர் கேட்கக் கூடும், 'இந்தியாவிலேயே முதன் முதலாக எல்லாக் கிராமங்களுக்கும் மின் இணைப்புத் தந்தது அரியானா மாநிலம் தானே? இதை அறியாதவரா கருணாநிதி?' என்று!

ஆனால், அரியானா மாநிலம், இந்த நீலகிரி மாவட்டமும் செங்கை மாவட்டமும் இணைத்தால் எவ்வளவு பெரிய இடமாக இருக்குமோ அவ்வளவு பெரிய இடம்தான். ஆனால் நாமோ, நாலரைக்கோடி மக்களைக் கொண்ட மிகப் பெரிய மாநிலத்திற்கு ஒளி வழங்கும் திட்டத்தில் வெற்றி பெற்றிருக்கிறோம்".

69. 'வேகம்' கலைஞர்..!

'15 மாதங்களில் கட்டி முடிக்கப்பட்ட கலைஞர் நூற்றாண்டு உயர் சிறப்பு மருத்துவமனை..!

இதுதான் இன்றைய தலைப்பு செய்தி. இந்தியா இன்றும் வளர்ந்துகொண்டிருக்கிற நாடு என்பதற்கு மிகச் சிறந்த உதாரணம், மதுரை 'எய்ம்ஸ்' மருத்துவமனை. ஆம்... மதுரை 'எய்ம்ஸ்' மருத்துவமனையும் 'வளர்கிறது... வளர்கிறது... வளர்ந்துகொண்டே இருக்கிறது...!

ஆனால் தமிழ்நாடு இந்தியாவிலேயே 'வளர்ந்த' மாநிலம். அதன் சாட்சிதான் 'கலைஞர் நூற்றாண்டு உயர் சிறப்பு மருத்துவமனை!' எனில், வடவர்கள் தமிழ்நாட்டின் 'வளர்ச்சி' கண்டு பொறாமைப்படுவது இயல்புதானே!

சாமானியர்கள் பொறாமைப்படுவதில் கூட ஒரு நியாயம் இருக்கிறது. ஆனால் ஜெயபிரகாஷ் நாராயணன் போன்ற ஒரு தலைவரே தமிழ்நாட்டைக் கண்டு பொறாமைப்பட்டிருக்கிறார் என்றால், அது எவ்வளவு பெரிய சாதனை..! அப்படி அவர் பொறாமைப்பட, தமிழ்நாட்டில் கலைஞர் ஆட்சியில் மேற்கொள்ளப்பட்ட குடிசை மாற்று வாரியத்தின் 'வேகம்' தான் காரணம். ஆச்சரியமாக உள்ளதா..? மேலே படியுங்கள்...

ஜெயபிரகாஷ் நாராயணன், சுதந்திரப் போராட்ட தியாகி. அவசரநிலையை மிகத் தீவிரமாக எதிர்த்த முன்னணித் தலைவர். அவர் சர்வோதய அமைப்பின் தலைவராகவும் சேவையாற்றி யுள்ளார். அவர் 1972 ஜூன் 11 ஆம் தேதி, சென்னை கோட்டூர்புரத்தில், குடிசை மாற்று வாரியத்தால் கட்டப்பட்ட குடியிருப்புகளைத் திறந்து வைக்க வந்திருந்தார். அந்த விழாவில் அவர் பேசிய உரையின் ஒரு பகுதியை 1972 ஜூலை

1 ஆம் தேதியிட்ட 'தமிழரசு' இதழ் வெளியிட்டுள்ளது. தனது உரையில் கலைஞர் அரசின் வேகம் குறித்து முக்கியமான தரவு ஒன்றைக் கவனப்படுத்துகிறார்:

"குடிசை மாற்று வாரியம் ஒன்றைத் தனியே அமைப்பதில் இந்தியாவிலேயே தமிழ்நாடே முதலிடம் வகிக்கிறது. தமிழ்நாட்டை இதற்காகப் பாராட்ட வேண்டும். இந்தக் குறுகிய காலத்தில் 13 திட்டங்களை இவ்வாரியம் மேற்கொண்டு 2,560 குடியிருப்புகளைக் கட்டி முடித்துள்ளது. இந்த முன்னேற்றத்தின் வேகம், 30 நிமிடங்களுக்கு ஒரு வீடு என அமைகிறது. இது பிறர் கண்டு பொறாமைப்படத்தக்க சாதனையாகும்" என்று குறிப்பிட்டுவிட்டு, மேலும் தொடர்ந்தார்:

"சென்னையின் அடிச்சுவட்டை இந்தியாவின் இதர நகரங்களும் பின்பற்றுமானால், அடையாளம் தெரியாத அளவுக்கு இந்நகரங்களெல்லாம், மாற்றம் பெற்று விடும் என்று மைய அரசு திட்டக் குழுவின் செயலாளர் திரு.அசோக் மித்ரா கூறியிருப்பதையே நான் இங்கு மீண்டும் உங்களிடம் கூற விரும்புகின்றேன். இம்மாதிரியான ஒரு வாரியத்தை அமைத்து குடிசை மாற்றுத் திட்டங்களை நிறைவேற்றிடத் தேவையான நிதியை ஒதுக்கித் தந்து, குறைந்த வாடகைக்கு குடியிருப்புகள் அமைய தீர்க்க தரிசனத்தோடு திட்டமிட்டுச் செயலாற்றியுள்ள தமிழ்நாடு முதலமைச்சர் திரு. கருணாநிதி அவர்களையும், தமிழ்நாடு அரசையும் நான் பாராட்டுகின்றேன்".

தாய் எட்டடி பாய்ந்தால், குட்டி 16 அடி பாயும் என்பார்கள். கட்டமைப்புகளை ஏற்படுத்துவதில் கலைஞர் காட்டிய அதே வேகத்தைதான் இன்று முத்துவேல் கருணாநிதி ஸ்டாலின் அவர்களும் காட்டுகிறார். இது வளர்ச்சியின் வேகம் மட்டுமல்ல... முதிர்ச்சியான அரசியலின் விவேகமும் கூட..!

70. கலைஞரின் நன்றி உணர்வு!

சமீபகால தமிழ் சினிமாக்களைக் கொஞ்சம் கவனித்துப் பார்த்தால், ஒரு விஷயம் புலப்படும். சென்னையைக் காட்டுவதென்றால், பொதுவாக சென்ட்ரல் ரயில் நிலையத்தைத்தான் காட்டுவார்கள். சுமார் முப்பது, நாற்பது ஆண்டுகளாக அந்த வழக்கம் இருந்து வந்தது. அந்த வழக்கத்தைக் கிண்டலடிக்கிற திரைப்படங்கள் வந்த பிறகு, தற்போது அந்த நிலை மாறியிருக்கிறது.

அதேபோல, இன்னொரு விஷயமும் கவனிக்கத்தக்கது. சென்னையை அறிமுகப்படுத்த சென்ட்ரல் ரயில் நிலையத்தைக் காட்டியவர்கள், சென்னையில் நடக்கும் போராட்டங்கள், வேலை நிறுத்தம், கல்லூரி மாணவர்களின் 'பஸ் டே' அட்டகாசங்கள், வன்முறை போன்றவற்றைக் காட்ட வேண்டுமென்றால் தமிழ் சினிமாக்காரர்களின் கேமரா அண்ணா மேம்பாலத்தை நோக்கித்தான் திரும்பும். அதற்கு மிகச் சரியான உதாரணங்கள் என்றால் 'காதல் தேசம்' மற்றும் 'முதல்வன்' ஆகிய படங்களைச் சொல்லலாம்.

திரைப்படங்கள் ஒரு இடத்தை எப்படிக் காட்சிப்படுத்து கின்றன என்பது மிகவும் முக்கியமானது. காரணம், அது நம் கலாசாரத்தின் மீது தாக்கத்தை ஏற்படுத்தக் கூடிய ஒன்று. ஒரு இடத்தை, எதிர்மறையான கோணத்தில், பின்னணியில் காட்டப்படும்போது, அது பார்வையாளர்களின் மனதில் அந்த இடத்தைப் பற்றியும், அங்குள்ள மக்களைப் பற்றியும் தவறான பார்வையை விதைத்துச் செல்கிற அபாயம் இருக்கிறது.

இப்படித்தான், வடசென்னைப் பகுதியைத் திரும்பத் திரும்ப ரவுடிகளின் கூடாரம் போல காட்டிக் காட்டியே, அந்தப் பகுதியின் மீது விரைவில் மறையாத கறையை ஏற்படுத்தியிருக்கிறது தமிழ் சினிமா.

'பொதுவாக, சென்னை மாநகரில், இங்குள்ள மக்கள் அடர்த்தியின் பிரமாண்டத்தைக் காட்டவே 'டாப் ஆங்கிளில்' அண்ணா மேம்பாலத்தில் 'ட்ராஃபிக்' ஏற்படுவது போல காட்டப்படுகிறது' என்று சினிமாக்காரர்கள் சொல்வார்களே யானால், அது ஒரு நகைப்புக்குரிய முரணாகத்தான் அமையும்.

அண்ணா மேம்பாலம் கட்டப்பட்ட பின்னணி குறித்து நாம் அறிந்துகொண்டால், தி.மு.க.வின், முத்தமிழறிஞர் கலைஞரின் மகத்தான சாதனையை இப்படியெல்லாம் சிறுமைப்படுத்தத் தோன்றாது.

சென்னையின் மையப் பகுதியான நுங்கம்பாக்கத்தில், அண்ணா சாலை - நுங்கம்பாக்கம் சாலை - ராதாகிருஷ்ணன் சாலை - ஜி.என். செட்டி சாலைகள் சந்திக்கும் பகுதியில் மேம்பாலம் ஒன்றைக் கட்ட கடந்த 1971- ஆம் ஆண்டு திட்டமிடப்பட்டபோது, அதற்கு ரூ.66 லட்சம் திட்ட மதிப்பீடு தயாரிக்கப்பட்டது.

500 மீட்டர் நீளம், 48 அடி அகலத்தில் ஈஸ்ட் கோஸ்ட் நிறுவனத்தால் கட்டப்பட்ட இந்த மேம்பாலம், வெறும் 21 மாதங்களில் கட்டிமுடிக்கப்பட்டு 1973-ஆம் ஆண்டு ஜூலை 1 ஆம் தேதி கலைஞர் அவர்களால் பொதுமக்கள் பயன்பாட்டுக்குத் திறந்து வைக்கப்பட்டது. இது தொடர்பான செய்தி 1973 ஜூலை 16 ஆம் தேதியிட்ட 'தமிழரசு' இதழில் வெளியாகியுள்ளது. அந்த மேம்பாலத் திறப்பு விழாவில் நம் தலைவர் பேசியதன் சில பகுதிகள்....

"இந்தப் பாலம் கட்டப்படாமலிருந்த நேரத்தில் கணக்கெடுத்துப் பார்த்தபோது இதே இடத்தில் ஒரு மணி நேரத்தில் இந்த இடத்தைக் கடந்து செல்கின்ற வண்டிகளுடைய எண்ணிக்கை 9 ஆயிரமாக இருந்தது. ஒரு மணி நேரத்தில் 9 ஆயிரம் வண்டிகள் இந்த இடத்தைக் கடந்து சென்றன என்றால், எவ்வளவு சிக்கல் போலீசாருக்கு, வண்டி ஓட்டிச் செல்கின்றவர்களுக்கு, போக்குவரத்தைக் கால்நடையாகவே கொண்டிருக்கின்ற பொது மக்களுக்கு என்பதை நாம் அனுபவ ரீதியாகக் கண்டிருக்கின்றோம்.

மேம்பாலங்கள் என்றால், இருப்புப் பாதைகளுக்குக் கட்டப்படுபவையும் மேம்பாலங்கள்தான். அதற்கு மாறாக, சாலைகளைக் கடப்பதற்காகக் கட்டப்படும் பாலங்களும் மேம்பாலங்கள்தான் என்று எடுத்துக்கொண்டால், இந்தியாவில் பம்பாய் நகரில் கட்டப்பட்டுள்ள இரண்டு பாலங்களுக்கு அடுத்தபடியாக, இது மூன்றாவது பாலம். கட்டப்பட்டுள்ள பாலங்களில் இது மூன்றாவது என்றாலும், இதில் எது பெரிய பாலம் என்றால், அந்த வரிசையில் இதுதான் முதல் பெரிய பாலம்" என்று கலைஞர் தனது உரையில் கவனப்படுத்தினார். அண்ணா மேம்பாலம் குறித்துப் பேசுபவர்கள், அறியாத அல்லது வசதியாக மறந்துவிடுகிற அல்லது மறைக்க நினைக்கிற முக்கியமான தகவல் இது. நாம் மக்களிடம் கொண்டு செல்ல வேண்டியது இந்தத் தகவலைத்தான்.

இந்த மேம்பாலத்தின் திறப்பு விழாவின்போதுதான், மர்மலாங் பாலம், 'மறைமலை அடிகளார் பாலம்' என்றும், அடையாறு பாலம், 'தமிழ்த்தென்றல் திரு.வி.க. பாலம்' என்றும், வாலாஜா பாலத்துக்கு, 'காயிதே மில்லத் பாலம்' என்றும், வெலிங்டன் பாலம், 'பெரியார் பாலம்' என்றும், ஹாமில்டன் பாலத்துக்கு, 'அம்பேத்கர் பாலம்' என்றும், மன்றோ பாலத்துக்கு, 'இராஜாஜி பாலம்' என்றும், மதுரையில் கட்டப்பட்டுக்கொண்டிருந்த பாலத்துக்கு, 'பசும்பொன் முத்தராமலிங்கர் பாலம்' என்றும் பெயர்களைச் சூட்டினார் கலைஞர்.

இந்தப் பெயர் மாற்றங்கள் குறித்து, அவர் கூறும்போது, "பெயரில் என்ன இருக்கிறது என்று சொல்வார்கள். பெயரில் தமிழ் இருக்கிறது. தமிழ் உணர்வு இருக்கிறது. சமுதாய எழுச்சி இருக்கிறது. சமுதாயத்திற்காகப் பாடுபட்டவர்களுக்குக் காட்டப்படுகிற நன்றி உணர்வு இருக்கிறது".

'ஜெமினி பிரிட்ஜ்' என்று சொல்லாமல், 'அண்ணா மேம்பாலம்' என்று சொல்வதே பேரறிஞருக்கும் முத்தமிழறிஞருக்கும் நாம் காட்டும் நன்றி!

71. 'சுபாஷ்' கலைஞர்..!

ஆம்... 'சுபாஷ்' கலைஞர்தான். 'சபாஷ்' என்று நீங்கள் படித்திருந்தாலும், அதுவும் பொருத்தம்தான். காரணம், கலைஞர் செய்துவிட்டுச் சென்ற காரியம் அத்தகைய பாராட்டுக்குரியது.

1973 ஆம் ஆண்டு ஆகஸ்ட் மாதத்தில், இந்தியா தன்னுடைய 25-வது சுதந்திரத் திருநாளைக் கொண்டாடியது. அந்த வெள்ளி விழாவின் போது முதலமைச்சராக இருந்த தலைவர் கலைஞர், தமிழ்நாட்டில் ஒரு புதுமையைச் செய்தார். அதைப் பற்றிய செய்திக் குறிப்பு 1973 செப்டம்பர் 1 ஆம் தேதியிட்ட 'தமிழரசு' இதழில் காணக் கிடைக்கிறது. அந்தச் செய்தி இப்படிச் சொல்கிறது:

"இந்திய நாட்டில் வேறு எந்த மாநிலத்திலும் செய்யாத ஒரு புதுமையைத் தமிழகம் செய்துள்ளது.

அந்நிய ஆதிக்கத்தை எதிர்த்துப் போர்க்கொடி ஏந்திய நேதாஜி சுபாஷ் சந்திர போஸ் அமைத்த இந்திய தேசிய இராணுவத்தைச் சேர்ந்த வீரர்களுக்குத் தமிழக அரசு தாமிர பட்டயம் வழங்கிப் பெருமைப்படுத்தியதுதான் அந்தச் சிறப்பு.

விருது பெற வந்த இ.தே.ரா. வீரர் சிலர் காக்கி உடையில் வந்து நின்று, 'சல்யூட்' அடித்து விருதுபெற்ற நிகழ்ச்சி அனைவரின் இதயங்களையும் கவர்ந்துவிட்டது".

அப்போதெல்லாம் ஒரு சுதந்திரப் போராட்ட வீரர் ஒன்றிய அரசால் 'சுதந்திரப் போராட்டத் தியாகி' என்று அங்கீகரிக்கப்பட வேண்டுமானால் அதற்கு, இத்தனை ஆண்டு காலம் சிறையில் இருந்திருக்க வேண்டும் என்பது போன்ற சில விதிமுறைகள் இருந்தன. அதன் காரணமாக தமிழ்நாட்டைச்

சேர்ந்த பல சுதந்திரப் போராட்ட வீரர்கள், 'தியாகி'கள் என்ற வரையறைக்குள் வர முடியாமல் போனது.

அவ்வாறு 'தியாகி' என்ற அங்கீகாரம் கிடைக்காமல் போனவர்களில் நேதாஜி படையிலே இருந்த ஐ.என்.ஏ. வீரர்களும் உண்டு. வேறு எந்த மாநிலமும் அவர்களை தியாகியாக அங்கீகரிக்க முன்வராதபோது, தமிழ்நாட்டில் அந்த விதியைத் தளர்த்தி, அவர்களுக்கு தாமிரப் பட்டயங்கள் வழங்கப்பட்டன.

"எப்படியும் இந்தியா விடுதலை பெற்றாக வேண்டும். ஏன் இப்படிப் பெற்றால் என்ன?' என்று ஆர்த்தெழுந்தார் நேதாஜி சுபாஷ் சந்திர போஸ். அவர்களுடைய படையிலே அணிவகுத்து எதிரிகளின் துப்பாக்கி முனைகளுக்கு ஈடு கொடுப்பதற்காக அன்றைக்குச் சென்ற வீரர்கள், இன்றைக்கு இந்தப் பட்டயங்களைப் பெற்றிருக்கிறார்கள். அவர்களுக்கு எனது வாழ்த்துகள்" என்று கலைஞர் அன்று தனது உரையில் குறிப்பிட்டுள்ளார்.

இப்போது சொல்லுங்கள்... 'சுபாஷ்' கலைஞருக்குச் சொல்லலாமா ஒரு 'சபாஷ்..'?

72. கலைஞர் கட்டிய 'புதுக்கோட்டை!'

சமீபகாலமாக புதுக்கோட்டை மாவட்டம் சாதிய மோதல்களுக்காக, தலைப்புச் செய்திகளில் இடம்பெற்று வருகிறது. தன் ஆட்சிக் காலத்தில், தன் உழைப்பால் மலர்ந்த ஒரு மாவட்டம், இன்று சாதிவெறி வன்முறைகளுக்கு ஆளாவதைப் பார்த்தால், ரத்தக் கண்ணீர் வடித்திருப்பார் கலைஞர். அப்படி என்னதான் செய்துவிட்டார் அவர்?

1974 ஜனவரி 20 ஆம் நாள் திருச்சி மாவட்டத்திலிருந்து பிரிக்கப்பட்டு, புதிய மாவட்டமாக புதுக்கோட்டை அறிவிக்கப் பட்டது. மாமன்னர் கல்லூரித் திடலில் நடைபெற்ற அந்த விழா குறித்த செய்தி, 1974 பிப்ரவரி 1 ஆம் தேதியிட்ட 'தமிழரசு' இதழில் வெளியாகியுள்ளது. அப்போது கலைஞர் ஆற்றிய உரையின் சில பகுதிகள் இங்கே:

"உணவு அமைச்சர் மன்னை அவர்கள் தஞ்சை மாவட்டப் பகுதிகளை உள்ளாட்சித் துறை அமைச்சர் அன்பில் அவர்களிடம் ஒப்படைத்தார். திருச்சி மாவட்டப் பகுதிகளை அமைச்சர் அன்பில் இங்கு ஒப்படைத்தார். இப்படி ஒருவருக்கொருவர் தங்கள் தங்கள் பகுதிகளை ஒப்படைத்துக் கொண்டதற்குக் காரணமே பின்னால் ஏதும் பேசக்கூடாது என்பதற்காகத்தான்.

அமைச்சர் அன்பில் இங்குப் பேசும்போது தஞ்சைப் பெண்ணை திருச்சி மாப்பிள்ளை ஏற்றுக்கொண்டதாகக் குறிப்பிட்டார். ஆனால் இந்தத் திருமணம் நடைபெற நான் எவ்வளவு கஷ்டப்பட்டேன் தெரியுமா?

தஞ்சைப் பெண்ணுக்கும் திருச்சி மாப்பிள்ளைக்கும் ஏற்கெனவே காதல் என்பதை அறிந்து, அதன் பெற்றோர்களிடம் (மக்களிடம்) சொல்லி, அவர்களது ஒப்புதலைப்பெற்று

இன்றைய தினம் அந்தக் காதலர்களின் திருமணம் எனது தலைமையில், நமது கல்வி அமைச்சர் நாவலர் முன்னிலையில், அமைச்சர் சாதிக் பாட்சா சாட்சியாக உங்கள் முன்னிலையில் இங்கு நடைபெறுகிறது.

புதுக்கோட்டை மாவட்டம் அறம் தாங்கி இன்றைக்கு மலர்கிறது! ஆமாம். அறந்தாங்கியோடு சேர்ந்து புதுக்கோட்டை தனி மாவட்டமாகப் புதிதாக மலர்கிறது'' என்று சொல்லி விட்டு, இன்றைக்கு நிகழ்ந்திருப்பது போல வேங்கைவயல் கோயில் நுழைவுப் போராட்டம், அதனால் ஏற்பட்ட சாதி மோதல்கள் போன்றவை எல்லாம் பின்னாளில் ஏற்படலாம் என்று முன்பே ஊகித்தோ என்னவோ, கலைஞர் அன்றே மிகவும் முக்கியமான வரலாற்று நிகழ்வு ஒன்றைத் தன் உரையில் கவனப்படுத்தியிருக்கிறார். அதுவும் புதுக்கோட்டை குறித்து...

"இந்த மாவட்டம் தனியாட்சியாக ராசகோபால் தொண்டைமானால் நடத்தப்பட்டு வந்தபோது இந்தப் பகுதி மக்கட் சமுதாயம் சீர்திருத்தப்பட வேண்டும் என்ற ஆர்வத்தின் காரணமாக அவர் அந்தக் காலத்திலேயே, 1930 ஆம் ஆண்டிலேயே ஒரு சீர்திருத்தத்தைச் செய்தார்.

என்ன அந்தச் சீர்திருத்தம்?

தனது அதிகார எல்லைக்குட்பட்ட கோவில்களில், ஆலயங்களில், தாழ்த்தப்பட்ட மக்கள், அரிசனங்கள் சொல்லலாம் என ஒரு விதி வகுத்தார். செயல்படுத்த முற்பட்டார் என்பது இன்றைக்கும் நாம் பெருமைப்படத்தக்க ஒன்றாகும்''.

என்னே சொல்வது கலைஞரின் தீர்க்கதரிசனத்தை..! புதுக்கோட்டையில் இன்று நடக்கும் நிகழ்வுகளைப் பார்த்தால், கலைஞர் மட்டுமல்ல, தொண்டைமான் மன்னனே கூட கண்ணீர் வடிப்பான்.

இந்த வரலாற்றைச் சொல்லிவிட்டு, புதிய மாவட்டங்களை உருவாக்குவதன் தேவை குறித்து கலைஞர் இப்படி விளக்குகிறார்:

"நிர்வாக வசதிக்காக மாவட்டத்தின் அளவைக் குறைத்திட

வேண்டும் என்பதுதான் இந்த அரசின் நோக்கம். நானும் அமைச்சர் சாதிக் பாட்சாவும் பஞ்சாப் மாநிலத்திற்குச் சென்றபோது அங்கே இருக்கின்ற ஒவ்வொரு மாவட்டமும் தமிழ்நாட்டில் இருக்கின்ற தாலுகா அளவில்தான் இருக்கின்றன. நிர்வாக வசதிக்காக அவர்கள் அப்படிச் செய்திருக்கிறார்கள்.

இப்படி நிர்வாக வசதிக்காக மாவட்ட அளவு குறைக்கப்படுவதால் அதிகாரங்களும் ஒரே இடத்தில் குவியாமல் அதைப் பகிர்ந்து கொடுத்து மக்கள் வளமாக வாழத்தக்க ஒரு சூழ்நிலையை உருவாக்கிட முடிகிறது. அத்தகைய ஒரு சூழ்நிலையை உருவாக்கிட வேண்டும் என்பதுதான் இந்த அரசின் நோக்கமாகும்".

73. கலைஞர் அரசின் 'பட்டதாரிகள் பால்பண்ணைத் திட்டம்'..!

பட்டதாரி மாணவர்கள் பால்பண்ணை நடத்த அரசு கடன் தந்து உதவிய ஓர் அரிய திட்டத்தை இந்தியாவிலேயே தமிழ் நாட்டில்தான் முதன்முதலாக கலைஞர் அரசு தொடங்கியது.

1975 மார்ச் 28 ஆம் தேதி மாதவரம் பால்பண்ணையில் பிளாஸ்டிக் பைகள் மூலம் பால் வழங்கும் இயந்திரம், கால்நடைத் தீவன உற்பத்தி நிலையம் ஆகியவற்றின் தொடக்கவிழாவில்,

அத்திட்டத்தின் கீழ் மாதவரம் பால் பண்ணையில் பயிற்சி பெற்ற 19 பட்டதாரி மாணவகள் ஒவ்வொருவருக்கும் ரூ.40 ஆயிரம் வீதம் கடன் வழங்கப்பட்டது. இதுதொடர்பான செய்தி, 1975 ஏப்ரல் 16 ஆம் தேதியிட்ட 'தமிழரசு' இதழில் வெளியாகி யுள்ளது. அதிலிருந்து அந்தத் திட்டம் குறித்து சில தகவல்கள்...

"..'பட்டதாரிகள் பால்பண்ணைத் திட்டம்' என்பது என்ன?

ஐந்து இலட்சம் பேர்களுக்கு வேலை வாய்ப்பு ஏற்படுத்தும் வேலை வாய்ப்புத் திட்டத்தின் கீழ், படித்த பட்டதாரிகள், பள்ளி இறுதி வகுப்புத் தேர்ச்சி பெற்றவர்கள், பால்பண்ணை அமைத்துப் பயிற்சிபெற, தமிழக அரசு ரூ.8.8 இலட்சம் அனுமதித்துள்ளது. இந்தப் பயிற்சி மாதவரத்தில் அளிக்கப்படுகின்றது. முதல் மூன்று அணிகளுக்கு மூன்று மாதத்திற்குப் பயிற்சி அளிக்கப்பட்டது. மற்றும் அடுத்து மூன்று அணிகள் இரண்டு மாதப் பயிற்சி பெறுவர். பயிற்சிக் காலத்தில் பட்டதாரிகளுக்கு ரூ.150ம், பள்ளி இறுதி வகுப்புப் படிப்பு படித்தவர்களுக்கு ரூ.100ம் வழங்கப்படுகிறது. இதற்கான பண்ணைகள் ஏற்படுத்துவதற்குத் தேசியமயமாக்கப்பட்ட

வங்கிகளிலிருந்து கடன்கள் எழுப்புவதற்கு அனுமதிக்கப்பட்ட ரூ.8.8 இலட்சத்திலிருந்து ஒரு பகுதி ஆரம்பத் தொகையாக உபயோகப்படுத்தப்படுகிறது.

ஒவ்வொரு பட்டதாரியும் 14 முதல் 15 கறவை மாடுகள் கொண்ட ஒரு பண்ணையை ஏற்படுத்துவார்கள். பள்ளி இறுதி வகுப்புப் படிப்பு படித்தவர்கள் 5 முதல் 6 கறவை மாடுகள் கொண்ட ஒரு பண்ணையை ஏற்படுத்துவார்கள். இதற்காக ஒவ்வொரு பட்டதாரியும் தோராயமாக ரூ.60,000மும், பள்ளி இறுதி வகுப்புப் படிப்புப் படித்தவர்கள் தோராயமாக ரூ.20,000மும் கடனாகப் பெறத் தகுதி பெறுகிறார்கள்.

எல்லா வசதிகளும் உள்ள மாதவரத்தில், சில பயிற்சி பெற்றவர்கள் தங்கள் பண்ணையை ஆரம்பிப்பார்கள். மற்ற பயிற்சியாளர்கள் அவர்களுடைய பண்ணையை அவர்கள் சொந்த நிலத்தில் ஆரம்பிப்பார்கள். அந்த இடத்திற்குத் தமிழ்நாடு பால் வள நிறுவனம் முதல் தரத் தீவனங்கள் வழங்குவது, மருத்துவ வசதி, மற்றும் பால் விற்பனை ஆகிய உள்ளீடு விஷயங்களிலும் தனது ஆதரவை வழங்கும்.

இதன்படி, ஒவ்வொரு பட்டதாரியும் மாதம் ரூ.300 முதல் ரூ.500 வரையும், பள்ளி இறுதி வகுப்புப் படித்த இளைஞர்கள் மாதம் ரூ.200 முதல் ரூ.300 வரையும் வருமானம் பெறுவர். இதன்படி ஐந்து ஆண்டுகள் கழிந்தபின் ஒவ்வொரு பட்டதாரியும் ரூ.50,000மும், ஒவ்வொரு பள்ளி இறுதி வகுப்புப் படித்த இளைஞர்கள் ரூ.30,000 மதிப்புள்ள சொத்துக்களையும் பெறுகிறார்கள். இந்தத் திட்டத்திற்கு மாநில வங்கியும், இந்தியன் வங்கியும், இந்தியன் ஓவர்சீஸ் வங்கியும் பணமுதலீடு செய்ய முன்வந்துள்ளன. நிலம், கால்நடைக் கொட்டகை, கால்நடைகள் இவற்றின்மீது அடமானம் செய்து கடன் வழங்கப்பட்டு வருகின்றன.

இது சம்பந்தமாக எல்லாவித உதவிகளையும் தமிழ்நாடு பால்வள நிறுவனம் அளித்து வருகிறது. அந்தத் திட்டத்தின் கீழ், 160 பேர் பயனடைவார்கள். அவர்களில் 133 பேர் தங்களது பயிற்சியை முடித்துவிட்டவர்கள். மற்றும் 27 பேர் பயிற்சி

பெற்று வருகின்றனர். பயிற்சி முடிவடைந்தவர்கள், மாதவரத்தில் 10 பேர்களும், தங்கள் சொந்த நிலத்தில் 9 பேர்களும் ஆக 19 பேர்கள் பண்ணைகள் ஆரம்பித்துவிட்டனர். மற்ற பயிற்சி பெற்ற 114 பேர்களின் விண்ணப்பங்கள் பரிசீலிக்கப்பட்டு முடிவடையும் நிலையில் உள்ளன. தேர்ந்தெடுக்கப்பட்டவர்கள் தென்னார்க்காடு, வட ஆர்க்காடு, மதுரை, திருநெல்வேலி, கோவை முதலிய மாவட்டங்களிலிருந்து வந்தவர்கள்.

குற்றாலம் பராசக்திக் கல்லூரியைச் சேர்ந்த ஐந்து பட்டதாரிப் பெண்களுக்குப் பயிற்சி அளிக்கப்பட்டு, அவர்கள் திருநெல்வேலி மாவட்டத்தில் தென்காசி வட்டத்தில் பண்ணையை ஆரம்பிக்கவிருப்பது இத்திட்டத்தின் ஒரு முக்கிய அம்சமாகும்".

74. கலைஞர் விட்ட கப்பல்!

தமிழர்கள் கடல் வாணிபத் துறையில் சாதித்தது பற்றி வரலாற்றில் நிறைய செய்திகள் உண்டு. மீண்டும் அத்தகைய சாதனையைப் படைக்க, 'பூம்புகார் கப்பல் போக்குவரத்துக் கழகம்' ஒன்றை கலைஞர் அரசு உருவாக்கியது. இது குறித்த செய்தியை 1975 பிப்ரவரி 1 தேதியிட்ட 'தமிழரசு' இதழில் காண முடிகிறது.

"1974 ஆம் ஆண்டு டிசம்பர் 20 ஆம் நாளன்று 'எம்.வி.தமிழ்ப் பெரியார் ஈ.வெ.ரா.' எனும் கப்பலை பூம்புகார் கப்பல் போக்குவரத்துக் கழகம் ஏற்றுக்கொண்டது. ஜப்பான் நாட்டிலிருந்து 'எம்.வி. தமிழ் அண்ணா' என்ற கப்பல் வாங்கப்பட்டுள்ளது" என்று சொல்லும் அந்தச் செய்திக் கட்டுரை, அன்று ஒன்றிய அரசு மேற்கொண்ட மிக முக்கியமான நடவடிக்கை பற்றியும் குறிப்பிடுகிறது.

"இந்தியக் கப்பல் போக்குவரத்துத் துறையில் தற்போது நிலவிவரும் பிரச்சினைகளைக் கருத்தில் கொண்டு பார்க்கும்போது, தமிழ்நாடு போன்ற கடல் மாநிலங்கள் தாங்களே கப்பல்களைச் சொந்தமாக வைத்துக் கொண்டு இயக்கிக் கொள்ள ஊக்கம் அளிப்பதென்று இந்திய அரசு எடுத்துள்ள முடிவு புத்திசாலித்தனமானதும் நெடுநோக்கி வாய்த்ததுமாகும் என்பது நிச்சயம். இரண்டு கப்பல்களைத் தனக்குச் சொந்தமாக ஆக்கிக் கொண்டிருப்பதன் மூலம், மற்ற விஷயங்களில் போன்றே இந்த விஷயத்திலும், இந்தக் கொள்கையைத் தனக்கு ஆதாயமாகப் பயன்படுத்திக் கொண்டு மற்ற கடல்சார் மாநிலங்களுக்கு முன்னணித் தலைமை வகிக்கும் முதல் மாநிலமாக தமிழ்நாடு விளங்குகிறது" என்று குறிப்பிடுகிறது.

அதுபோலவே தமிழ்நாட்டில் பேருந்துகளை அரசுடைமையாக்கி சாலைப் போக்குவரத்துக்கென தனித் துறையை ஏற்படுத்தியது ஐந்தமிழறிஞர் கலைஞர் தான் என்பது அனைவருக்கும் தெரியும்.

ஆனால் பலருக்கும் தெரியாத செய்தி... மக்கள் பயணம் செய்வதற்கான போக்குவரத்துடன், ரயில்வே துறையில் பொருட்களை ஏற்றிச் செல்வதற்கென்றே எப்படி தனியாக 'கூட்ஸ் ரயில்'கள் இருக்கின்றனவோ அதுபோல, பொருட்களை ஏற்றிச் செல்வதற்காகவே தனியாக 'தமிழ்நாடு பொருள் போக்குவரத்துக் கழகம்' ஒன்றை ஏற்படுத்தியவரும் கலைஞர் தான் என்பது!

இது தொடர்பான செய்தி 1975 ஜூலை 1 ஆம் தேதியிட்ட 'தமிழரசு' இதழில் வெளியாகியுள்ளது. அந்தச் செய்தி:

"தமிழ்நாடு பொருள் போக்குவரத்துக் கழகம் இப்பொழுது 10 லாரிகளுடன் தொடங்கப்பட்டாலும் இந்த ஆண்டு 100 லாரிகள் வாங்கிவிடும்.

இந்த 100 லாரிகள் மூலம் ஆண்டுதோறும் அரசுக்கு 20 லட்சம் ரூபாய் செலவு மீதமாகும்.

கடந்த 3-6-75 அன்று சென்னையில் பொருள் போக்குவரத்துக் கழகத்தை முதல்வர் டாக்டர் கலைஞர் அவர்கள் தொடங்கிவைத்து உரையாற்றுகையிலை குறிப்பிட்டதாவது:

"தமிழ்நாடு பொருள் போக்குவரத்துக் கழகம் புதிய ஏற்பாடாக நம்முடைய மாநிலத்திலே முதல் முயற்சியாக உருவாக்கப்பட்டிருக்கிறது.

முன்னாள் இராணுவத்தினருக்கு முன்னுரிமை தரும் இந்தப் பொருள் போக்குவரத்துக் கழகம். தொழிலாளர்களுக்கு நன்மைகளைச் செய்வதையே குறிக்கோளாகக் கொண்டிருக்கிற ஓர் அரசு, நாட்டுடைமைக் கொள்கையை நம்முடைய இந்திய நாட்டின் சூழ்நிலையைப் பொறுத்தளவில், செயல்படுத்த அமைக்கப்பட்ட நிறுவனங்களில் ஒன்றாகும்".

75. கலைஞரின் ‘பொதுவுடைமை’ பண்ணை!

‘அன்புள்ள நண்பா! தமிழக வரலாற்றிலே 1975 ஆம் ஆண்டு செப்டம்பர் திங்கள் 8 ஆம் நாள், ஒரு பொன்னாளாகும்!’

இப்படித் தொடங்குகிறது அந்தக் கடிதம். ‘அண்ணா பிறந்த மண்ணிலே அரசுப் பண்ணைக் கழக முதற்பண்ணை’ என்ற தலைப்பில் தமிழ்நாடு அரசு தொடங்கிய ப்ண்ணைக் கழகம் குறித்த கட்டுரை, கடித வடிவில் 1975 செப்டம்பர் 16 ஆம் தேதியிட்ட ‘தமிழரசு’ இதழில் வெளியாகியுள்ளது.

“நமக்குப் பல வேலைகள் காத்துக் கிடக்கின்றன. வறண்டுபோன நிலங்களை விளை நிலங்களாக மாற்ற வேண்டும். காடு திருத்திட வேண்டும். வளம் பெருக்கிட வேண்டும். இந்தப் பணிகளெல்லாம் பொதுமக்கள் அரசிற்கு ஒத்துழைப்புத் தர வேண்டும். உள்ளத் திண்மையுடன் தமிழர்கள் செயல்பட வேண்டும். இப்பணிகளைச் செய்யத் தயங்காதே தமிழா!” என்று 1968 ஜனவரியில் சென்னை தீவுத் திடலில் நடைபெற்ற உலகத் தமிழ் மாநாட்டின் இறுதி நிகழ்ச்சியில் பேரறிஞர் அண்ணா முழங்கினார்.

அண்ணா அவர்கள் காட்டிய வழியில், டாக்டர் கலைஞர் அவர்கள், ‘வறண்டு பயனற்றுக் கிடக்கும் பல இலட்சம் ஏக்கர் தரிசு நிலங்களை மேம்படுத்தி, நிலநீர் எடுத்துப் பாசனம் செய்து, உணவு உற்பத்தியைப் பெருக்க வேண்டும்’ என்ற இலக்கோடு தொடங்கியதுதான் ‘தமிழ்நாடு அரசு பண்ணைக் கழகம்’. அந்தக் கழகத்தின் முதல் பண்ணை அண்ணா பிறந்த காஞ்சிபுரத்துக்கு மேற்கே 10 கிலோமீட்டர் தொலைவில் உள்ள முசரவாக்கம் என்ற ஊரில் தொடங்கப்பட்டது. இந்தச் செய்தியை மேற்கண்ட

தேதியிட்ட 'தமிழரசு' விரிவாகப் பதிவு செய்துள்ளது. அதிலிருந்து சில பகுதிகள்...

"தமிழ்நாடு அரசின் வரலாற்றிலே முதன்முதலாக, அரசுக்குச் சொந்தமான பரந்து கிடக்கும் தரிசு நிலங்களில் பயிரிட்டு, அரசின் சார்பில் அரிசியை உற்பத்தி செய்யும் ஒரு புதிய, ஆனால் அரிய முயற்சியில் த்மிழ்நாடு அரசு முனைந்துள்ளது. வழக்கமாக உழவர் பெருமக்களுக்கு வேளாண்மையின் நவீன நுட்பங்களை அறிவித்து, அவர்கள் த்ங்களுடைய நிலங்களிலே உற்பத்தியைப் பெருக்குவதற்குரிய வழி வகைகளைச் செய்து வந்த தமிழ்நாடு அரசு, தானே உணவு உற்பத்தியைப் பெருக்கும் முயற்சியில் ஈடுபட்டு மற்ற மாநிலங்களுக்கு முன்னோடியாக விளங்குகிறது!

தற்பொழுது உலகெங்கணும் உள்ள நாடுகளில் நிலவும் உணவு தானியங்களின் விலை, ஏழை, எளிய, சாமானிய மக்களுக்கு எளிதில் கிடைக்காத நிலைக்கு உயர்ந்து காணப்படுகிறது. எனவே எல்லா நாட்டு அரசுகளும் தங்கள் நாட்டு மக்களின் முக்கிய உணவுப் பொருளின் விலையைக் குறைத்திட முயன்று வருகின்றன. அதுபோலவே, தமிழ்நாடு அரசும் தமிழ்நாட்டு மக்களின் முக்கிய உணவான அரிசியின் உற்பத்தியை உயர்த்த வேண்டும் என்ற இலட்சியத்துடன், அரசுக்குச் சொந்தமான தரிசு நிலங்களில் நெல் பயிரிட்டு, இலாப நட்டமில்லமல், நியாயமான விலையில், தமிழக மக்களுக்கு, குறிப்பாக அரிசியை அதிக விலை கொடுத்து வாங்க முடியாத ஏழை, எளிய, சாமானிய மக்களுக்கு வழங்கிடும் கடமையைச் சிரமேற் கொண்டு செயலாற்றத் துவங்கியுள்ளது. அந்தச் செயலாக்கத்தின் அடையாளமே அரசுப் பண்ணைக் கழகத்தின் முதற் பண்ணைத் துவக்க விழா".

154 ஏக்கரில் தமிழ்நாடு அரசுப் பண்ணைக் கழகத்தின் முதல் பண்ணை 'கலைஞர் கருணாநிதி பண்ணை' என்ற பெயரில் நிறுவப்பட்டது. அந்த விழாவில் பேசிய கலைஞர், தனது உரையை இப்படி முடித்தார்:

"இந்த அரசுப் பண்ணைகளின் இறுதி வளர்ச்சிதான், நம்முடைய குறிக்கோளான 'எல்லாமே அரசுப் பண்ணைகள் வசம், விவசாயத் தொழிலாளர்கள் அனைவரும் அரசின் வசம்' என்ற மூலக் கொள்கைக்கு வழி வகுக்க முடியும். இதை யாரோ சிலர் வாய் அளவில் சொல்லிக் கொண்டிருக்கிறார்கள். ஆனால், இதனைச் செயல் வடிவப்படுத்த, அந்த உண்மையான பொதுவுடைமைத் தத்துவப் பூங்காவாக தமிழகத்தை ஆக்க இன்றைக்கு முசரவாக்கத்தில் விதை போடப்படுகிறது".

76. கலைஞர் உருவாக்கிய 'திங்க் டேங்க்!'

கல்வி, அரசியல், ஆய்வுத்துறை என்று இன்று எந்தத் துறையை எடுத்துக்கொண்டாலும், அங்கு மிகச் சரளமாகப் புழங்கும் ஒரு சொற்பதம்... திங்க் டேங்க் (Think Tank). பல்வேறு துறை சார்ந்த நிபுணர்கள் ஒன்று கூடி, ஒரு விஷயத்தை இன்னும் எப்படி சிறப்பாகச் செய்யலாம் என்று விவாதித்து, திட்டம் வகுத்து, அதைச் செயல்படுத்துவதுதான் இந்த 'சிந்தனைக் குழு'வின் பணி.

இந்தியாவிலேயே ஒரு மாநில அரசு, தனக்கென்று ஒரு 'திங்க் டேங்க்' ஒன்றைத் தொடங்கியது என்று சொன்னால் அது முதன்முதலில் தமிழ்நாட்டில்தான். அதை உருவாக்கியது, நம் தலைவர் ஐந்தமிழறிஞர் டாக்டர் கலைஞர் அவர்கள்.

"Think Tank என்பது ஏற்கெனவே கழக ஆட்சியில் அமைக்கப்பட்டது என்பதுதான். மாநிலத் திட்டக் குழுவே 'திங்க் டேங்க்' ஆக, சிந்தனைக் கூடமாகவோ, சிந்தனைக் களஞ்சியமாகவோ, சிந்தனை அரங்கமாகவோ செயல்பட்டு..." என்று 1989 மார்ச் 6 ஆம் தேதி தமிழ்நாடு அரசு தலைமைச் செயலகத்தில் நடைபெற்ற, தமிழகத் தொழில்வள மேம்பாட்டுக்கான கருத்தரங்கில் தன் உரையில் குறிப்பிட்டார்.

1971 மே 25 ஆம் நாளிட்ட அரசு ஆணையில், முதலமைச்சர் அவர்களைத் தலைவராகவும், ஒரு துணைத்தலைவர், முழுநேர, பகுதி நேர உறுப்பினர்கள், செயலாளர் மற்றும் துணைச் செயலாளர் ஆகியோரைக் கொண்டும் மாநிலத் திட்டக் குழு அமைக்கப்பட்டது.

அந்தத் திட்டக்குழு அமைந்தபோது அப்போது ஒன்றிய அமைச்சராக இருந்த சி.சுப்ரமணியம், "இந்தியாவிலேயே

முதன்முதலாக இப்படியொரு முயற்சியைத் தமிழ்நாடு அரசு எடுத்திருப்பது பாராட்டத்தக்கது” என்று புகழ்ந்தார்.

1971 முதல் 1976 வரை சிறப்பாக இயங்கி வந்த திட்டக் குழு, ஆட்சி மாற்றத்துக்குப் பிறகு கண்டுகொள்ளப்படாமல் போனது. 1989 இல் தி.மு.க. ஆட்சிப் பொறுப்புக்கு வந்ததும், மீண்டும் திட்டக் குழு 1989 மே 15 ஆம் தேதி தொடங்கப்பட்டது. அதுகுறித்த செய்தி, 1989 ஜூன் 1 ஆம் தேதியிட்ட 'தமிழரசு' இதழில் வெளியாகியுள்ளது. அந்நிகழ்வில் கலைஞர் ஆற்றிய உரையின் சில பகுதிகள்...

“சட்டப் பேரவையில், வரவு செலவுத் திட்ட விவாதத்தின் இறுதியில் உரையாற்றும்பொழுது நான், திட்டக்குழு எட்டாவது ஐந்தாண்டுத் திட்டம் தயாரிப்பதைத் தனது முதற்கடமையாகக் கொள்ளும் என்று குறிப்பிட்டுள்ளேன். இக்காலத்தில் நாம் எந்தச் செயலை மேற்கொண்டாலும் அதில் வெற்றி பெறுவதற்குத் தொலைநோக்குத் திட்டமாக அமைந்தால்தான் அன்றாட வாழ்வில் ஏற்படக் கூடிய பிரச்சினைகளைத் தீர்ப்பதிலேயே நமது அனைத்து சக்தியையும், கவனத்தையும் செலவழிக்காமல், ஒரு நீண்ட காலக் குறிக்கோளுடன் இயங்க முடியும். முக்கியமாக, இன்றைய ஆரவார, அவசர அரசியல் நிலையில், ஒரு அரசு அவ்வப்போது ஏற்படுகின்ற சங்கடங்களுக்குத் தீர்வு காண்பதிலேயே தனது சக்தியையும், காலத்தையும் செலவிட்டுவிட்டு வளமான எதிர்காலத்திற்கென வழி செய்யாதிருப்பின், அது, அந்த அரசின் மேல்நம்பிக்கை வைத்து, அரசுப் பொறுப்பை அளித்த மக்களுக்கு இழைக்கக்கூடிய மாபெரும் அநீதியாக அமைந்துவிடும். அதனைத் தவிர்க்க, இம்மாநில மக்களின் வளர்ச்சியினைக் குறிக்கோளாகக் கொண்ட ஒரு தொலைநோக்குத் திட்டத்தைக் கைக்கொள்வது இன்றியமையாதது.

மேற்கூறியபடி, முறையாக ஒருதிட்டம் தீட்ட அதனைச் சார்ந்த வேறு சில பணிகளையும் மேற்கொள்வது மிக அவசியமாகிறது. எதிர் காலத்திற்காகத் திட்டம் தீட்ட, நிகழ்கால நிலையை முதலில் நன்கு தெரிந்து கொள்ள

வேண்டும். அதற்கு முதலில் இன்றைய நிலைபற்றிய புள்ளி விவரங்கள் தேவை. எனவே, புள்ளி விவரங்களை முன்கூட்டியே சேகரித்துத் தயாராக வைத்துக் கொள்ளுவது திட்டமிடுவதற்கு இன்றியமையாதது. தவிரவும், திட்டப் பணிகளின் முன்னேற்றத்தைக் காலக்கெடு வைத்து ஆய்வு செய்ய வேண்டும். மேலும், பல்வேறு துறைகளில் பலவிதமான திட்டப் பணிகள் மேற்கொள்ளப்படும்போது அவை நடைமுறையில் எவ்விதம் செயல்படுத்தப்படுகின்றன, நாம் விரும்பிய இலக்கை, விரும்பியவண்ணம் அடையும் முறையில் உள்ளனவா, நடைமுறையில் மாறுதல்கள் தேவையா, என்பனவற்றையெல்லாம் அறிந்து கொள்ளத் தக்க வகையில் பணிகளின் செயலாக்கம் மதிப்பீடு (Evaluation) செய்யப்பட வேண்டும்.

இதையெல்லாம் கருத்தில் கொண்டு, திட்டம் வகுக்கும் திட்டக் குழுவே, இப்பணிகளை மெற்கொள்ளுவது ஏற்புடையதாக இருக்கும் என்று எண்ணி, இதுகாறும், அரசு பொறுப்பேற்றுக் கொண்டிருந்த புள்ளி விவரச் சேகரிப்பு (Data Collection), திட்ட மதிப்பீடு, திட்ட ஆய்வுரை (Plan Review) போன்றவைகள் குழுவிடம் ஒப்படைக்கப்பட்டுள்ளன. இதுவன்றி, திட்டமிடுதலையும், நிறைவேற்றுவதையும் பரவலாக்கும் முயற்சியாக, மாவட்ட, ஊராட்சி ஒன்றியத் திட்டங்களையும், மாநிலத் திட்டத்துடன் இணைப்பதைப் பரிசீலிக்கும் பொறுப்பும், திட்டக்குழுவிடம் ஒப்படைக்கப் பட்டுள்ளது. இதிலிருந்தே எந்த அளவுக்குத் திட்டக்குழுவிடம் இந்த அரசு நம்பிக்கை வைத்திருக்கிறது என்பது உங்களுக்கு விளங்கும்".

இப்படி ஒரு திட்டக் குழுவின் செயல்பாடு என்னவாக இருக்க வேண்டும், ஒரு தொலைநோக்குப் பார்வையோடு செயலாற்றும்போது நமக்கு என்ன விஷயங்கள் எல்லாம் தேவை என்பதையெல்லாம் எவ்வளவு அறிவுப்பூர்வமாகச் சிந்தித்துச் சொல்லியிருக்கிறார் பாருங்கள் நம் கலைஞர்..!

77. கலைஞர் கண்ட கால்நடை மருத்துவப் பல்கலைக்கழகம்!

சென்னையில் 1989 ஜூன் 20 ஆம் தேதி கால்நடை மருத்துவர் சங்கம் நடத்திய நிகழ்ச்சி ஒன்றில், அன்றைய முதலமைச்சர் நம் ஐந்தமிழறிஞர் டாக்டர் கலைஞர் ஒரு முக்கியமான அறிவிப்பைச் செய்தார். இந்தியாவிலே வேறு எந்த மாநில முதலமைச்சரும் முனைப்புக் காட்டியிராத புதிய முன்னெடுப்பு அது. அந்த அறிவிப்பு, அவரது சொற்களிலே...

"...மிக முக்கியமான கோரிக்கையாக ஆந்திர மாநில வேளாண்மைப் பல்கலைக்கழக முன்னாள் துணைவேந்தர் கிருஷ்ண ராவ் அவர்கள், கால்நடைகளுக்கென்று ஒரு பல்கலைக்கழகத்தை அமைக்க வேண்டுமென்று சொன்னார்கள். இப்போது கால்நடைகளுக்கென்று தமிழ்நாட்டில் கல்லூரிகள் சென்னையிலும், நாமக்கல்லிலும் இருக்கின்றன. மற்றும் தமிழ்நாட்டில் பல்வேறு இடங்களில் கால்நடை 'ரிசர்ச் சென்டர்கள்' இருக்கின்றன.

அமைச்சர் சந்திரசேகரன் என்னிடம் பலமுறை கூறியிருக்கிறார். இந்தக் கல்லூரிகளையன்னியில், இந்த ஆராய்ச்சி நிலையங்களையன்னியில், உழவர்களுக்குப் பயிற்சி நிலையங்களை ஆங்காங்கு இந்தக் கால்நடைகளைப் பொறுத்தவரையில் அமைக்க வேண்டும். ஏனென்றால் அந்தக் காலத்திலிருந்து இந்தக் காலம் வரையில் அவர்கள் கண்ட அந்தக் கால்நடைகளைத்தான் இன்றும் கண்டு கொண்டிருக்கின்றார்கள். அதிலிருந்து மாற்றமே ஏற்படவில்லை. ஓரளவு முன்னேறியுள்ள நகர்ப்புறங்களிலே மாத்திரம் தான் வேறு இனப்பெருக்கத்தினைச் செய்வதற்கான முறைகள் இன்று கையாளப்படுகின்றன. குக்கிராமப் பகுதிகளில் இன்னும் அந்த முறைகளைச் சரிவரக்

கடைப்பிடிக்கவோ, தெரிந்துகொள்ளவோ, கடைப்பிடித்து, அதன்படி நடந்து கொள்ளவோ உழவர்கள் முன்வருவதில்லை. காரணம் அதற்குத் தகுந்த பயிற்சி இல்லை. எனவே, அந்தப் பயிற்சிகளை அவர்களுக்கு அளிக்கும் வகையில் உழவர் பயிற்சி நிலையங்களை ஆங்காங்கு அமைக்க வேண்டுமென்று பலமுறை என்னிடம் சொல்லியிருக்கிறார்கள்.

நான் அதையெல்லாம் ஆராய்ந்து பார்க்கின்றேன். இதுகுறித்து நான் துறையிலே உள்ள அதிகாரிகளிடத்திலே கலந்து பேசியதில் எனக்குக் கிடைத்த விவரங்கள்... இந்தக் கால்நடைகளுக்கென்று பல்கலைக்கழகங்கள் உலகத்திலே ஆஸ்திரியா, அங்கேரி, புருனைல், பர்மா, பிரான்ஸ், நார்வே, சோவியத் போன்ற நாடுகளில் இருக்கின்றது. ஆனால், இந்தியாவிலே அப்படிப்பட்ட ஒரு பல்கலைக்கழகம் இல்லை என்பது தெரிந்துகொள்கிறேன்.

சென்னையிலே உள்ள கல்லூரியில் பட்டப் படிப்பு, பட்ட மேற்படிப்பு போன்றவைகளுக்கான வசதிகளும், அதைத் தவிர ஆராய்ச்சிக்கான பி.எச்.டி. போன்ற பட்டங்கள் பெறுவதற்கான வாய்ப்பு வசதிகளும் கூட இருக்கின்றன. எனவே, அதனைப் பயன்படுத்திக் கொண்டும், நாமக்கல்லிலே இருக்கின்ற கல்லூரியை இணைத்துக் கொண்டும், பல்வேறு ரிசர்ச் சென்டர்களை இணைக்கின்ற வகையிலும் புதிதாகத் தொடங்கவிருக்கின்ற உழவர் பயிற்சி நிலையங்களை இணைக்கின்ற வகையிலும் சென்னையிலே கால்நடை மருத்துவப் பல்கலைக்கழகம் ஒன்று அமைக்கப்படும் என்ற மகிழ்ச்சியான செய்தியை இங்கே நான் தெரிவித்துக் கொள்கிறேன்.

இந்தப் பல்கலைக்கழகத்தை, பிராணிகளிடத்திலே, கால்நடைகளிடத்திலே அதிக அளவிற்கு அன்பு காட்டிய அறிஞர் அண்ணா அவர்களுடைய பிறந்த நாளான செப்டம்பர் 15 ஆம் தேதியன்று தொடங்குவோம் என்று தெரிவித்துக் கொள்கிறேன்".

இந்த உரையில் நாம் கவனிப்பதற்குச் சில முக்கிய விஷயங்கள் இருக்கின்றன. ஒன்று, நம் தலைவர் கலைஞர், அமைச்சர் சொல்வதைக் கேட்டுக் கொள்வதைக் கூட 'அமைச்சர் சொல்கிறார், முதலமைச்சர் நிறைவேற்றுகிறார்' என்று வைத்துக் கொள்ளலாம். ஆனால் ஆந்திர மாநில வேளாண்மைப் பல்கலைக்கழக முன்னாள் துணைவேந்தர் சொன்னதையும் கவனித்துக் கொண்டு, அதை உடனடியாகத் துறை சார்ந்த அதிகாரிகளுடன் கலந்தாலோசித்து, உடனே பல்கலைக் கழகத்துக்கான அறிவிப்பை வெளியிடுகிறார். 'அவர் சொல்வதென்ன, நாம் செய்வதென்ன' என்று இருந்து விடவில்லை. 'இதுவும் ஒரு கோரிக்கைதானே' என்று காலம் கடத்தவும் இல்லை. கலைஞர், செயலில் காட்டிய வேகத்தால்தான் இதர மாநிலங்களைவிட தமிழ்நாடு இவ்வளவு தூரம் வளர்ச்சி அடைந்திருக்கிறது என்பதை இப்போது உணர முடிகிறதா..? இந்த நிகழ்ச்சி பற்றிய செய்தி 1989 ஜூலை 1 ஆம் தேதியிட்ட 'தமிழரசு' இதழில் வெளியாகியுள்ளது.

பின்குறிப்பு: 'கல்லூரிகளையன்னியில்', 'நிலையங்களை யன்னியில்' என்ற சொற்களில் உள்ள 'அன்னியில்' என்பது தற்போது அருகி வரும் தமிழ்ச் சொல். அந்தச் சொல்லை, 'மட்டுமல்லாமல்', 'அதைத் தவிர' என்பன போன்ற சொற்களுக்கு மாற்றாகப் பயன்படுத்தலாம்.

78. ஸ்டிக்கர் ஒட்டாத கலைஞர்!

சத்துணவுத் திட்டம் கொண்டு வந்தது யார் என்று கேட்டால் இன்று முக்கால்வாசி தமிழ்நாடு, 'எம்.ஜி.ஆர் என்றுதான் சொல்லும். ஆனால் உண்மையில் அதற்கான விதை போட்டவர் கலைஞர்தான். சட்டமன்றத்தில் எதிர்க்கட்சித் தலைவராக கலைஞர், பள்ளி மாணவர்களுக்கு எப்படிப்பட்ட உணவு வழங்கப்பட வேண்டும் என்று பேசியதன் அடிப்படையிலேயே எம்.ஜி.ஆர் சத்துணவுத் திட்டத்தைக் கொண்டு வந்தார். இதுபற்றி 'முரசொலி பாசறை' பக்கத்தில் வெளியான திட்டக் குழு முன்னாள் உறுப்பினர் பேராசிரியர் நாகநாதன் அளித்த பேட்டியில் கூட குறிப்பிட்டிருக்கிறார்.

ஆனால் அந்தத் திட்டத்துக்கு எம்.ஜி.ஆர். 'அ.தி.மு.க.' ஸ்டிக்கரை ஒட்டிக் கொண்டார். ஆனால் நம் தலைவர் கலைஞர், இதற்கு நேர்மாறானவர். எம்.ஜி.ஆர். செய்த சில நல்ல விஷயங்களையும் அவர் பெயரைச்சொல்லிக் குறிப்பிட்டுப் பல இடங்களில் பேசியிருக்கிறார். அதற்கு ஓர் உதாரணம் இந்த உரை. 1989 செப்டம்பர் 20 அன்று சென்னை வேப்பேரியில் உள்ள கால்நடை மருத்துவக் கல்லூரி வளாகத்தில் 'தமிழ்நாடு கால்நடை மருத்துவ அறிவியல் பல்கலைக்கழகம்' தொடக்க விழா நடைபெற்றது. அது தொடர்பான செய்தி 1989 அக்டோபர் 1 ஆம் தேதியிட்ட 'தமிழரசு' இதழில் வெளியாகியுள்ளது. அந்த விழாவில் கலைஞர் ஆற்றிய உரையின் சில பகுதிகள்...

"19 ஆம் நூற்றாண்டின் இறுதியில் வங்கத்தில் ஏற்பட்ட பெரும் பஞ்சத்தைத் தொடர்ந்து சென்னை சைதாப்பேட்டையில் கால்நடை மருத்துவ அறிவியல் உள்ளிட்ட ஒரு வேளாண்மைப் பள்ளி தொடங்கப்பட்டது. இந்திய ஆவினக் கொள்ளை நோய்க் குழுவின் பரிந்துரைப்படி டாக்டர் மேஜர் கன் என்ற

ஆங்கிலேயரால், லண்டன் கால்நடை மருத்துவக் கல்லூரித் தகுதிகளையொத்து, 1.10.1903 இல் 86 ஆண்டுகளுக்கு முன்பு சென்னை வேப்பேரியில் கால்நடை மருத்துவக் கல்லூரி தொடங்கப்பட்டது.

இந்தக் கல்லூரியில் முதலில் இ.எம்.டி.சி. என்ற மூன்றாண்டு டிப்ளமோ படிப்பிற்காக இருபது மாணவர்கள் மட்டுமே படித்தார்கள். 1936-இல் இக்கலூரி, சென்னைப் பல்கலைக்கழகத்தின் அங்கீகாரத்தோடு பி.வி.எஸ்.சி., என்னும் பட்டப் படிப்பை இந்தியாவிலேயே முதலாவதாகப் பயிற்றுவிக்கும் கால்நடை மருத்துவக் கல்லூரியாகச் சிறப்புப் பெற்றது.

வேளாண்மை ஆராய்ச்சி மற்றும் கல்வியின் முதல் இந்திய அமெரிக்கக் குழுவின் பரிந்துரைப்படி, 1959 ஆம் ஆண்டில் இக்கல்லூரி பட்டமேற்படிப்பு மற்றும் ஆராய்ச்சிக்கான தென் மண்டல மையமாக உயர்வு பெற்றது. இப்போது இக்கல்லூரியில் 18 பிரிவுகளில் எம்.வி.எஸ்.சி என்ற பட்ட மேற்படிப்பும், 16 பிரிவுகளில் பி.எச்.டி. என்ற உச்சகட்ட மேற்படிப்பும் பயிலும் வாய்ப்பு ஏற்படுத்தப்பட்டுள்ளது.

சென்னைப் பல்கலைக்கழகத்தின் அங்கீகாரத்தோடு செயல்பட்டுவந்த இந்தக் கல்லூரி 1974-இல் உதயமான தமிழ்நாடு வேளாண்மைப் பல்கலைக்கழகத்தின் கீழ் வந்தது. பிறகு, 1976-இல் அப்பல்கலைக்கழகத்தின் ஓர் அங்கமாயிற்று. கால்நடை மருத்துவர்களின் தேவை அதிகமானதால், 1985 ஆம் ஆண்டு நவம்பரில் நாமக்கல்லில், தமிழ்நாட்டின் இரண்டாவது கால்நடை மருத்துவக் கல்லூரி, மறைந்த என்னுடைய அருமை நண்பர் எம்.ஜி.ஆர். அவர்கள் முதலமைச்சராக இருந்தபொழுது தொடங்கப்பட்டது.

இப்பொழுது தொடங்கப்படும் கால்நடை மருத்துவ அறிவியல் பல்கலைக்கழகம், கல்வி கற்பிப்பது, குறித்த கால அளவில் மக்களுக்குத் தேவையான ஆராய்ச்சியில் ஈடுபடுவது மற்றும் விரிவாக்கப் பணிபுரிவது ஆகியவற்றில் தீவிரமாக ஈடுபடும். குறிப்பாகக் கால்நடை வளர்ச்சிக்குப் புதிய

ஊக்கத்தை அளிக்கும் வகையில் பயிற்சி தரும். பட்டம் பெறாத கிராமப்புற இளைஞர்கள், பள்ளிப் படிப்பை இடையில் நிறுத்தியவர்கள், வேலையற்ற பட்டதாரிகள் ஆகியவர்களுக்கு அவர்கள் கைத்தொழில் செய்து கற்கும் வண்ணம் பயிற்சி தரும்போது, அவர்கள் தன்னம்பிக்கையோடு சுயவேலை வாய்ப்புகளைப் பெறவும் முடியும். இதனால் அவர்கள் தமது வருவாயைப் பன்மடங்கு பெருக்கிக் கொள்ளுவதோடு, கிராமப்புற வேலையின்மையைக் குறைக்கவும் இது உதவுகிறது".

79. கலைஞரின் 'திராவிட கங்கைத் திட்டம்!'

சென்னை மாநகரத்தின் குடிநீர்ப் பிரச்சினைக்கு நிரந்தரத் தீர்வு காண, தெலுங்கு கங்கைத் திட்டம் குறித்து அன்றைய ஆந்திர முதல்வர் என்.டி.ராமாராவ் உடன் பேச்சு வார்த்தை நடத்த 1989 ஜுன் 18 அன்று, அன்றைய தமிழ்நாட்டின் முதல்வர் நம் கலைஞர் அவர்கள் ஹைதராபாத்துக்குச் சென்றிருந்தார்கள். பேச்சு வார்த்தை சுமுகமாக முடிந்த பிறகு, இரண்டு முதல்வர்களும் பத்திரிகையாளர்களைச் சந்தித்தார்கள். அப்போது பத்திரிகையாளர்கள் கேட்ட கேள்விகளும், கலைஞர் தந்த பதில்களும்....

"மிகுந்த உற்சாகத்தோடு ஆரம்பிக்கப்பட்டு, இடையில் நின்றுவிட்ட தெலுங்கு கங்கைத் திட்டத்தை மீண்டும் தொடருவதற்குத் துணை நின்று சில நிமிட நேரங்களிலேயே அதற்கு ஒரு தீர்வு காண ஒத்துழைத்த ஆந்திர முதல்வர் என்.டி.ஆர். அவர்களுக்கும், ஆந்திர பொதுப்பணித்துறை அமைச்சர் ராம நாராயண ரெட்டி அவர்களுக்கும், ஆந்திர மாநில அரசு அதிகாரிகளுக்கும், தமிழ்நாட்டுப் பெருமக்களின் சார்பில் நன்றியினைத் தெரிவித்துக் கொள்கிறேன். பகீரதன் கங்கையைக் கொண்டுவர மிகவும் பிரயத்தனப்பட வேண்டியிருந்தது. இப்போது எந்தவித பகீரதப் பிரயத்தனமும் படாமல் தெலுங்கு கங்கைத் திட்டம் குறித்த பேச்சு வார்த்தையை நாங்கள் பேசி முடித்துள்ளோம்.

இந்த தெலுங்கு கங்கைத் திட்டத்தில் கர்நாடகம், மகாராஷ்டிரம், ஆந்திரம், தமிழ்நாடு ஆகிய 4 மாநிலங்கள் ஈடுபட்டிருக்கின்ற காரணத்தால் இதற்குப் பெயர் தெலுங்கு கங்கைத் திட்டம் என்றிருந்தாலும், 'திராவிட கங்கைத் திட்டம்' என்பதே மிகவும் பொருத்தமானதாகும்" என்று சொல்லிவிட்டு, பத்திரிகையாளர்களின் கேள்விகளை எதிர்கொண்டார் இப்படி:

"**செய்தியாளர்:** எம்.ஜி.ஆர். முன்பு பணம் தராமல் இருந்ததற்கும், இப்போது நீங்கள் (இந்தத் திட்டத்துக்காக) பணம்தர ஒப்புக் கொண்டதற்கும் என்ன காரணம்?

முதல்வர் கலைஞர்: அதற்குக் காரணம் அலட்சியம். இதற்குக் காரணம் ஆர்வம்.

செய்தியாளர்: அரசியல் காரணமாகத்தான் எம்.ஜி.ஆர். பணம் தரவில்லையென்று கூறப்படுவது குறித்து என்ன சொல்கிறீர்கள்?

முதல்வர் கலைஞர்: பிரச்சினை சுமுகமாகத் தீர்ந்துள்ள நேரத்தில், அதையெல்லாம் பேச வேண்டியதில்லை.

செய்தியாளர்: அவர்கள் பாக்கி வைத்திருந்த பணத்தையும் இப்போது நீங்கள் கொடுக்கிறீர்களா?

முதல்வர் கலைஞர்: அவர்கள் 3 ஆண்டுக்காலமாக எந்தப் பணமும் கொடுக்கவில்லை. இப்போது நாங்கள் 60 கோடி ரூபாய் மொத்தமாகக் கொடுக்கிறோம். 92-93 ஆம் ஆண்டிற்குள், திட்டமானது முடிவடையக் கூடிய விதத்தில் மீதித் தொகையும் தரப்படும். 3 ஆண்டுக்கான பாக்கியை உடனடியாகக் கொடுக்க வேண்டுமென்று என்.டி.ஆர். வற்புறுத்தாததற்குக் காரணம் அவருடைய பெருந்தன்மையாகும்.

செய்தியாளர்: பாக்கிப் பணம் 'இன்ட்ரஸ்ட்' (வட்டி) உடன் தரப்படுமா?

முதல்வர் கலைஞர்: இந்தத் திட்டம் மக்களின் 'இன்ட்ரஸ்ட்' (நன்மைக்காக) உடன் செய்யப்படுகிறது".

இந்தச் சந்திப்புப் பற்றிய விவரங்கள், 1989 ஜூலை 1 ஆம் தேதியிட்ட 'தமிழரசு' இதழில் வெளியாகியுள்ளது.

80. கலைஞரின் 'காயிதே மில்லத் மாவட்டம்!'

மாற்றங்கள் எல்லாம் சாதாரணமாக நடந்து விடுவதில்லை. அதுவும் கலைஞர் ஒரு விஷயத்தில் மாற்றம் கொண்டு வருகிறார் என்றால் அதற்குப் பின் பல்வேறு அறிவார்ந்த காரணங்கள் இருக்கும். ஒரு தொலைநோக்கு இருக்கும். அப்படி கலைஞர் செய்த ஒரு மாற்றத்தின் பின்னணி இது...

"...இந்த மாவட்டப் பெயர் மாற்றம் குறித்து சில சர்ச்சைகள் எழுந்தது உண்டு. அரசு விழாவில் சர்ச்சைக்கு இடமில்லை. இருந்தாலும் விளக்கத்திற்காகச் சொல்ல விரும்புகிறேன்.

ஏற்கெனவே இருந்த மாவட்டத்திற்கு என்னுடைய அருமை நண்பர் முன்னாள் முதல்வர் எம்.ஜி.ஆர். அண்ணா மாவட்டம் என்ற பெயரைச் சூட்டியிருந்தார். அப்பொழுதே எனக்குள்ள மனக்குறை அண்ணா அவர்கள் பிறந்த பூமியான செங்கை மாவட்டத்திற்கு அண்ணா பெயர் சூட்ட வேண்டும் என்பது. அப்போது என்னுடைய கோரிக்கை ஏற்கப்படவில்லை. அண்ணாவின் குடும்பத்தினரும் கூட அதை விரும்பினார்கள். ஆனாலும் வெற்றி கிடைக்கவில்லை. அதை நிறைவேற்றுகின்ற வாய்ப்பு இன்று கிடைத்தபொழுது இந்த மாவட்டத்துக்கு 'திண்டுக்கல் காயிதே மில்லத் மாவட்டம்' என்ற பெயரைச் சூட்டி, காஞ்சிபுரத்தைத் தலைநகராகக் கொண்ட செங்கல்பட்டு மாவட்டத்துக்கு, 'செங்கை அண்ணா மாவட்டம்' என்ற பெயரைச் சூட்டினோம்.

காயிதே மில்லத் பெயரை அவர் பிறந்த பூமிக்குச் சூட்ட வேண்டுமென்றால், அது நெல்லையில் உள்ள பேட்டைப் பகுதியில் அவர் பிறந்தார். அங்கேதான் அந்தப் பெயரைச் சூட்ட வேண்டும் என்பது உண்மையான வாதம். ஆனால் அதற்கு

முன்பே 'நெல்லை கட்டபொம்மன் மாவட்டம்' என்ற பெயர் அங்கே சூட்டப்பட்ட காரணத்தால், தொடர்புடைய ஒரு பகுதிக்கு அவர் பெயர் சூட்டப்பட வேண்டும் என்ற காரணத்தால் எல்லாவற்றிலும் மிகச் சிறந்த தொடர்பு, இல்வாழ்க்கைக்கு ஒரு துணையை ஏற்ற இடமாக காயிதே மில்லத்துக்கு இந்த இடம் அமைந்த காரணத்தால், இந்தப் பகுதிக்கு 'திண்டுக்கல் காயிதே மில்லத் மாவட்டம்' என்று சூட்டப்பட்டுள்ளது.

இது குறித்து சட்டமன்றத்தில் பிரச்சனை எழுந்தபோது சிலர் தங்களது கருத்துக்களை வெளியிட்டனர். காங்கிரஸ் இயக்கத்தைச் சேர்ந்த சட்டமன்ற உறுப்பினர் என்னுடைய அருமைச் சகோதரி ஏ.என்.பொன்னம்மாள் கூட இந்த மாவட்டத்திலே பிறந்த சுப்பிரமணிய சிவா பெயரைச் சூட்டியிருக்கலாமே என்று ஒரு ஆதங்கத்தைத் தெரிவித்தார். நான் நீண்ட நாட்களுக்கு முன்பு சொன்னேன். கருணாநிதி நினைவில் வைத்துக் கொண்டிருக்கிறாரே என்று அவர் எண்ணக் கூடும். நாட்களுக்கு முன்பு அல்ல. ஆண்டுகளுக்கு முன்பு நடந்ததைக் கூட ஞாபகத்தில் வைத்துக் கொள்ளுபவன் நான் என்பதை என்னை உணர்ந்தவர்கள் நன்றாக அறிவார்கள்.

எனவே, சகோதரியாருடைய ஆசையும் நிறைவேற வேண்டும் என்பது எனக்குள்ள ஒரு உணர்வு. சுப்பிரமணிய சிவா விடுதலைப் போராட்டத்தில் சிறையில் இருந்து பயங்கர நோயாளியாக வெளியே வந்தவர். நாடு விடுதலை பெற்றது என்றால் அவர்கள் எல்லாம் சிறைச்சாலைக்குச் சென்ற காரணத்தால் தான், நமக்கெல்லாம் விடுதலை கிடைத்தது. அவர்களுக்கு விடுதலை கிடைத்ததோ இல்லையோ, நமக்கு விடுதலை கிடைக்கப் பாடுபட்டவர்கள் சுப்பிரமணிய சிவா போன்றவர்கள். எனவே, அந்த ஆசையை நிறைவேற்றுகிற வகையில், திண்டுக்கல் மாவட்டத்தில் அமையவிருக்கும் மாவட்ட ஆட்சியர் அலுவலகத்துக்கு 'சுப்பிரமணிய சிவா மாளிகை' என்று பெயர் சூட்டப்படும்.

இந்துக்களும், முஸ்லீம்களுக்கும் சகோதரர்களாக வாழ வேணும் என்பதற்கு அடையாளமாக இரண்டு பெயருமே

இங்கு அழைக்கப்படும். இது என் வாழ்நாளில் என்னுடைய ஆர்வமாக இருந்து வருகிறது. பெரியார், அண்ணா, காயிதே மில்லத், காமராஜ் ஆகியோர் தமிழகத்தில் அமைதி நிலவ வேண்டும், வகுப்புக் கலவரங்கள் உருவாகக் கூடாது, மதபேதங்கள், அதன் காரணமாக அமளிகள் உருவாகக் கூடாது என்ற கருத்துக்களையும், அந்தக் கருத்துக்களுக்கு ஏற்ப இந்த இரு பெயரையும் சூட்டியிருக்கிறேன் என்பதையும் நினைவுக்குக் கொண்டுவரக் கடமைப்பட்டு இருக்கிறேன்".

1989 ஜூன் 11 ஆம் தேதி, திண்டுக்கல் காயிதே மில்லத் மாவட்டத் தொடக்க விழாவில், கலைஞர் ஆற்றிய உரையில் சில பகுதிகள்தான் மேலே இருப்பவை. இந்த நிகழ்வு குறித்த செய்தி, 1989 ஜூலை 1 ஆம் தேதியிட்ட 'தமிழரசு' இதழில் பதிவாகியுள்ளது.

81. கண்டி மன்னனும் கலைஞரும்!

நம் தலைவர் ஐந்தமிழறிஞர் கலைஞர், எத்தனையோ மகத்தான மனிதர்களுக்கு நினைவிடம் எழுப்பியவர் என்பது பலரும் அறிந்ததே. அந்த நினைவிடங்களில் ஒன்று, இலங்கையின் கடைசி தமிழ் மன்னன் சிறீ விக்ரம ராஜசிங்கன் நினைவாக் எழுப்பப்பட்ட முத்து மண்டபம் ஆகும். ஆனால் அந்த மன்னன் பற்றியோ, அவருக்கு இப்படியோர் அங்கீகாரத்தை கலைஞர்தான் வழங்கினார் என்பதோ பலருக்கும் தெரியாத விஷயம்.

நாயக்க மன்னர்கள் என்றால், நமக்கு உடனே நினைவுக்கு வருபவர்கள் மதுரை, தஞ்சாவூர், செஞ்சி நாயக்கர்கள்தான். ஆனால் இலங்கை கண்டியில் நாயக்க மன்னர் ஒருவர் நல்லாட்சி புரிந்து வந்தார். அவர்தான் விக்ரம ராஜசிங்கன். அவர் மதுரை நாயக்க மன்னர்களின் வழித்தோன்றல் என்று அறியப்படுகிறார். அவர் 1798 முதல் 1815 வரை ஆட்சி புரிந்து, பிறகு வெள்ளையர்களால் இலங்கையிலிருந்து தமிழ்நாட்டுக்கு நாடு கடத்தப்பட்டார்.

1816-ல் வேலூருக்கு வந்தவர், 1832 ஜனவரி 30 ஆம் தேதி காலமானார். அவரது மற்றும் அவர் குடும்பத்தினரின் கல்லறைகள் வேலூர் பாலாற்றங்கரையிலே உள்ளன. அந்த மன்னனின் கல்லறை, 'அரசின் சார்பில் ரூபாய் ஒரு இலட்சம் முதல் 2 இலட்சம் செலவில் முத்துமண்டபமாக மாற்றப்படும்' என்று 1989 ஜுன் 29 ஆம் தேதி அன்றைய முதலமைச்சராக இருந்த கலைஞர் அறிவித்தார். மேலும் அந்தக் கல்லறைகளை 'பாதுகாக்கப்பட்ட சின்னமாகவும்' அறிவித்தார்.

இந்த அறிவிப்புக்கு நன்றி சொல்லும்விதமாக, அந்த மன்னனின் பேரன் ராஜசிங்கா ஜுலை 28 ஆம் தேதி ஓர்

அறிக்கையை விடுத்தார். அந்த அறிக்கை, ஆகஸ்ட் 16 ஆம் தேதியிட்ட 'தமிழரசு' இதழில் வெளியிடப்பட்டது. அதில் அவர் சொல்லியிருப்பதாவது:

"உலகத்தின் பல பகுதிகளிலும் சிதறிக் கிடக்கும் தமிழர்களுக்கெல்லாம் வேண்டிய உதவியும் ஒத்துழைப்பையும் மனமுவந்து அளித்து வரும் முதல்வர் கலைஞர் அவர்கள், இப்பொழுது இலங்கை அரசு செய்யத் தவறிய ஒரு நல்ல காரியத்தை மனமுவந்து செய்ய முடிவு செய்துள்ளதை எடுத்துக் கூறுவது எனது கடமையாகும்.

ஸ்ரீவிக்கிரம ராஜசிங்கனுக்குத் தமிழ்நாட்டில் அம்மன்னன் தனது கடைசி மூச்சைவிட்ட வேலூரில், ஒரு சிலை அமைத்து மணிமண்டபம் நிர்மாணிக்க முடிவு செய்துள்ளதை அறிந்து மட்டற்ற மகிழ்ச்சியடைகிறேன்.

தமிழினத் தலைவர் கலைஞர் ஒருவருக்கு மட்டும்தான் இந்தத் தொலைநோக்குப் பார்வை உதயமாகும். இந்த மணிமண்டபத்தை அவரது திருக்கரங்களினால் திறந்து வைக்கும் வாய்ப்பும் அவருக்குத்தான் கிட்டும். அதனை எண்ணி நான் இரட்டிப்பு மகிழ்ச்சி அடைகிறேன்.

இந்த நல்ல காரியத்தைச் செய்வதனாலும், அவரது பெயரும் புகழும் உலக வரலாற்றில் பொன்னேட்டில் பதிக்கப்படும் என்பது திண்ணம்".

ராஜசிங்கா எதிர்பார்த்தது போலவே, அந்த மண்டபத்தை 1990 ஜூலை 1 ஆம் தேதி கலைஞரே திறந்துவைத்தார்.

82. கலைஞர் வகுத்த தொழில் கொள்கை!

இந்தியாவிலேயே முதன்முறையாக, தொழில்துறையில் ஐந்தமிழறிஞர் கலைஞர் முற்றிலும் புதிய கொள்கை ஒன்றைக் கொண்டு வந்தார். அதுதான், 'ஜாயின்ட் செக்டார்' எனப்படும் 'கூட்டுத்துறை'.

1971-இல் 'டிட்கோ' நிறுவனத்தில் கலைஞர் தான் 'ஜாயின்ட் செக்டார்' எனும் தத்துவத்தைக் கொண்டுவந்தார். இப்படி ஒரு தத்துவம் பிறந்ததற்குக் காரணமாக புலவர் முத்து வாவாசி தனது 'கலைஞர் செதுக்கிய தமிழகம்' (தொகுதி 2) புத்தகத்தில் ஒரு நிகழ்ச்சியைக் குறிப்பிடுகிறார்.

"கூட்டுத்துறை எனும் தத்துவம் பிறந்ததற்கு ஒரு காரணம் உண்டு. அது, தூத்துக்குடி உரத் தொழிற்சாலைத் திட்டம் 85 கோடி ரூபாய் முதலீட்டிலான திட்டம். அத்திட்டத்தை மாநில அரசுத் திட்டமாக, பொதுத்துறைத் திட்டமாக நடத்த வேண்டுமென கலைஞர் மத்திய அரசை வலியுறுத்தினார். அதற்கு மத்திய அரசு இணங்க மறுத்துவிட்டது. அதே நேரத்தில் மத்திய வங்கிகள் தனியார் துறையில் உரத் தொழிற்சாலை நிறுவிட நிதியுதவி செய்திட முன்வந்தன. எனவே, அதனை தனியார் துறைக்கு விட்டுவிடக் கூடாது என கலைஞர் அரசு தலையிட்டு, மாநில அரசும் பங்கேற்கும் வகையில் மாநில அரசின் பங்கு 26 சதவீதம், தனியாரின் பங்கு 25 சதவீதம், மீதமுள்ள 49 சதவீதம் பொதுப் பங்குகள் என்ற முறையில் தூத்துக்குடி உரத் தொழிற்சாலை கூட்டுத்துறையில் தொடங்கப் பட்டது" என்கிறார்.

பின்னர் 1989-இல் ஆட்சிக்கு வந்ததும், அதேபோன்று இன்னொரு தத்துவத்தை தொழில்துறையில் கலைஞர் அறிமுகப்படுத்தினார். அது அவரது சொற்களிலேயே...

"முன்பு ஆட்சிப் பொறுப்பிலே நான் இருந்த போதுதான் தொழில் துறையிலே ஒரு புதிய கொள்கை வகுக்கப்பட்டது.

Joint Sector என்கின்ற ஒரு கூட்டு முயற்சி அன்றைக்கு வகுக்கப்பட்டு, 26 சதவிகிதம் அரசின் சார்பிலும், 25 சதவிகிதம் தனியார் சார்பிலும், மீதமுள்ள பங்குகள் பொதுமக்கள் சார்பிலும் என்று வகுக்கப் பெற்று Joint Sector தொழில்கள் அன்றைக்குத் தொடங்கப்பட்டன.

இப்போது கடந்த ஆண்டில் மேலும் ஒரு கொள்கை அதிலே விரிவாக்கப்பட்டிருக்கின்றது.

Associated Sector (அசோசியேட்டட் செக்டார்) அது ஜாயின்ட் செக்டாரைப் போல 25 சதவிகிதம் அல்லது 26 சதவிகிதம் என்றில்லாமல், அரசின் சார்பில் 11 சதவிகிதம் என்கின்ற அளவிலே பங்குதாரர்களாகச் சேருவது என்பதும், அதன் மூலமாகத் தனியார்துறை பொதுவாகத் தொழில்வளம் பெருகிட அரசு ஊக்கங்களை அளித்தது என்பதும் வகுக்கப் பெற்று, இந்த இரு துறைகளும் --- ஜாயின்ட் செக்டார், அசோசியேட்டட் செக்டார் --- ஆகிய இரு நிலைகளிலும் இன்றைக்கு நாம் எதிர்பார்த்த அளவிற்குப் பெரு வெற்றியைப் பெற்று வருகின்றோம்".

1990 ஆகஸ்ட் 7 அன்று, சென்னை மணலியில் நடைபெற்ற 'தமிழ்நாடு பெட்ரோ புராடக்ட்ஸ் நிறுவன' விழாவில் பேசியபோது கலைஞர் இப்படிச் சொல்லியிருக்கிறார். இந்தச் செய்தி 1990 செப்டம்பர் 1 ஆம் தேதியிட்ட 'தமிழரசு' இதழில் பதிவு செய்யப்பட்டுள்ளது.

கலைஞர் கொண்டு வந்த 'கூட்டுத்துறை'யின் கீழ் கீழ்க்கண்ட நிறுவனங்களை உருவாக்கத் திட்டமிடப்பட்டது:

1. சதர்ன் பெட்ரோ கெமிக்கல் இண்டஸ்ட்ரீஸ் காப்பரேஷன் லிமிடெட்
2. தூத்துக்குடி ஆல்கலி கெமிகல்ஸ் லிமிடெட்
3. தமிழ்நாடு கெமிக்கல் பிராடக்ட்ஸ் லிமிடெட்

4. தமிழ்நாடு ரப்பர் லிமிடெட்

5. தமிழ்நாடு குரோமேட்ஸ் அண்டு கெமிக்கல்ஸ் லிமிடெட்

6. பாண்டியன் கெமிக்கல்ஸ் லிமிடெட்

7. சதர்ன் போராக்ஸ் லிமிடெட்

8. தமிழ்நாடு புளோரின் அண்டு அலைடு கெமிக்கல்ஸ் லிமிடெட்

9. மிக நுண்ணிய அளவைக் கருவிகள் நிறுவனம்

10. தமிழ்நாடு தாதா பார்மாஸ்யூடிக்கல்ஸ் லிமிடெட்

11. டைனோவிஷன் லிமிடெட்

12. தமிழ்நாடு இன்டர்நேஷனல் எலக்ட்ரானிக்ஸ் லிமிடெட்

13. மார்த்தி க்ரிஸ்டல்சால்ட் கம்பெனி லிமிடெட்

14. ஆசியா புகையிலை நிறுவனம் லிமிடெட்

15. கடல் சார்ந்த பெரும் இழு படகு கட்டும் தளம், மண்டபம் லிமிடெட்

16. தமிழ்நாடு ஆல்கலைன் பாட்டரீஸ் லிமிடெட்

17. ஏஷியன் பேரிங்ஸ் லிமிடெட்

18. அரக்கோணம் வார்பட கொல்லுலைத் தொழிற்சாலை

19. ஸ்டைரோ பிலிம்ஸ் லிமிடெட்

20. இன்டர் கான்டினென்டல் லெதர்ஸ் லிமிடெட்

இவற்றில்,

1. சதர்ன் பெட்ரோ கெமிக்கல் இண்டஸ்ட்ரீஸ் காப்பரேஷன் லிமிடெட்

2. தமிழ்நாடு குரோமேட்ஸ் அண்டு கெமிக்கல்ஸ் லிமிடெட்

3. சதர்ன் போராக்ஸ் லிமிடெட்
4. பாண்டியன் கெமிக்கல்ஸ் லிமிடெட்
5. டைனோவிஷன் லிமிடெட்
6. மார்த்தி க்ரிஸ்டல்சால்ட் கம்பெனி லிமிடெட்
7. ஆசியா புகையிலை நிறுவனம் லிமிடெட்
8. தமிழ்நாடு ஆல்கலைன் பாட்டரீஸ் லிமிடெட்
9. அரக்கோணம் பார்பட கொல்லுலைத் தொழிற்சாலை

ஆகிய 9 நிறுவனங்கள் 1975 ஆம் ஆண்டில் உற்பத்தியைத் தொடங்கும் என்று எதிர்பார்க்கப்படுவதாகவும், மீதமுள்ள நிறுவனங்கள் 1976 அல்லது 1977 ஆம் ஆண்டில் உற்பத்தியைத் தொடங்கும் என்று எதிர்பார்க்கப்படுவதாகவும் 1975 ஜூலை 16 தேதியிட்ட 'தமிழரசு' இதழில் பதிவு செய்யப்பட்டுள்ளது. இந்த 20 நிறுவனங்கள் பற்றிய சுருக்கமான அறிமுகத்தை 1975 ஆகஸ்ட் 1 தேதியிட்ட 'தமிழரசு' இதழில் காண முடிகிறது

83. விழிக்கு ஒளி... விடியலுக்கு நிதி..!

1971 - 1976 காலகட்டத்தில் ஐந்தமிழறிஞர் கலைஞர் தொடங்கிவைத்த 'கண்ணொளித் திட்டம்' பற்றிப் பலருக்கும் தெரியும். விழி பாதிப்பு உள்ளோருக்கு மருத்துவப் பரிசோதனைக்குப் பிறகு கண்ணாடிகள் வழங்கிப் பலருக்கு ஒளி கொடுத்தார் கலைஞர். ஆனால் 1990 ஆம் ஆண்டில் முழுமையாக விழித்திறன் இல்லாதோர் வாழ்க்கையில் விடியலைக் கொண்டு வந்த கலைஞரின் சாதனை பற்றி பலருக்கும் தெரிந்திருக்காது.

1990 டிசம்பர் 16 ஆம் தேதியிட்ட 'தமிழரசு' இதழில், 'விழியற்றோர் வாழ்வில் ஒளியேற்றும் முதல்வர்' எனும் தலைப்பில் வெளியான கட்டுரை ஒன்று, விழியற்றோருக்கு விடியல் தந்த கலைஞரின் திட்டத்தைப் பற்றி, பயனாளர் ஒருவரின் பார்வையில் விளக்குகிறது. அந்தக் கட்டுரையை, இராமநாதபுரம் மாவட்ட செய்தி மக்கள் தொடர்பு அலுவலர் வி.ஜி.பிரசாத் என்பவர் எழுதியிருக்கிறார்.

அந்தக் கட்டுரையின் சாராம்சம் இது: இராமநாதபுரம் மாவட்டம் முதுகுளத்தூர் தாலுகா புளிகால் கிராமத்தைச் சேர்ந்த முத்தம்மா என்பவர், அதே ஊரைச் சேர்ந்த ஆறுமுகம் என்ற பார்வையற்ற இளைஞரைத் திருமணம் செய்து கொண்டார். விழியற்றோர் வாழ்வில் ஏதாவதொரு வழியில் ஒளியேற்ற வேண்டும் என்ற கருத்தை மனதில் கொண்டு, கலைஞர் அவர்கள் அறிவித்த, 'விழியுள்ளோர் விழியற்றோரை மணந்தால் ரூ.6 ஆயிரம் அரசு உதவித் திட்ட'த்தின் தொடக்க கால பயனாளர்கள்தான் இந்தத் தம்பதி. அவர்களுக்கு மாவட்ட ஆட்சியர் அர.செல்லமுத்து அந்த நிதி உதவியை வழங்கினார்.

அந்த நிதியைப் பெற்றுக்கொண்ட ஆறுமுகம் கூறும்போது, "எனக்குக் கொடுக்கப்பட்ட சேமிப்புப் பத்திரம் 5 ஆண்டுகளில் 11 ஆயிரம் ஆகும். அதை மீண்டும் சிறுசேமிப்பில் முதலீடு செய்தால், 22 ஆயிரம் ஆகும். ஆக நானும் சமூகத்தில் எனக்கென்று ஒரு தகுதியை இதன் மூலம் பெற்றிட முடியும். இது போன்ற திட்டங்களை அறிவித்ததன் மூலம், பார்வையற்றோர் பார்வையுள்ளோரை மணந்திட ஊக்குவிப்பதோடு, அவர்களுக்கும் சமூகத்தில் ஒரு இடத்தினைப் பெற்றுத் தந்திட தொலைநோக்குடன் செயல்படும் நமது தமிழக முதல்வர் அவர்களை எங்களைப் போல் எத்தனையோ உள்ளங்கள் வாழ்த்தும்" என்றார்.

1996 - 2001 ஆம் காலகட்டத்தில், இந்தத் திட்டம், காதுகேளாத, வாய் பேசாதவர்களை, ஒரு கை அல்லது கால் இழந்தோரை திருமணம் செய்துகொள்ளும் உடற்குறை இல்லாதவர்களுக்கும் விரிவுபடுத்தப்பட்டது. பிறகு 2009 - 2010 காலகட்டத்தில், மாற்றுத் திறனாளியை இன்னொரு மாற்றுத் திறனாளி திருமணம் செய்துகொண்டால் அவர்களுக்கும் திருமண உதவித் தொகை திட்டம் விரிவுபடுத்தப்பட்டது.

84. பல்கலையில் கலைஞர் உருவாக்கிய அறக்கட்டளைகள்!

விடுதலைப் போராட்ட வீரர்கள், அரசியல் தலைவர்கள் ஆகியோரின் பெயர்களில் மாவட்டங்களையும் போக்குவரத்துக் கழகங்களையும் முதன்முதலில் உருவாக்கியவர் ஐந்தமிழறிஞர் கலைஞர். ஆரம்பத்தில் இதற்குப் பெருத்த வரவேற்பு இருந்தது. ஆனால் 90-களில் இதன் காரணமாக தமிழ்நாட்டின் சில பகுதிகளில் சாதிக் கலவரங்கள் ஏற்பட்டன.

அவற்றுக்கு ஒரு முற்றுப்புள்ளி வைக்கும் நடவடிக்கையை மேற்கொண்டவரும் கலைஞர்தான். தான் உருவாக்கிய சில விஷயங்களுக்கு, அரசியல் ரீதியாக எதிர்ப்பு வருகிறதே என்று அவர் சோர்ந்துவிடவில்லை. மாறாக, அந்தச் சவால்களையும் தனக்குக் கிடைத்த வாய்ப்பாகப் பயன்படுத்தி, புதிய திட்டங்களை உருவாக்கினார்.

அப்படித்தான் 1997 ஜூன் 5 அன்று, அனைத்துக் கட்சி அரசியல் தலைவர்கள் மற்றும் சமுதாயத் தலைவர்கள் கூட்டத்தைக் கூட்டிய கலைஞர், பெரும்பாலான தலைவர்கள் தெரிவித்த கருத்துக்கிணங்க மாவட்டங்களுக்கும் போக்குவரத்துக் கழகங்களுக்கும் வைக்கப்பட்டுள்ள பெயர்களை அகற்றுவதென்று முடிவு செய்யப்பட்டது. பிறகு 1997 ஜூலை 1 அன்று கூட்டப்பட்ட அனைத்துக் கட்சிக் கூட்டத்தில், அவ்வாறு அகற்றப்பட்ட தலைவர்களின் பெயர்களால் ஒவ்வொரு தலைவரின் பெயராலும் 25 இலட்ச ரூபாய் வைப்பு நிதி வழங்கி, 15 பல்கலைக்கழகங்களில் 28 அறக்கட்டளைகள் தொடங்குவதென்று தீர்மானிக்கப்பட்டது.

அவ்வாறு ஏற்படுத்தப்படும் அறக்கட்டளையில், வைப்பு நிதியாக வைக்கப்படும் 25 இலட்ச ரூபாயிலிருந்து கிடைக்கும் வட்டித் தொகையிலிருந்து அந்தப் பல்கலைக்கழகத்திற்குட் பட்ட கல்லூரிகளின் சிறந்த மாணவர்களுக்கு உதவித் தொகை (ஸ்காலர்ஷிப்) வழங்கப்படும் என்று அறிவிக்கப்பட்டது. அந்த உதவித் தொகையில் கல்விக் கட்டணம், புத்தகச் செலவு மற்றும் விடுதிக் கட்டணம் ஆகியவை அடங்கும் என்றும் தெரிவிக்கப்பட்டது.

அவ்வாறு பல்கலைக்கழகங்களில் உருவாக்கப்பட்ட அறக்கட்டளைகளின் பட்டியல் இது:

1. அண்ணா பல்கலைக்கழகம் - 1. காயிதே மில்லத், 2. எம்.ஜி.ஆர்

2. சென்னை பல்கலைக்கழகம் - 1. அறிஞர் அண்ணா, 2) சம்புவராயர்

3. டாக்டர் அம்பேத்கர் சட்டப் பல்கலைக்கழகம் - 1. ஜீவா

4. அண்ணாமலைப் பல்கலைக்கழகம் - 1. வள்ளலார், 2. இராமசாமி படையாட்சியார்

5. பாரதியார் பல்கலைக்கழகம் - 1. காமராசர்

6. தமிழ்நாடு வேளாண்மைப் பல்கலைக்கழகம் - 1. பெரியார்

7. பெரியார் பல்கலைக்கழகம் - 1. டாக்டர் அம்பேத்கர், 2. இராஜாஜி

8. மதுரை காமராசர் பல்கலைக்கழகம் - 1. மருதுபாண்டியன், 2. மாவீரன் சுந்தரலிங்கம், 3. மன்னர் திருமலை

9. பாரதிதாசன் பல்கலைக்கழகம் - 1. பெரும்பிடுகு முத்தரையர்,
                                2. தீரன் சின்னமலை,
                                3. வீரன் அழகுமுத்துக்கோன்

10. அன்னை தெரசா
    பல்கலைக்கழகம்   - 1. இராணி மங்கம்மாள்

11. மனோன்மணீயம் சுந்தரனார்
    பல்கலைக்கழகம்   - 1. கட்டபொம்மன்,
                                2. நேசமணி,
                                3. மன்னர் பூலித்தேவன்

12. அழகப்பா பல்கலைக்கழகம்   - 1. பசும்பொன் முத்துராமலிங்க தேவர்,
                                2. சிதம்பரனார்

13. தஞ்சை தமிழ்ப்
    பல்கலைக்கழகம்   - 1. பாரதியார்,
                                2. ஏ.டி.பன்னீர் செல்வம்

14. எம்.ஜி.ஆர்.மருத்துவப்
    பல்கலைக்கழகம்   - 1. ராஜீவ்காந்தி,
                                2. அன்னை சத்தியா

15. தமிழ்நாடு கால்நடைப்
    பல்கலைக்கழகம்   - 1. பட்டுக்கோட்டை அழகிரி

இந்தச் செய்தி 1997 ஜூலை 16-31 தேதியிட்ட 'தமிழரசு' இதழில் வெளியாகியுள்ளது.

85. கோரிக்கையே ஒரு தீர்மானம்!

குமரியில் திருவள்ளுவர் சிலை திறப்பு விழா நிகழ்ச்சிகள் 1999 டிசம்பர் 31 மற்றும் 2000 ஜனவரி 1 ஆகிய இரண்டு நாட்கள் நடைபெற்றன. சிலை திறப்பு விழாவின்போது ஐந்தமிழறிஞர் கலைஞர் ஆற்றிய உரையின் ஒரு பகுதி இது:

"கடந்த காலத்திலே திருவள்ளுவர் மன்றங்கள் பல இடங்களிலே இருக்கும். திருவள்ளுவர் படிப்பகங்கள் பல இடங்களிலே இருக்கும். அரசின் சார்பில் நான் கேட்டுக் கொள்கிறேன். தனிப்பட்ட முறையிலேயும் கேட்டுக் கொள்கிறேன். எல்லா கட்சித் தலைவர்களையும் கேட்டுக் கொள்கிறேன். ஒவ்வொரு ஊராட்சி மன்றத்திலும் ஒரு படிப்பகம் திருவள்ளுவருடைய பெயரால் அமைய வேண்டும். வரும் ஜனவரி 16'திருவள்ளுவர் நாள் முதல் அப்படி நிச்சயமாக அமைவதற்கான வழிவகைகளை உடனடியாகச் செய்ய வேண்டுமென்று இங்கே என்னோடு வந்திருக்கின்ற தலைமைச் செயலாளர் திரு.முத்துசாமி ஐ.ஏ.எஸ். அவர்களை நான் கேட்டுக்கொள்கிறேன். உடனடியாக இந்த ஆண்டு திருவள்ளுவர் நாள், 15 ஆம் தேதி பொங்கல் நாளுக்கு அடுத்து 16 ஆம் தேதி வருகின்றது.

அன்றைய தினம் தமிழகத்தில் இருக்கின்ற எல்லா ஊராட்சி மன்றங்களிலும், குறைந்தபட்சம் ஊராட்சி மன்றம் என்று சொல்கிறேன். பேரூராட்சிகளும் நகராட்சிகளும் இடம் பெறலாம். நகராட்சிகளில் பல இடங்களிலே ஏற்படலாம். அங்கெல்லாம் திருவள்ளுவர் நூலகங்கள், படிப்பகங்கள் வரவேண்டுமென்று கேட்டுக்கொள்கிறேன். அந்த முயற்சிகளும் அரசின் சார்பில் எடுக்கப்படும்".

இவ்வாறு சொல்லிவிட்டு, தன்னிடம் வைக்கப்பட்ட கோரிக்கை ஒன்றை அந்த விழா மேடையிலேயே தீர்மானமாக மாற்றுகிறார் இப்படி:

"தமிழ் ஆண்டு என்று இந்த ஆண்டை அழைக்க வேண்டுமென்று சொன்னார்கள். அதிலே எனக்கு முழுமையான கருத்தொற்றுமை இல்லை. சங்கரய்யா எண்ணக்கூடும். இவர் சொன்னால் வாஜ்பாய் சம்மதிக்க மாட்டார். எனவே சமாளிக்கிறேன் என்று கூட அவர் கருதக் கூடும். அதல்ல காரணம். நான் கேட்பது அதென்ன ஓராண்டு கால மாத்திரம் தமிழ் ஆண்டு. ஒவ்வொரு ஆண்டும் தமிழாண்டாக இருக்க வேண்டும் என்பதுதானே தமிழனுடைய எண்ணமாக இருக்க முடியும். இருந்தாலும்கூட, இதைக் கூடச் செய்ய கூடாதா என்று கேட்கின்ற கேள்விக்கு இடமில்லாமல், 'சென்ற ஆண்டு சமஸ்கிருத ஆண்டு என்று அறிவித்ததைப் போல இந்த ஆண்டை தமிழ் ஆண்டு என்று அறிவியுங்கள்' என்ற அந்தக் கோரிக்கையை ஒரு தீர்மானமாகவே இங்கிருந்து அனுப்புவதாக மத்திய அரசு எண்ணி அறிவிக்க வேண்டுமென்று நான் கேட்டுக் கொள்கிறேன்".

ஆனால் அந்தக் கோரிக்கைக்கு அன்றைய ஒன்றிய அரசு செவி சாய்க்கவில்லை. இந்தச் செய்தி 2000 ஜனவரி 1-31 தேதியிட்ட, 'தமிழரசு' இதழில் வெளியாகியுள்ளது.

86. பாலமும் விவரவமும் வெற்றிவேலும்!

தகவல் அறியும் உரிமைச் சட்டம் யார் கொண்டு வந்தது என்று கேட்டால் பலரும் உடனே '2005 ஆம் ஆண்டு காங்கிரஸ் ஆட்சியில்..' என்று தொடங்குவார்கள். இனி அப்படி யாரேனும் பேசத் தொடங்கினால், 'அது தவறு. நாட்டிலேயே தமிழ்நாடு தான் முதன்முதலில் அந்தச் சட்டத்தை இயற்றியது. அதுவும் 1997 ஏப்ரல் 30 ஆம் தேதி, கலைஞர் ஆட்சியில்' என்று சொல்லுங்கள். கூடவே இந்த நிகழ்வையும் சொல்லுங்கள்.

2000 பிப்ரவரி 5 ஆம் தேதி சென்னை பீட்டர்ஸ் சாலை மேம்பாலம், முதலமைச்சர் கலைஞரால் திறந்து வைக்கப்பட்டது. அப்போது அவர் ஆற்றிய உரையின் ஒரு பகுதி...

"மேயர் தம்பி ஸ்டாலின் பேசும்போது கட்டப்பட்டுள்ள இந்தப் பாலங்கள் எவ்வளவு பெரிய வாகனங்கள் வந்து மோதினாலும் அசையாது என்று சொன்னார். இந்தப் பாலம் தம்பி ஸ்டாலின் சொன்னதைப் போல நிச்சயமாக ஆடாது, அசையாது, நெளிந்து கொடுக்காது, வளைந்து சாயாது என்று நான் இங்கே எடுத்துக் காட்டக் கடமைப்பட்டிருக்கிறேன்.

நம்முடைய தம்பி வெற்றிவேல் இரண்டு மூன்று வரிகளிலே தன்னுடைய பாராட்டுதலைத் தெரிவித்துக் கொண்டார். அவர் பேசும்போது, வேறு பாலம் நினைவுக்கு வந்தது. 96 ஆம் ஆண்டு தி.மு.க.வுக்கும் தமிழ் மாநில காங்கிரசுக்கும் பாலம் கட்டியவர்களில் ஒருவர் தம்பி வெற்றிவேல். நல்லவேளை, இன்றைக்குப் பாலம் கட்ட வராவிட்டாலும், பாலம் திறக்கின்ற நிகழ்ச்சிக்கு வந்திருக்கிறார் என்பதிலே எனக்கொரு மகிழ்ச்சி.

ஒரு ஆங்கிலப் பத்திரிகையிலே இன்றைக்கு வந்த ஒரு செய்தியை நான் பார்த்தேன். தி.மு.க. 96-இல் ஆட்சிப் பொறுப்பேற்றவுடன் நிதி நிலை அறிக்கையிலே ஒரு

அறிவிப்பைச் செய்தோம். எந்தத் திட்டமானாலும் அவைகள் எல்லாம் ஒளிவு மறைவற்ற திட்டங்களாக நடைமுறைப் படுத்தப்படும் என்று சொன்னேன்.

அது மாத்திரமல்ல. இன்னொன்று, Right to Information, அதாவது அந்தத் திட்டத்தைப் பற்றி யார் வேண்டுமானாலும் தகவல் தெரிந்து கொள்ளலாம். யார் விரும்பினாலும் அந்தத் திட்டத்திற்கு மதிப்பீடு எவ்வளவு, டெண்டர் எப்படி விடப்பட்டிருக்கிறது, டெண்டரை எடுத்தவர் யார், அது lowest டெண்டரா? Highest டெண்டரா? எதற்குத் தரப்பட்டுள்ளது என்ற இந்த விவரங்களையெல்லாம் தெரிந்து கொள்ள தமிழ்நாட்டில் உள்ள எந்த ஒரு குடிமகன் விரும்பினாலும் அவர்களுக்குத் தர நாங்கள் கடமைப் பட்டிருக்கிறோம் என்கிற அறிவிப்பு மாத்திரமல்ல, அதற்கான சட்டத்தையே செய்திருக்கின்ற ஆட்சிதான் தி.மு.க. ஆட்சி. அதைப் போல இன்றைக்கு நம்முடைய வெற்றிவேலைப் பற்றியும், இந்தப் பாலங்களைப் பற்றியும் ஒரு செய்தி.

அந்த ஆங்கிலப் பத்திரிகையைப் புரட்டினால் அழகான படம். பாலத்தின் படம் இருக்கிறது. 'பரவாயில்லை, இவர்கள் கூட படம் போட்டு செய்தி போட்டிருக்கிறார்களே' என்று ஆச்சரியத்தோடு கண்களை அகல விரித்துச் செய்தியைப் படித்துப் பார்த்தால், ஏதோ அந்தப் பாலம் கட்டியதிலே தவறு அல்லது முறைகேடு நடைபெற்றிருப்பதைப் போல தலைப்புச் செய்தி.

விஷயம் என்னவென்று விளக்கமாகப் படித்துப் பார்த்தால், மாநகராட்சி மன்றத்திலே எதிர்க்கட்சித் தலைவராக இருக்கின்ற வெற்றிவேல் அவர்கள் இந்த என்ற சட்டத்தைப் பின்பற்றி இந்தப் பாலத்தைப் பற்றிய விவரங்களைக் கேட்க, அதிலே ஒரு பகுதி விவரங்கள் தரப்பட, மீதமுள்ள இதன் தொடர்பான விவரங்களும் தேவையென்று அவர் கேட்க, விரைவில் தரப்படும் என்று அவர்கள் தெரிவித்திருக்கிறார்கள். இதுதான் செய்தி.

இதைப் போட்டு விட்டு ஏதோ விவரங்களே தரப்படவில்லை என்பதைப் போல அந்த ஆங்கிலப் பத்திரிகை தன்னுடைய இஷ்டத்திற்கு செய்தியை வெளியிட்டிருக்கின்றது. இது சகஜம்."

இந்த உரையில் நாம் தெரிந்துகொள்ள வேண்டிய விஷயங்கள் நிறைய உண்டு. ஒன்று, 'தகவல் அறியும் உரிமை' குறித்து காங்கிரஸ் போன்ற தேசியக் கட்சி யோசிப்பதற்கு முன்பே தி.மு.க சிந்தித்திருக்கிறது என்பது. 1997 ஏப்ரல் 17 அன்று சட்ட முன்வடிவு கொண்டு வரப்பட்டு, ஏப்ரல் 30 அன்று சட்டப் பேரவையில் நிறைவேற்றப்பட்டு, மே 4 அன்று ஆளுநரால் ஒப்புதல் அளிக்கப்பட்டு, அடுத்த நாளே அரசு அறிவிக்கையாக வெளியிடப்பட்டது. இரண்டாவது, தளபதி ஸ்டாலினை, கலைஞர் 'மேயர் தம்பி ஸ்டாலின்' என்று அன்பொழுக அழைத்திருப்பது. மூன்றாவது, சென்னை மாநகராட்சி மன்ற எதிர்க்கட்சித் தலைவர் வெற்றிவேலை 'நம்முடைய தம்பி வெற்றிவேல்' என்று அரசியல் நாகரிகத்துடன் கலைஞர் விளித்திருப்பது. (அந்த வெற்றிவேல் முன்பு தமிழ் மாநில காங்கிரசில் இருந்தார். பின்னர் அ.தி.மு.க.வில் இணைந்தார். பிறகு அ.ம.மு.க.வுக்குச் சென்றார் என்பது குறிப்பிடத்தக்கது)

அந்தப் பாலம் குறித்து தகவல் அறியும் உரிமைச் சட்டத்தில் வெற்றிவேல் தகவல் கேட்டிருப்பதும், அதைப் பற்றிச் சொல்லும்போது அவரது முந்தைய கால பங்களிப்பை அங்கீகரித்திருப்பதும் என கலைஞரின் அரசியல் பண்பாட்டை நினைத்தால் 'இப்படி ஒரு தலைவனை இழந்துவிட்டோமே?' என்று ஏக்கப்பட மட்டுமே முடிகிறது.

இந்தச் செய்தி, 2000 பிப்ரவரி 1-15 தேதியிட்ட 'தமிழரசு' இதழில் வெளியாகியுள்ளது.

87. 'தூய்மை சென்னை' எனும் சமுதாயப் புரட்சி!

இன்றைக்கு 'தூய்மை இந்தியா (ஸ்வச் பாரத்)' திட்டம் பற்றி, அது ஏதோ பெரிய சாதனையைப் படைத்துவிட்டது என்கிற ரீதியில் பலர் பேசுகின்றனர். அப்படிப் பேசும் பலருக்கும் தெரியாத செய்தி இது. 'தூய்மை இந்தியா'வுக்கு முன்பே 'தூய்மை சென்னை' வந்துவிட்டது. அந்த வரலாற்றை ஐந்தமிழறிஞர் கலைஞரின் சொற்களிலேயே கொஞ்சம் தெரிந்துகொள்வோம் வாருங்கள்.

"இந்தியாவிலேயே முதல் தடவையாக சென்னை மாநகரத்திலே இந்த நவீன தூய்மைத் திட்டத் தொடக்க விழா இன்று நடைபெறுகின்றது. இந்தியாவிலேயே முதலாவதாகத் தொடங்கப்பட்ட பல திட்டங்களில் ஒன்றாக இன்றைக்கு இந்தத் தூய்மைத் திட்டமும் தொடங்கப்படுகின்றது. இதைத் தொடங்குகிற நேரத்தில் நவீன முறையிலே ஏறத்தாழ ஆண்டு ஒன்றுக்கு 12 கோடி ரூபாய் சென்னை மாநகராட்சி மன்றத்திற்கு மிச்சம் ஏற்படுகின்ற வகையிலே இந்தத் திட்டம் நடைபெற்றாலுங்கூட, இதற்கு உதவிட வேண்டிய பெரும் பொறுப்பு மாநகராட்சி மன்றத்திலே வாழ்கின்ற மக்கள் அனைவருக்கும் உள்ளது என்பதை நான் எடுத்துக் கூற விரும்புகிறேன்.

இன்றைக்கு சென்னை மாநகரத்திலே இந்தப் பணியிலே ஏறத்தாழ பத்தாயிரம் பேர் ஈடுபட்டிருக்கிறார்கள். நான்'இந்தத் திட்டம் வரும்போது பத்தாயிரம் பேர் பணியாற்றிக் கொண்டிருக்கிறார்களே, அவர்களுடைய பணிக்கு ஏதாவது இதன் மூலமாக ஆபத்து வருமா என்று தம்பி ஸ்டாலினிடம் கேட்ட போது, 'யாருடைய பணிக்கும் ஆபத்து வராது. இது

இப்போது தொடக்கமாக மூன்று மண்டலங்களிலே தான் நாங்கள் நடத்தவிருக்கிறோம். இந்த மண்டலங்களிலே உள்ளவர்களும் இந்தப் பணியிலே ஈடுபடலாம் அல்லது அடுத்த மண்டலங்களிலே சென்று அங்கேயுள்ள பணியிலே ஈடுபடுவதற்கு வழிவகைகள் இருக்கின்றன' என்று குறிப்பிட்டார்.

தம்பி மாறன் இங்கே எடுத்துக் காட்டியதைப் போல புதிய பணி ஏறத்தாழ இரண்டாயிரம் பேருக்கு இந்த நவீன முறையின் மூலமாக கிடைத்திருக்கின்றது. அவர்களையெல்லாம் இங்கே நாம் பார்க்கிறோம். அழகான உடை அணிந்து இங்கே வீற்றிருக்கிறார்கள். அவர்கள் நாளைய தினம் குப்பையை அகற்றுவதற்காக இந்தப் பணியிலே ஈடுபடும் போது, இதற்கென்றே இதுவரை குறிப்பிடப்பட்ட ஒரு பிரிவினர் அல்லது ஒரு வகுப்பினர் எப்படி பார்க்கப்படுகிறார்களோ அப்படி பார்க்கப்படாமல் சமுதாயத்திலே அவர்களும் ஓர் அங்கம் என்ற அளவிலே பார்க்கப்படுவார்கள். இவர்களை யெல்லாம் காணும் போது கரங்களிலே பணியாற்று பவர்களைப் போல தோற்றமகளிக்கிறார்கள். இவர்கள் குப்பை கூட்டுபவர்கள் என்பது பார்த்தவுடனே தெரிந்துவிடும், இதுவரையிலே இருந்த பழக்கம். இனிமேல் கேட்டுத்தான் தெரிந்துகொள்ள முடியும், இவர்கள் பணி என்ன என்பதை. அந்த அளவிற்கு இவர்கள் நாகரிக உடை அணிந்து இந்தப் பணியிலே ஈடுபடவிருக்கிறார்கள் என்கிற போது மாறன் குறிப்பிட்டதைப் போல இது ஒரு சமுதாயப் புரட்சி தான். அந்தப் புரட்சி தோன்ற வேண்டிய இடத்திலே தோன்றியிருக் கின்றது. அதைத் தோற்றுவிக்க வேண்டியவர்களால் தோற்றுவிக்கப்பட்டிருக்கிறது என்று சொன்னால் அது மிகையாகாது."

இந்தச் செய்தி 2000 மார்ச் 1-15 தேதியிட்ட 'தமிழரசு' இதழில் வெளியாகியுள்ளது.

88. எம்.பி.க்கு 2 கோடி... எம்.எல்.ஏ.வுக்கு 3 கோடி!

2000 பிப்ரவரி 3 அன்று, தமிழ்நாடு குடிசைப் பகுதி மாற்று வாரியத்தின் சார்பில் சென்னையை அடுத்த ஒக்கியம் துரைப்பாக்கம் பகுதியில் கட்டப்பட்ட 3 ஆயிரம் புதிய குடியிருப்புகளின் திறப்பு விழாவில் முதலமைச்சர் கலைஞர் ஆற்றிய உரையின் ஒரு பகுதி...

“இந்தியாவிலே பாராளுமன்ற உறுப்பினர்களுக்குத்தான் பாராளுமன்றத் தொகுதித் திட்டம் என்ற பெயரால் அவர்களுக்கு ஒரு தொகை ஒதுக்கப்பட்டு ஏறத்தாழ தொடக்கத்திலே அவர்களுக்கு ஒரு கோடி ரூபாய் ஒதுக்கப்பட்டு அந்தத் தொகை பிறகு இரண்டு கோடி ரூபாயாக ஆக்கப்பட்டு பாராளுமன்ற உறுப்பினர்களின் தொகுதித் திட்டம் இன்றைக்கு இந்தியாவிலே நிறைவேற்றப்பட்டு வருகின்றன.

வேறு எந்த மாநிலத்திலும் தொடங்காத காலக்கட்டத்தில் தமிழ்நாட்டில் 96 ஆம் ஆண்டு நாம் ஆட்சிக்கு வந்தவுடன் பாராளுமன்ற உறுப்பினர்களுக்கு இருந்த அந்தத் திட்டத்தைப் போல் சட்டமன்ற உறுப்பினர்களுக்கும் ஒரு திட்டம் உண்டு என்று சொல்லி ஒவ்வொரு சட்டமன்ற உறுப்பினருக்கும் முப்பது இலட்சம் ரூபாய் என்று தொடங்கி இப்போது ஐம்பது இலட்ச ரூபாய் அவர்களுக்குத் தரப்படுகின்றது.

நீங்கள் கணக்குப் போட்டுப் பார்த்தால் ஆறு சட்டமன்றத் தொகுதிகளுக்கு ஒரு பாராளுமன்ற உறுப்பினர். ஆகவே ஆறு சட்டமன்றத் தொகுதிகளுக்கு அவர்களுக்குத் தரப்படுகின்ற பணம் இரண்டு கோடி ரூபாய். ஒவ்வொரு சட்டமன்ற உறுப்பினருக்கும் நாம் தருகின்ற நிதி ஐம்பது இலட்சம். நீங்கள்

இந்த ஐம்பது இலட்சத்தை ஆறு தொகுதிகளுக்கென்று ஆறால் பெருக்கிப் பார்த்தால் மூன்று கோடி ரூபாய் நாம் தருகிறோம் ஒரு பாராளுமன்றத் தொகுதிக்கு.

இந்தத் திட்டம் இந்தியாவிலே தமிழ்நாட்டைத் தவிர வேறெங்கும் இருப்பதாகத் தெரியவில்லை. அப்படி இருந்தால் கூட, அது தமிழ்நாட்டிற்குப் பிறகு ஆரம்பிக்கப்பட்ட திட்டமாக இருக்குமே தவிர, நமக்கு முன்பு ஆரம்பிக்கப்பட்ட திட்டமாக இருந்திட முடியாது..."

இந்தச் செய்தி 2000 பிப்ரவரி 1-15 தேதியிட்ட 'தமிழரசு' இதழில் வெளியாகியுள்ளது.

89. இறப்பு விகிதங்களைக் குறைத்த 'மொயட்!'

2000 ஜூலையில், தேசிய மக்கள் தொகைக் குழுவின் முதல் கூட்டத்தில் படிக்கப்பட்ட முதலமைச்சர் கலைஞர் அவர்களது உரையில், இந்தத் தலைமுறையினருக்குத் தெரியாத மகத்தான சாதனை ஒன்று குறிப்பிடப்பட்டுள்ளது.

இந்தியாவிலேயே, மருத்துவக் கட்டமைப்புகள் வலுவாக, பரவலாக இருக்கும் மாநிலங்களில் தமிழ்நாடு முதலிடம் வகிக்கிறது. அதனால்தான் தமிழ்நாட்டை 'நாட்டின் மருத்துவத் தலைநகரம்' என்று அழைக்கிறோம். அதிலும் குறிப்பாக, அரசு ஆரம்ப சுகாதார மையங்கள் வலுவாக இருப்பதால் பிரசவத்தின் போது ஏற்படுகின்ற தாய் சேய் இறப்பு விகிதம் குறைவாக இருப்பதுடன், தடுப்பூசி, ஊட்டச்சத்து, மருத்துவ விழிப்புணர்வு போன்ற விஷயங்களிலும் நமது அரசு மருத்துவமனைகள் அதிக அளவில் கவனம் செலுத்தி வருகின்றன. அதனால்தான் 'குஜராத் மாடல்' என்று பீற்றிக்கொள்ளும் குஜராத் அரசு மருத்துவர்கள் கூட தமிழ்நாட்டுக்கு வந்து இங்குள்ள அரசு மருத்துவமனைகளின் சிறந்த முறைகளைக் கற்றுச் செல்கிறார்கள். நம் மருத்துவக் கட்டமைப்பைப் பாராட்டுகிறார்கள்.

இந்தச் சாதனைக்குப் பின்னுள்ள விஷயமாக கலைஞர் இதைக் குறிப்பிடுகிறார்...

"போதிய பயிற்சி இல்லையெனில் சுகாதார வசதிகளைப் பயன்படுத்த முடியாது என்பதை கருத்தில் கொண்டு, பயிற்சி நிலையங்களின் அடிப்படை வசதிகள் மற்றும் கல்வி வசதிகளுடன் மேலாண்மை, சமுதாய ஒருங்கிணைப்பு, பாலின பாகுபாடு

ஆகிய பகுதிகளைப் பயிற்சிப் பாடத்திட்டத்தில் இணைத்து மேம்படுத்தப்பட்டுள்ளது.

மாநில அளவிலான சுகாதாரம், மருத்துவத்துறை, குடும்பநல இயக்குநர்கள் மற்றும் நலப் பணியாளர்களுக்குப் பயிற்சியளிப்பதோடு, ஆரம்ப சுகாதார நிலைய மருத்துவ அலுவலர்களுக்கும் பணியில் சேரும் முன்பே பயிற்சி அளிக்கப்படுகிறது. இந்தப் பயிற்சியில் தற்போது மாநிலத்தில் நடைமுறையில் உள்ள குடும்பநல திட்டப் பணிகள், தொழில்நுட்ப மறு புத்தறிவு, மேலாண்மை மற்றும் நிர்வாகத்திறன் போன்றவைகளில் பயிற்சி அளிக்கப்படுகிறது" என்று சொல்கிற கலைஞர், அடுத்து சொன்னதுதான் கவனிக்கத்தக்கது.

அவர் சொல்கிறார்... "எங்கள் மாநிலத்தில் கிராமங்களில் பணிபுரியும் கிராம சுகாதார செவிலியர், பகுதி சுகாதார செவிலியர் மற்றும் சமுதாய சுகாதார செவிலியர்களுக்கு மொபட் வாகனம் ஓட்ட பயிற்சி அளிப்பது ஒரு வித்தியாசமான பயிற்சி என்பதை நான் குறிப்பிட விரும்புகிறேன். இந்த பெண் களப்பணியாளர்கள் சுகாதார சேவைத் திட்டங்களின் முதுகெலும்பாவார்கள். இவர்கள் கிராமங்களுக்குச் சென்று நலப்பணிகளைச் செயல்படுத்துவதற்கு வாகன வசதி மிகவும் அவசியமானதாகும். இவர்களுக்கு மொபட் வாங்க நிதி ஒதுக்கீடு செய்து கடனுதவி அளிப்பது மட்டும் போதாது எனக்கருதி, 3 நாள் பயிற்சி முகாமிற்கு ஏற்பாடு செய்து அந்த முகாமில் மொபட் வாகனம் ஓட்ட பயிற்சி அளிக்கப்பட்டது. இதன் பயனாக கள அளவிலான நல பராமரிப்புப் பணிகளில் குறிப்பிடத்தக்க முன்னேற்றம் ஏற்பட்டுள்ளது" என்றார்.

'அறிவொளி' திட்டத்தை வலுவாகக் கொண்டு சேர்க்க அன்று புதுக்கோட்டை மாவட்டத்தில் ஆட்சியராக இருந்த ஷீலா ராணி சுங்கத் அவர்களின் முயற்சியால் அந்தத் திட்டத்தில் பணியாற்றிய பெண்களுக்கு சைக்கிள் ஓட்டக் கற்றுக் கொடுக்கப்பட்டது. அந்த முயற்சி, பிரபல பத்திரிகையாளர் பி.சாய்நாத் அவர்களின் கட்டுரை மூலம் உலக அளவில் பிரபலமாகி பாராட்டப்பட்டது. ஐக்கிய நாடுகளின்

பொதுச்செயலாளர் கோஃபி அன்னான் கூட தனது சுயசரிதைப் புத்தகத்தில் அந்த முயற்சி குறித்துப் பாராட்டினார்.

ஆனால் கலைஞர் அவர்கள் கொண்டு வந்த இந்த 'கிராம செவிலியர்களுக்கு மொபட் ஓட்ட பயிற்சி' குறித்துப் பெருமளவில் யாருக்கும் தெரியவில்லை. அதை நாம் உலகம் முழுக்க எடுத்துச் செல்ல வேண்டும். எனவே, இதுதொடர்பாக மேலதிக விவரங்கள் அறிந்தவர்கள் உங்கள் கருத்துகளைப் பதிவிடுங்கள். கரம் கோர்ப்போம், கலைஞர் புகழ் பெருக்க..!

இந்தச் செய்தி 2000 ஜூலை 1-31 தேதியிட்ட 'தமிழரசு' இதழில் வெளியாகியுள்ளது.

90. தஞ்சைப் புதல்வர்களின் உயிரியல் சாதனை!

1924-இல் முத்துவேலர் கருணாநிதி பிறந்தது திருக்குவளை கிராமத்தில்.! அன்று அது ஒருங்கிணைந்த தஞ்சைப் பகுதியில் இருந்தது. அடுத்த ஆண்டு அதே தஞ்சை கும்பகோணத்தில் பிறந்தார் மான்கொம்பு சாம்பசிவன் சுவாமிநாதன். கலைஞரின் நூற்றாண்டில், தனது 98 வயதில் இன்று (செப்டம்பர் 28) காலமாகிவிட்ட எம்.எஸ்.சுவாமிநாதன் கொடுத்த ஆய்வுப் பரிந்துரையின் அடிப்படையில், கலைஞர் கொண்டு வந்த ஒரு புதிய துறையைப் பற்றி இங்கு பார்க்கலாம்.

2000 நவம்பர் 24 அன்று, சென்னை சிறுசேரியில் உயிரியல் தொழில்நுட்பப் பூங்காவைத் திறந்து வைத்து முதலமைச்சர் கலைஞர் உரையாற்றினார். அப்போது அவர் சொன்ன தகவல் இது:

“இந்த உயிரியல் தொழில்நுட்ப வளாகம் அமைந்ததன் பின்னணியை இங்கு நினைவுகூர்வது பொருத்தமாக இருக்கும் என்று கருதுகிறேன்.

தமிழகத்தில் அமைந்து கிடக்கும் அளவற்ற உயிரியல் வளங்களின் அடிப்படையில் சென்னையில் ஐக்கிய நாடுகளின் வளர்ச்சித் திட்டத்துறையும், டாக்டர் எம்.எஸ்.சுவாமிநாதன் ஆராய்ச்சி நிறுவனமும் இணைந்து, ஆசிய, பசிபிக் மண்டலத்தைச் சேர்ந்த பெண் விஞ்ஞானிகள், தொழில்நுட்ப வல்லுநர்கள் அடங்கிய செயலரங்கம் ஒன்றை 1996 ஆம் ஆண்டு டிசம்பரில் நடத்தியது.

‘உயிரியல் தொழில்நுட்பத் துறையிலே தகுதி வாய்ந்த பெண்களுக்குச் சுயவேலை வாய்ப்புகளைப் பெருக்கிடும் நோக்கத்தோடு பெண்களுக்கான உயிரியல் தொழில்நுட்பப் பூங்காக்களை அமைக்கலாம்’ என்று பரிந்துரை செய்தது.

அதனையொட்டி தமிழ்நாடு அரசு, மகளிருக்கான முதல் உயிரியல் தொழில்நுட்பப் பூங்காவை சென்னையிலிருந்து 26 கிலோமீட்டர் தொலைவில் உள்ள கேளம்பாக்கத்திற்கு அருகில் இங்கே, சிறுசேரியில் அமைத்திட முடிவு செய்தது. இதன்படி இந்தப் பூங்காவை இங்கு அமைப்பதற்காக 20 ஏக்கர் நிலம் தமிழக அரசால் ஒதுக்கீடு செய்யப்பட்டது.

இந்தியாவிலேயே முதலாவதாக அமையும் இந்தப் பெண்களுக்கான முதல் உயிரியல் தொழில்நுட்பப் பூங்காவை அமைப்பதற்காக மேதகு குடியரசுத் தலைவர் திரு.கே.ஆர்.நாராயணன் அவர்களால் 29.07.1998 அன்று அடிக்கல் நாட்டப்பட்டது. பின், கட்டுமானப் பணிகள் தொடங்கப்பட்டு, 6 கோடியே 70 இலட்சம் ரூபாய் செலவில் இந்த உயிரியல் தொழில்நுட்பப் பூங்கா உருவாக்கப்பட்டுள்ளது. மத்திய அரசின் உயிரியல் தொழில்நுட்பத் துறை இப்பூங்காவை உருவாக்க 4 கோடி ரூபாய் வழங்கியுள்ளது. நிதி நிறுவனங்களும், வங்கிகளும் 2 கோடி ரூபாய் கடனாக வழங்குவதற்கு இசைந்துள்ளன.

இப்பூங்காவில் அமையும் தொழில் முகவர்கள் தங்கள் உற்பத்திகளைத் தொடங்குவதற்குத் தேவையான வசதிகள் அனைத்தும் இங்கே ஒருங்கிணைக்கப்பட்டுள்ளன. வேளாண் உயிரியல் தொழில்நுட்பம், உணவுசார் உயிரியல் தொழில்நுட்பம், மருத்துவ உயிரியல் தொழில்நுட்பம் ஆகியவைகளின் அடிப்படையில் இப்பூங்காவில் உற்பத்தியாகும் பொருட்கள் உள்நாட்டுச் சந்தைகளில் வரவேற்பினைப் பெற்றுச் செல்வாக்கினைப் பெறும்.

இங்கு திறந்து வைக்கப்படும் உயிரியல் தொழில்நுட்பப் பூங்கா, உயிரியல் தொழில்நுட்பத் தொழில்கள் தமிழகத்தில் தொடர்ந்து பெருகி, தமிழகத்திற்கும் இந்தியாவிற்கும் பெருமை சேர்க்கும் என்றும், இப்பூங்காவின் மூலம் உயிரியல் தொழில்நுட்பத்திற்கான உலக வரைபடத்தில் தமிழகம் முக்கியமான, சிறப்பான ஓர் இடத்தைப் பெறும் என்றும் நான் உறுதியாக நம்புகிறேன். ஏறத்தாழ ஆயிரம் மகளிர், தொழில் முகவர்களாக உருவாக இந்தப் பூங்கா வழிவகுக்கும் என்பதையும் குறிப்பிட விரும்புகிறேன்".

சுதந்திர நாள் பொன்விழாவையொட்டி 'இந்தியாவின் முதல் மகளிர் உயிரியல் தொழில்நுட்பப் பூங்கா' (Golden Jubilee Biotech Park for Women Society, the first of its kind dedicated to women entrepreneurs in Life Sciences) எனும் இந்தச் சாதனையைப் படைப்பதற்கு முன்பு, அதற்காக கலைஞர் அரசு மேற்கொண்ட முன் தயாரிப்புகளையும் நாம் கவனத்தில் கொள்ள வேண்டும். 2000-2001 ஆம் ஆண்டு நிதிநிலை அறிக்கையை 24.03.2000 அன்று சட்டப் பேரவையில் கலைஞர் தாக்கல் செய்து பேசியபோது இவ்வாறு கூறினார்:

"வளர்ந்து வரும் உயிரியல் தொழில்நுட்பத்தைப் பயன்படுத்தி நமது மாநிலத்தின் பொருளாதார வளர்ச்சியை மேம்படுத்திட உயிரியல் தொழில்நுட்பக் கொள்கை ஒன்றை உருவாக்க ஆய்வறிக்கை ஒன்று தயாரிக்கப்பட்டுள்ளது. டாக்டர் திரு.எம்.எஸ்.சுவாமிநாதனைத் தலைவராகக் கொண்ட நிபுணர் குழு இந்த அறிக்கையைப் பரிசீலித்துத் தனது பரிந்துரைகளை அளிக்கும்".

மேற்கண்ட தகவல்கள் 2000 டிசம்பர் 1-31 தேதியிட்ட 'தமிழரசு' இதழில் வெளியாகியுள்ளன.

கலைஞரின் அந்த அறிவிப்பின் படி, சுவாமிநாதன் தலைமையிலான குழு, தமிழகத்திலே அதிக அளவில் கிடைக்கும் உயிரியல் வளங்களையும், உயிரியல் தொழில் நுட்பம் சார்ந்த மனித வளங்களையும், தமிழகத்தில் உயிரியல் தொழில்நுட்பத் தொழில்களை அமைப்பதற்குரிய வாய்ப்புகளையும், விரிவாகப் பரிசீலித்து அவற்றின் அடிப்படையிலே உருவாக்கப்பட்ட பரிந்துரைகளை 10.8.2000 அன்று அரசுக்கு வழங்கியது.

அதைத் தொடர்ந்து 12.9.2000 அன்று, உலகிலேயே அப்போது உயிரியல் தொழில்நுட்பத் துறையில் முன்னணியில் இருந்த அமெரிக்காவின் கார்னெல் பல்கலைக்கழகம், சென்னையில் நடத்திய உயிரியல் தொழில்நுட்ப மாநாட்டில் உயிரியல் தொழில்நுட்பத்துக்கான கொள்கை, தமிழக அரசால் வெளியிடப்பட்டது. பிறகு, 22.11.2000 அன்று 'தமிழ்நாடு உயிரியல் தொழில்நுட்ப வாரியம்' அமைக்கப்பட்டது. அந்த

வாரியத்தில் சுவாமிநாதன், மத்திய அரசின் உயிரியல் தொழில் நுட்பத்துறை முன்னாள் செயலாளர் டாக்டர் எஸ்.இராமச்சந்திரன், கோவை பாரதியார் பல்கலைக்கழக துணைவேந்தர் டாக்டர் எஸ்.இக்னாசிமுத்து, பெங்களூர் இந்திய அறிவியல் கல்வி நிலையத்தின் 'குளோபல் பயோடைவர்சிட்டி கன்வென்ஷன்' அமைப்பில் அறிவியல் ஆலோசகக் குழுத் தலைவராக இருந்த பேராசிரியர் மாதவ் காட்கில், மராட்டிய மாநிலம் ஜாய்னாவில் உள்ள மஹிகோ உயிர் அறிவியல் ஆராய்ச்சி மையத்தின் இணை இயக்குநர் டாக்டர் உஷா பர்வாலே செர்போன்றோர் உறுப்பினர்களாக இருந்தார்கள்.

ஆக, 1996 ஆம் ஆண்டு முதல் ஒரு விஷயத்தைக் கவனித்து வந்து, அதற்கான முதல் கல்லை 1998-இல் நட்டு, 2000 மார்ச்சில் பட்ஜெட்டில் அதுபற்றி அறிவிப்புச் செய்து, செப்டம்பரில் கொள்கை வகுத்து, நவம்பரில் அந்தக் கொள்கையைச் செயல்படுத்த அதற்கான வாரியத்தை உருவாக்கி, அதில் உறுப்பினர்களையும் நியமித்து என ஆரம்பம் முதல் இறுதி வரை தன் இலக்கை நோக்கி கலைஞர் அரசு எப்படிப் பயணித்தது என்பதற்கு இது ஓர் எடுத்துக்காட்டு.

2001 ஆம் ஆண்டில் ஆட்சி மாற்றம் ஏற்படாமல் இருந்திருந்தால், அல்லது, கலைஞர் உருவாக்கிச் சென்றது என்பதால் இந்தக் கட்டமைப்பை அ.தி.மு.க. கைவிடாமல் இருந்திருந்தால், சுவாமிநாதன் குழுவின் பரிந்துரைகளில் ஒன்றான 'தகவல் தொழில்நுட்பத் துறையில் உள்ள சிலிகான் பள்ளத்தாக்கு அமைப்பினைப் போல, மாமல்லபுரம் கல்பாக்கம் பகுதி, மண்டபம் தூத்துக்குடி பகுதி, மதுரை கொடைக்கானல் பகுதி ஆகிய மூன்று இடங்களிலும் உயிரியல் தொழில்நுட்பத் தொழில் மண்டலங்களை அல்லது உயிரியல் பள்ளத்தாக்குகளை அமைக்கலாம்' என்ற கனவு மெய்ப்பட்டிருக்கும். பயோடெக் துறையில் தமிழ்நாடு இன்னும் பல படிகள் முன்னேறியிருக்கும்.

91. சத்துணவில் பொருளாதார புத்துணர்வு!

1989 ஆம் ஆண்டு மே மாதம், சத்துணவுத் திட்டத்தில் பயன்பெறும் மாணவர்களுக்கு புரதச் சத்துடன் கூடிய உணவு வழங்க, இரண்டு வாரங்களுக்கு ஒருமுறை சத்துணவுடன் முட்டை வழங்கும் திட்டத்தை முதன்முதலாக கலைஞர் தலைமையிலான அரசுதான் தொடங்கி வைத்தது. பிறகு, 1998 இல் அது வாரம் ஒரு முட்டை ஆனது.

2006 தேர்தல் அறிக்கையில், நம் கழகம், 'சத்துணவில் வாரம் இருமுறை முட்டை' என்று வாக்குறுதி கொடுத்தது. அதை நிறைவேற்றும் விதமாக, 2006 ஆம் ஆண்டு, பெருந்தலைவர் காமராசர் பிறந்த ஜூலை 15 ஆம் தேதியை 'கல்வி வளர்ச்சி நாள்' என்று கொண்டாடப்படும் என்று அறிவித்து, அந்த நாள் முதல் வாரம் இருமுறை முட்டை வழங்கப்படும் என்று 2006 மே 16 அன்று நடந்த அமைச்சரவைக் கூட்டத்தில் முடிவெடுக்கப்பட்டது.

மட்டுமல்ல. வாரம் இருமுறை சத்துணவில் முட்டை வழங்கும் திட்டத்தின் மூலம், மக்களின் பொருளாதாரத்தையும் உயர்த்த கலைஞர் திட்டமிட்டார். எப்படி?

சுயஉதவிக் குழுக்களின் வாழ்க்கை ஆதாரத்தைப் பெருக்கிப் பொருளாதார நிலையை உயர்த்திடும் வகையில், சுயஉதவிக் குழுக்களுக்குக் கோழி வளர்க்கும் தொழிலைச் செய்வதற்காக தக்க நிதியுதவி அளித்து, சுயஉதவிக் குழுக்கள் கோழிகளை வளர்த்து உற்பத்தி செய்யும் முட்டைகளைச் சத்துணவுத் திட்டத்துக்காகக் கொள்முதல் செய்யும் செயல் திட்டம் உருவாக்கப்பட வேண்டும் என்று, அமைச்சரவைக் கூட்டத்தில் முடிவெடுக்கப்பட்டது. இந்தத் திட்டம், ஏற்கெனவே உள்ள மகளிர் சுயஉதவிக் குழுக்களுடன், புதிதாகத்

தொடங்கப்படும் மகளிர் சுயஉதவிக் குழுக்கள் மற்றும் இளைஞர் சுயஉதவிக் குழுக்களும் பயனடையும் வகையில் செயல்படுத்தப்படும் என்று அமைச்சரவைக் கூட்டத்தில் முடிவு செய்யப்பட்டது.

இதுதொடர்பான செய்திக் குறிப்பு, 2006 ஜுன் 'தமிழரசு' இதழில் வெளியாகியுள்ளது.

92. கலைஞர் வழங்கிய 'கடமைத் தொகை!'

இல்லத்தரசிகளுக்கு மாதா மாதம் 1,000 ரூபாய் வழங்கும் 'திராவிட மாடல்' அரசின் திட்டத்துக்கு 'கலைஞர் மகளிர் உரிமைத் தொகை திட்டம்' என்று பெயர் சூட்டப்பட்டுள்ளது. ஆம்... பெண்கள் செலுத்தும் உழைப்புக்கு நாம் எவ்வளவு தொகை கொடுத்தாலும் அதை ஈடு செய்ய இயலாது. எனினும், 'பொன் வைக்கிற இடத்தில் பூ வைக்கும்' முயற்சியாக, அவர்களது உழைப்பை அங்கீகரிக்கும் விதமாக அந்தத் திட்டம் செயல்படுத்தப்படுகிறது. எனவே அது 'உதவித் தொகை' அல்ல... 'உரிமைத் தொகை' என்று அழைக்கப்படுகிறது.

இதுபோன்று, ஐந்தமிழறிஞர் கலைஞர் தனது ஆட்சிக் காலத்தில் 'கடமைத் தொகை' என்ற சாதனையைப் படைத்திருக்கிறார். 2006-2011 ஆட்சிக்காலத்தில், 2006 நவம்பர் 11 அன்று, 'வேலை வாய்ப்பற்ற இளைஞர் உதவித் தொகை' திட்ட அறிமுக விழா, திருச்சியில் நடைபெற்றது. அப்போது கலைஞர் ஆற்றிய உரையிலிருந்து ஒரு பகுதி...

"இந்த நிதி உதவியைப் பெற்று அவர்களுக்கு வேலை வாய்ப்பு இல்லை என்ற வேதனையை அறவே துடைத்துக் கொள்வார்களா என்றால் முடியாது. இது ஒரு வகையில் ஒரு ஆறுதலான உதவிதான். இப்பொழுது இதையாவது பெற்றுக் கொள்ளுங்கள் என்று இளைஞர்களுக்கு, படித்து வேலை இல்லாமல் இருக்கின்ற வாலிபர்களுக்கு வழங்கப்படுகின்ற ஒரு தொகைதான் இந்த இரண்டு இலட்சத்திற்கு மேற்பட்ட இளைஞர்களுக்குத் தரப்படுகின்ற தொகையாகும்.

இதைக் 'கருணைத் தொகை' என்றோ, 'உதவித் தொகை' என்றோ நான் குறிப்பிட விரும்பவில்லை. உண்மையாகச் சொல்ல வேண்டுமேயானால், இதற்குப் பெயர் 'கடமைத்

தொகை. ஒரு அரசுக்கு உள்ள கடமையை நிறைவேற்றுவதற்காகத் தரப்படுகின்ற தொகை. அதைத்தான் இன்று தமிழகம் முழுவதும் இந்த அரசின் சார்பில் அமைச்சர் பெருமக்கள் ஆங்காங்கு இளைஞர்களைச் சந்தித்து இந்தத் தொகையை வழங்குகின்றார்கள்.

இதற்கு நான் இளைஞர்களிடம் நன்றியை எதிர்பார்க்க வில்லை. என்ன கைமாறு என்று அவர்களிடம் நாங்கள் கேட்கவில்லை. அதை எதிர்பார்க்கவும் இல்லை. நாங்கள் அவர்களிடம் விரும்புகின்ற கைமாறெல்லாம், இதைப் பெற்று, இதை அப்படியே ஒழுங்காக பெற்றோர்களிடம் அளித்து, அவர்கள் தங்களுடைய தேவையை ஓரளவு நிறைவு செய்து கொள்ள நீங்களும் உதவியாக இருந்து இதற்குப் பிறகு, இந்த உதவிக்குப் பிறகு அடுத்த கட்டமாக வேலைவாய்ப்புகளை, அதே நேரத்தில் தேடியலைந்து, அதற்கு இந்தப் பணத்தைப் பயன்படுத்திக் கொண்டு, வேலைவாய்ப்புகளைப் பெற்று, வேலைவாய்ப்புகளை வழங்குவதற்கு அரசின் திட்டங்களை யெல்லாம் பயன்படுத்திக் கொண்டு உங்களுடைய குடும்பத்தை, வீட்டைக் காப்பாற்றி, வீட்டைக் காப்பாற்ற மாத்திரம் நாம் பிறக்கவில்லை, நாட்டையும் காப்பாற்ற பிறந்திருக்கிறோம் என்ற நல்ல எண்ணத்தோடு பணியாற்றுவீர்களேயானால் நான் பெரிதும் மகிழ்வேன், நான் உற்சாகமடைவேன், நான் இன்று வழங்கிய இந்த நிதித்தொகை உள்ளபடியே பயனுடையது என்று நான் எண்ணுவேன்".

இந்த உரை, 20006 நவம்பர் மாத 'தமிழரசு' இதழில் வெளியாகியுள்ளது.

93. மின்சாரம் தந்த இலவச டி.வி.!

2008 மார்ச் மாத 'தமிழரசு' இதழில் நீலகிரி மாவட்டத்தில் தமிழ்நாடு அரசின் மக்கள் நலத் திட்டங்களால் பயன்பெற்ற மக்களின் பேட்டிகள் வெளியாகியிருந்தன. அதில் ஒருவர் 60 வயதான நர்சம்மா. உதகை வட்டம் தோடர்மந்து பகுதியைச் சார்ந்த அவர், இலவச வண்ணத் தொலைக்காட்சிப் பெட்டியால் தன் பகுதி மக்களுக்கு ஏற்பட்ட பயன் குறித்து இப்படிச் சொன்னார்:

"கடந்த 60 வருடங்களாக தோடர் மந்தில்தான் குடியிருந்து வருகின்றேன். 30 ஆண்டுகளாக மின்சாரம் இன்றி கஷ்டப்பட்டுக் கொண்டு இருந்தோம். கலைஞர் ஆட்சியில்தான் இலவச வண்ணத் தொலைக்காட்சிப் பெட்டி வழங்கி, அதனால் மின்சாரம் கிடைக்கப் பெற்றுள்ளது. இப்பகுதியில் 9 குடும்பங்கள் தான் வசித்து வருகின்றோம். இந்தக் குடும்பங்களில் விளக்கேற்றி வைத்தது கலைஞர் அரசுதான். 9 குடும்பங்கள்தான் என்று விட்டுவிடாமல் அனைவரும் ஒன்று என்று நினைத்து அரசின் அனைத்துத் திட்டங்களையும் வழங்கி வருகின்றது. டி.வி.யில் தினமும் நாடகம், செய்திகள், உதகையில் நடைபெறும் செய்திகள் அனைத்தையும் பார்க்க முடிகின்றது. நான் இறப்பதற்குள் உலகத்தை என் கண்முன் காட்டிய கலைஞர் அய்யா அவர்களுக்கு நன்றி."

அந்த மாவட்டத்தின் செய்தி மக்கள் தொடர்பு அலுவலர் (பொறுப்பு) இரா.பாஸ்கரன் என்பவர் எழுதிய இந்தச் செய்திக் குறிப்பில் நாம் கவனிக்க வேண்டியது, டி.வி.யால் அந்தப் பகுதி மக்கள் பயனடைய வேண்டுமென்றால் அவர்களுக்கு மின்சார வசதி செய்தி கொடுக்க வேண்டும் என்று அரசு நினைத்தது. மட்டுமல்ல, 9 குடும்பங்கள்தானே என்று அலட்சியப்படுத்தாமல்

அவர்களையும் உள்ளடக்கிய வளர்ச்சிக்கான அரசாக இருந்த கலைஞர் ஆட்சி, அவர்களுக்கு மின்சாரம் வழங்கியது. ஆக, 'இலவசம்' என்று இதர கட்சிகள் விமர்சனம் செய்யும் மக்கள் நலத் திட்டம், எப்படி சங்கிலித் தொடர் போல அடுத்தடுத்த பலன்களைக் கொண்டு வருகிறது என்பதற்கு நர்சம்மாவின் பேட்டி ஒரு சாட்சியாக இருக்கிறது.

மேற்கண்ட பேட்டி வெளியான அதே இதழில், கிருஷ்ணகிரி மாவட்ட நிர்வாகத்தைக் கணினி மயமாக்கும் இ டிஸ்ட்ரிக் திட்டத்தைத் தொடங்கி வைத்த கலைஞர் அவர்கள், இலவச வண்ணத் தொலைக்காட்சிப் பெட்டிகள் திட்டம் குறித்துச் சொல்கிறபோது இப்படிக் குறிப்பிட்டார்:

"நம்முடைய தாய்மார்கள் 'சீரியல்' படம் பார்ப்பதற்காக மாத்திரமல்ல. அதிலே அழுதது போதும். நம்முடைய தாய்மார்கள், வீட்டிலே உள்ள பெண்கள் இவர்களெல்லாம் மாணவர்கள் உள்ளிட்ட அத்தனை பேரும் உலகச் செய்திகளைத் தெரிந்துகொள்ள, பல விஞ்ஞானப் புதுமைகளைப் புரிந்துகொள்ள இன்றைக்கு தொலைக்காட்சியைப் போல பயனுள்ள ஒரு கருவி இருக்க முடியாது. எல்லா தொலைக் காட்சிகளிலும், ஒரு சில தொலைக்காட்சிகளிலே வேண்டுமானால் அறிவுக்குப் பொருத்தமற்ற செய்திகள் சொல்லப்படலாம். ஆனால் அறிவோடு சொல்லக்கூடிய செய்திகளைத்தான் சொல்வது, அறிவை வளர்க்கக் கூடிய செய்திகளைத்தான் சொல்வது என்ற முறையில் நடைபெறுகின்ற தொலைக்காட்சிகளில் விஞ்ஞானப் புதுமைகள் சொல்லப் படுகின்றன. அந்த விஞ்ஞானப் புதுமைகளால்தான் தாய்க்குலம் திருந்தும். தாய்க்குலம் திருந்தினால்தான் மொத்த மனித சமுதாயம், தமிழ்ச் சமுதாயம் உட்பட திருந்த வழிவகை ஏற்படும். எனவேதான் இலவசமாக அவர்களுக்கு வண்ணத் தொலைக்காட்சிப் பெட்டிகளைக் கொடுத்து, அதைப் பார்க்க வைத்து, விஞ்ஞானத்தை வளர்த்து, அறிவை வளர்த்து அறியாமையைப் போக்க நாம் மேற்கொண்டிருக்கின்ற மிக முக்கியமான திட்டம்தான், அறிவுப்பூர்வமான திட்டம்டான் இந்தத் திட்டம் என்பதை நான் சொல்ல விரும்புகிறேன்."

94. 'ஜெய்ஹிந்த்' செண்பகராமனுக்குச் சிலை!

சமீபத்தில் மருதிருவர் பிறந்தநாள் விழாவின்போது தமிழ்நாட்டு ஆளுநர் ஆர்.என்.ரவி, 'தமிழ்நாட்டில் பிறந்த தியாகிகளை தி.மு.க.வும் தமிழர்களும் மறந்துவிட்டார்கள்' என்கிற ரீதியில் பேசியிருந்தார். அவர் போன்ற வரலாறு அறியாதவர்களுக்காக இந்தச் செய்தி.

2008 ஆகஸ்ட் 1 அன்று வேலூர் மாநகராட்சி தொடக்க விழாவில் ஐந்தமிழறிஞர் கலைஞர் ஆற்றிய உரையிலிருந்து...

"நான் சில நாட்களுக்கு முன்பு சென்னையில் ஒரு சிலையைத் திறந்துவைத்தேன். அந்தச் சிலைக்கு உரியவரின் பெயர் 'ஜெய்ஹிந்த்' செண்பகராமன். கிண்டியில் ஆளுநர் மாளிகையைத் தொடர்ந்து இருக்கின்ற பசும்புல் தரையில் அந்தப் பெருவெளியில் தியாகிகளுக்காகப் பல சிலைகள், பல நினைவுச் சின்னங்களை அமைத்தது தி.மு.கழக ஆட்சிதான். அமைத்தவர் உங்கள் முன்னால் உட்கார்ந்திருக்கிற இந்தக் கருணாநிதிதான்.

தியாகிகள் எந்தக் கட்சியைச் சேர்ந்தவர்களாக இருந்தாலும், எந்த இயக்கத்தைச் சார்ந்தவர்களாக இருந்தாலும் அவர்கள் நாட்டிற்காகப் போரிட்டார்கள். நாட்டிற்காக உயிர் நீத்தார்கள். வாழ்க்கையை அர்ப்பணித்தார்கள் என்றால் அவர்களை மறவாமல் அவர்களுக்கு நினைவு மண்டபங்கள் கட்டியதும், சிலைகள் வைத்ததும் அவர் காங்கிரஸ் கட்சியா, கம்யூனிஸ்ட் கட்சியா என்றெல்லாம் பாராமல் அவர்களைப் பாராட்டி, போற்றி, புகழ்வது தி.மு.கழக அரசு என்பதை நீங்கள் அறிவீர்கள்.

அதன்படி செண்பகராமனை, உங்களிலே பலர் கேள்விப்பட்டிருக்க முடியாது. படித்தவர்கள், மாணவர்கள் கேள்விப்பட்டிருக்கலாம். அரசியலில் அனுபவம் வாய்ந்தவர்கள் கேள்விப்பட்டிருக்கலாம். சாதாரண பொதுமக்கள் கேள்விப்பட்டிருக்க முடியாது. யார் அந்த செண்பகராமன்?

திருவனந்தபுரத்துக்குப் பக்கத்தில் ஒரு கிராமத்திலே பிறந்து, தமிழகத்திலே வாழ்ந்து, ஐரோப்பா கண்டமெல்லாம் இவருடைய கீர்த்தியை நிலைநாட்டி, இன்னும் சொல்லப் போனால் ஹிட்லருக்கே நண்பனாகி, ஹிட்லரால் மதிக்கத் தகுந்த நண்பராக இருந்து இந்திய சுதந்திரப் போராட்டத்துக்கு என்னென்ன உதவிகளைச் செய்ய வேண்டுமோ அவைகளை யெல்லாம் செய்தவருடைய பெயர்தான் செண்பகராமன்.

நீங்கள் கேள்விப்பட்டிருப்பீர்கள், 'எம்டன்' குண்டு என்று. அந்த எம்டன் குண்டு ஒரு தனி மனிதனல்ல. அவன் போட்ட குண்டல்ல. ஒரு கப்பலில் இருந்து போடப்பட்ட குண்டு. அந்தக் கப்பலுக்குப் பெயர் 'எம்டன்' கப்பல். அந்தக் கப்பலைச் செலுத்தி வந்தவர் செண்பகராமன். அவர் சென்னையிலிருந்து வெள்ளைக்காரர்களுடைய இடங்களை யெல்லாம் அழிப்பதற்காக அந்த குண்டைப் போட்டார் எம்டன் கப்பலில் இருந்து. அப்படிப்பட்டவர், ஹிட்லர் ஒருநாள் தேனீர் விருந்திலே பேசிக்கொண்டிருக்கும்போது இந்தியரை இகழ்ந்துரைத்தார். இந்தியர்கள் சோம்பேறிகள் என்று சொன்னார் ஹிட்லர் என்ற காரணத்திற்காக அந்த ஹிட்லரை மன்னிப்புக் கேட்க வைத்து அதுவரையிலே அவரோடு பேச மறுத்து இறுதியாக ஹிட்லரே மன்னிப்புக் கேட்டார் என்கின்ற அளவிற்கு வீரம்மிக்கவர் செண்பகராமன்.

இவையெல்லாம் சொல்வதற்குக் காரணம், அப்படிப்பட்ட வீரர்களையெல்லாம் நாம் மறந்துவிட்டோம். அதைப்போலத்தான் வேலூரில் நடைபெற்ற முதல் சிப்பாய்க் கலகத்தை நாம் மறந்துவிட்டோம். வரலாற்றிலே இடம்பெற முடியாமல் போய்விட்டது. பிறகு வந்தவர்கள் அந்த வரலாறு நமக்கு உரியதல்ல. வடக்கே உள்ள சிப்பாய்களுக்கு உரியது

என்று ஆக்கினார்கள். நமக்கு உரியதாக இன்றைக்கு நாம் ஆக்கியிருக்கிறோம் என்பதை மறந்துவிடக்கூடாது.

அப்படிப்பட்ட வரலாற்றுப் பிழை நடைபெற்ற இந்த வேலூரில் அந்தப் பிழையைத் திருத்தி நம்முடைய சிப்பாய்ப் புரட்சிக்கு ஒரு நினைவுத் தூணை நட்டு, சிப்பாய்ப் புரட்சியின் நினைவாக அகில இந்திய அளவிலே மத்திய அரசை வலியுறுத்தி ஒரு தபால் தலையையும் வெளியிட்ட பெருமை தி.மு.கழகத்தின் அரசுக்கு உண்டு.”

இந்தச் செய்தி 2008 ஆகஸ்ட் - செப்டம்பர் மாத ‘தமிழரசு’ இதழில் வெளியாகியுள்ளது.

95. 14 வங்கிகள்... 14 நினைவுப் பரிசுகள்..!

2008 நவம்பர் 25 அன்று, சென்னைப் பல்கலைக்கழக நூற்றாண்டு விழா மண்டபத்தில், சிறப்பாகச் செயலாற்றும் மகளிர் சுய உதவிக் குழுக்களுக்கு 'மணிமேகலை' விருதும், 3 ஆயிரம் சுய உதவிக் குழுக்களுக்குச் சுழல்நிதியும் வழங்கும் விழாவில் ஐந்தமிழறிஞர் கலைஞர் பேசியதிலிருந்து...

"இன்றைக்குச் சுய உதவிக் குழுக்களால் ஆதாயம் பெறுகின்ற யாராக இருந்தாலும், அவர்கள் மகளிராக இருந்தாலும், அந்த மகளிருக்கு உதவிகளைச் செய்கின்ற வங்கித் தலைவர்கள், வங்கி நிர்வாகிகளாக இருந்தாலும் அவர்கள் எல்லாம் மறந்து விடாமல் நினைவிலே வைத்துக் கொள்ள வேண்டிய ஒன்று, 1969 ஆம் ஆண்டு என்னுடைய தலைவர் அறிஞர் அண்ணா அவர்கள் முதலமைச்சராகப் பொறுப்பேற்றிருந்து, மறைந்த பிறகு, அந்தப் பொறுப்பு என்னுடைய தோளிலே சுமத்தப் பட்டது. நான் முதன்முதலாக டெல்லிப் பட்டினத்திற்கு, அங்கே நடைபெற்ற முதல் அமைச்சருடைய மாநாட்டிற்குச் சென்றிருந்தேன். அப்போது அந்த மாநாட்டிற்குத் தலைமை வகித்தவர், இந்தியாவின் பிரதமர், அன்னை இந்திரா காந்தி அம்மையார் அவர்கள். அப்போது துணைப் பிரதமராக இருந்தவர் மொரார்ஜி தேசாய்.

அந்த மாநாட்டிலே நான் பேசும்போது குறிப்பிட்டேன். சேலம் இரும்பாலை, சேது சமுத்திரத் திட்டம், இவைகள் எல்லாம் எங்கள் தமிழ்நாட்டிற்குத் தேவை என்பதைக் குறிப்பிட்டுவிட்டு, பொதுவான பொருளாதாரத் திட்டங்களைப் பற்றி அந்த முதல் அமைச்சர்கள் மாநாட்டிலே பேசும்போது, நான் உறுதிபடச் சொன்னேன். 'நீங்கள் இந்தியாவிலே இருக்கின்ற பெரிய வங்கிகளையெல்லாம் தேசிய மயமாக

ஆக்குங்கள். அப்படிச் செய்தால் ஏழையெளியவர்களுக்குப் பணம் கிடைக்கும், கடன் கிடைக்கும். உழவர்களுக்கு, வணிகர்களுக்கு, நடுத்தர மக்களுக்கு, சாமானியர்களுக்கு, சாதாரணமானவர்களுக்குச் சுலபமாகக் கடன் கிடைக்கும். அந்தக் கடனும் ஒழுங்காக வந்து சேரும், பயத்தோடு வந்து சேரும், பாசத்தோடு வந்து சேரும், நன்று உணர்வோடு வந்து சேரும், நன்று உணர்வோடு திரும்பக் கிடைக்கும். ஆகவே நீங்கள் வங்கிகளை தேசியமயமாக ஆக்க வேண்டும்' என்ற திட்டத்தை அன்றைக்கு அறிவித்தேன்.

அந்த முதலமைச்சர்களுடைய மாநாட்டில் மேற்கு வங்கத்தின் முதலமைச்சர் அஜாய் முகர்ஜியும் அமர்ந்திருந்தார். அந்த மாநிலத்தின் துணை முதல் அமைச்சர் தோழர் ஜோதிபாசும் வந்திருந்தார். அவர்கள் யாரும் எழுப்பாத இந்தக் குரலை அண்ணாவின் தம்பியாகிய நான்தான் அன்றைய தினம் அந்த மாநாட்டிலே எழுப்பினேன். அதை இந்திரா காந்தி அம்மையார் ஏற்றுக்கொள்வது போல தலையசைத்துப் புன்னகை புரிந்து ஆமோதித்து வரவேற்கின்ற முக ஜாடையையும் காட்டினார். ஆனால் அவருக்குப் பக்கத்திலே இருந்த மொரார்ஜி தேசாய் அவர்கள், துணைப் பிரதமர் ஏற்றுக் கொள்ளவில்லை, மறுத்துப் பேசினார்.

நான் முதல் நாள் பேசியது, மறுநாள் காலையிலே, டெல்லியிலே உள்ள தினசரிப் பத்திரிகைகள் ஆங்கிலம் மற்றும் இந்திப் பத்திரிகைகளிலேயும் தலைப்புச் செய்தியாக, 'தமிழ்நாடு முதலமைச்சர் வங்கிகளை தேசியமயமாக ஆக்க வேண்டும் என்று வற்புறுத்தினார்' என்று வெளியிட்டிருந்தார்கள். அதற்கு அடுத்த நாள்தான், பேசுவதற்கு மீண்டும் ஒரு முறை நேரம் கேட்டுப் பெற்று, தோழர் ஜோதிபாசு அவர்கள், முதல்நாள் அஜாய் முகர்ஜி, மேற்கு வங்கத்தின் முதலமைச்சர் பேசாததை, இவர் பேசியபோது, நான் பேசியதை வழிமொழிவதைப் போல பேசினார். அதற்குப் பிறகு, சில மாதங்களுக்குப் பிறகு இந்திரா காந்தி அம்மையார் வங்கிகளை தேசியமயமாக ஆக்கி ஆணை பிறப்பித்தார்கள். இன்னும் உங்களுக்கு ஞாபகப்படுத்த வேண்டுமேயானால், இந்திரா காந்தி அம்மையார் அவர்களை,

முதன் முதலாக முதலமைச்சராகப் பொறுப்பேற்ற நான், தமிழகத்திற்கு அழைத்து, குறிப்பாக தலைநகரம் சென்னைக்கு அழைத்து, ராஜாஜி மண்டபத்து வாயிற்புறத்திலே பேச வைத்து, 14 வங்கிகளை தேசியமயமாக்கினார்கள் என்பதற்காக 14 பொருட்களை, தமிழகத்திலே கிடைக்கக் கூடிய சின்னங்களை, மாமல்லபுரம் கோயில், நடராஜர் சிலை என்று இப்படி 14 பொருட்களை இந்திரா காந்தி அம்மையாருக்குப் பரிசாகத் தந்தவன் இந்தக் கருணாநிதிதான் என்பதை உங்களுக்கு நான் தெரிவித்துக்கொள்கிறேன்."

இந்த உரை 2008 அக்டோபர் - நவம்பர் மாத 'தமிழரசு' இதழில் வெளியாகியுள்ளது.

96. கிடாரன் கொண்டான்!

இந்தியாவிலேயே முதன்முதலாக தமிழ்நாட்டில்தான் கடல்சார் பல்கலைக்கழகம் அமைக்கப்பட்டது. அதுவும் ஐந்தமிழறிஞர் கலைஞரின் ஆட்சிக் காலத்தில்தான். 2008 டிசம்பர் 31 அன்று சென்னை அருகே உள்ள உத்தண்டியில் இந்திய கடல்சார் பல்கலைக்கழகத்தைத் தொடங்கி வைத்து கலைஞர் ஆற்றிய உரையிலிருந்து சில துளிகள்...

"1956 ஆம் ஆண்டு. ஏறத்தாழ ஐம்பது அல்லது ஐம்பத்தி இரண்டு ஆண்டுகளுக்கு முன்பு திருச்சியில் பேரறிஞர் அண்ணா அவர்களுடைய தலைமையில் திராவிட முன்னேற்றக் கழகத்தின் மாநில மாநாடு நடைபெற்றது.

அந்த மாநாட்டிலே பேசுகின்ற அனைவரும் அவரவர்கள் தேர்ந்தெடுத்த ஒரு பொருளில் ஏதாவது ஒரு கருத்தை அரசியல் ரீதியாக, சமுதாய ரீதியாக, பொருளாதார ரீதியாகப் பேசலாம் என்று அதுவரையிலே கழக மேடைகளில் கடைப்பிடிக்கப்பட்ட முறையை மாற்றி அண்ணா அவர்கள் கழகத்தின் தலைவர்கள், பேச்சாளர்கள் அனைவருக்கும் ஒரு தலைப்பைத் தந்து, இந்தத் தலைப்பிலே நீங்கள் பேச வேண்டுமென்று ஆணையிடுவார்கள். நாஞ்சில் மனோகரனுக்கு 'ஜனநாயகம்' என்ற தலைப்பு, பேராசிரியருக்கு 'தமிழ் வளர்ச்சி' என்ற தலைப்பு, எனக்கு அப்போது அண்ணா அவர்கள் வழங்கிய தலைப்பு, 'திராவிடத்தின் உலகத் தொடர்புகள்' என்பதாகும்.

ஒருவேளை 52 ஆண்டுகளுக்குப் பிறகு திராவிடத்தின் உலகத் தொடர்புகளுக்கு கடல்சார் பல்கலைக்கழகம் மிகவும் முக்கியமானது என்று கருதியோ என்னவோ அதைப் பேசுவதற்குத் தகுதியானவர் கருணாநிதிதான் என்று எண்ணி இன்றைக்கு நான் பேசுகின்ற வாய்ப்பை வழங்குவதைப்போல

அன்றைக்கு எனக்கு வழங்கினார்கள். பேசுவதற்குத் தகுதியானவன் என்றால், பேச்சுத் திறமையிலே அல்ல, அறிவுக் கூர்மையிலே அல்ல, ஆராய்ச்சியின் ஆழத்தை அறிந்தவன் என்பதால் அல்ல. நானும் கடல் சார்ந்த பகுதியிலே பிறந்தவன், வாழ்ந்தவன்.

...கடலின் சிறப்பை நாம் இன்றைக்குத்தான் உணருகிறோம் என்று இல்லை. அன்றைக்கே உணர்ந்த காரணத்தால்தான் கடல் அலைகளைத் தோள்களாக ஆக்கிக் கொண்டு, அந்தத் தோள்களிலே ஏறி நம்முடைய தமிழ்நாட்டு மன்னர்கள், வீரர்கள் வெளிநாடுகள் வரையிலே சென்று வெறும் வியாபாரத்தை மாத்திரம் செய்யவில்லை, வெற்றிகளையும் பெற்று வந்தார்கள்.

இராஜேந்திரச் சோழன், தஞ்சையை ஆண்ட இராஜராஜ சோழனின் மகன், கடாரம் வரையிலே சென்று அந்நாட்டு மன்னரை வென்று, கடாரத்தைத் தன் நாட்டோடு சேர்த்துக் கொண்டான். தன் நாட்டுக் கொடியை அங்கே பறக்கவிட்டான் என்பது வரலாறு.

திருவாரூருக்கு அருகிலே 'கடாரம் கொண்டான்' (இன்றைக்கு கிடாரன் கொண்டான் என்று அழைக்கப்படுகிறது) என்கின்ற ஒரு ஊரே இருக்கின்றது. ஏன் 'கடாரம் கொண்டான்?'. ஏதோ கடாரங்காய் என்று சொல்கிறார்களே, அந்த நார்த்தங்காயை வாங்கி, 'கடாரம் கொண்டானா?' என்றால் இல்லை. கடாரம் என்ற பெயரிலே உள்ள இன்னொரு நாட்டை கடல் வழியிலே போர்க் கப்பல்களை நடத்திச் சென்று அந்த நாட்டை வென்று, அந்த நாட்டை வென்றதற்கு அடையாளமாக, 'கடாரம்' என்ற பகுதியை வென்றவன் என்று அவனுடைய பெயரை சோழ வள நாட்டிலே ஒரு பகுதியாக இருந்த திருவாரூருக்கு அருகில் 'கடாரம் கொண்டான்' என்ற ஒரு ஊரை அமைத்து, அங்கே நம்முடைய திராவிட முன்னேற்றக் கழக ஆட்சியில் அந்த கடாரம் கொண்டானில் ஒரு கல்லூரியும் அமைத்தோம். அப்படி அமைக்கப்பட்ட கல்லூரிக்கு அந்தப் பகுதியிலே உள்ள பெரியவர்கள்,

பொதுநலவாதிகள், சான்றோர்கள் எல்லோரும் சேர்ந்து கட்சிச் சார்பற்றவர்கள், பொதுவாழ்வில் தொடர்புள்ளவர்கள் எல்லோரும் சேர்ந்த அந்தக் கல்லூரிக்கு என் பெயரை வைத்தார்கள். நான் என் பெயரை வைக்க வேண்டாமென்று சொன்னேன். நான் சொன்னபடியே ஆயிற்று. அடுத்து இன்னொரு ஆட்சி வந்தது. அந்தப் பெயர் மாற்றப்பட்டது. அதைத்தான் நான் சொன்னேன் அவர்களுக்கு. நீங்கள் கடாரம் கொண்டதற்குப் பெயர் வைத்தாலும், கங்கை கொண்டானுக்குப் பெயர் வைத்தாலும் ஏற்பார்கள். என் பெயரை வைத்தால் அது நிலைக்காது. கல்லூரி நிலைக்கும், ஆனால் பெயர் நிலைக்காது என்று நான் சொன்னேன்."

இந்த உரை, 2009 ஜனவரி மாத 'தமிழரசு' இதழில் வெளியாகியுள்ளது.

97. 18 ஆண்டு சபதம்!

பெங்களூருவில் 2009 ஆகஸ்ட் 9 அன்று அய்யன் திருவள்ளுவர் சிலையைத் திறந்து வைத்து, ஐந்தமிழறிஞர் கலைஞர் ஆற்றிய உரையிலிருந்து...

"நான் 18 ஆண்டுகளுக்கு முன்பு ஒரு சபதம் செய்திருந்தேன். கடந்த 18 ஆண்டுகளாக பெங்களூருவில் நடைபெறுகின்ற எந்த நிகழ்ச்சிக்கு யார் என்னை அழைத்தாலும் அது என்னுடைய கட்சி நிகழ்ச்சியாக இருந்தாலும், அல்லது தோழமைக் கட்சியினுடைய நிகழ்ச்சியாக இருந்தாலும் எந்தவொரு நிகழ்ச்சிக்கு என்னை அழைத்தபோதும் நான் அவர்களுக்குச் சொன்ன ஒரு செய்தி,

'பெங்களூருவில் திருவள்ளுவர் சிலை மூடப்பட்டுக் கிடக்கிறது. அது என்றைக்குத் திறந்து வைக்கப்படுகிறதோ, அன்றைக்குத்தான் நான் பெங்களூருவுக்கு வருவேன்' என்று சொல்லியிருந்தேன். அந்தச் சபதத்தை நான் நிறைவேற்றவில்லை. நம்முடைய முதலமைச்சர் எடியூரப்பா அவர்கள் நிறைவேற்றிக் கொடுத்திருக்கிறார். என் சபதத்தை நிறைவேற்றுகின்ற பொறுப்பை அவர் ஏற்றுக் கொண்டதற்காகப் பக்கத்து மாநிலத்தினுடைய முதலமைச்சர் என்கின்ற முறையில் நீண்ட நாளாக கர்நாடக மாநிலத்தோடு தொடர்புடையவன் என்கின்ற முறையில் என்னுடைய நன்றியையும் வணக்கத்தையும் அவர்களுக்கு நான் தெரிவித்துக் கொள்கின்றேன்.

இன்றைக்கு நடைபெற்றிருப்பது திருவள்ளுவருடைய சிலை திறப்பு விழா. இன்னும் சில நாட்களுக்குப் பிறகு சென்னை மாநகரத்திலே நடக்க இருப்பது சர்வக்ஞர் சிலை திறப்பு விழா. இந்த இரண்டும், இரண்டு சிலை திறப்பு

விழாக்களைக் குறிப்பது அல்ல. இரு மாநில மக்களுடைய இதயங்களைத் திறந்திருக்கின்ற சிறப்பு விழாக்கள் என்பதை நான் இங்கே எடுத்துக்காட்ட கடமைப்பட்டிருக்கின்றேன்.

வள்ளுவருடைய சிலையை இங்கே திறக்கிற அதே நேரத்தில், தமிழகத்திலே நடைபெற்றுக் கொண்டிருக்கின்ற ஆட்சி சர்வக்ஞருடைய, அவர் கன்னட மொழியிலே படைத்துள்ள உரைப் பாக்களையெல்லாம் இறையடியார் என்னும் தமிழறிஞரைக் கொண்டு, தமிழில் மொழிபெயர்த்து, அவர் கவிதை நடையிலே தந்துள்ள உரைப்பா என்ற சர்வக்ஞருடைய நூலை வெளியிட்டு மகிழ்ந்ததுதான் தமிழ்நாடு அரசு என்பதை நான் தெரிவித்துக் கொள்கின்றேன்.”

இந்த நிகழ்ச்சிக்குப் பிறகு 2009 ஆகஸ்ட் 13 அன்று சென்னை அயனாவரம் ஜீவா பூங்காவில் கன்னடக் கவிஞர் சர்வக்ஞர் சிலையினை கர்நாடக முதலமைச்சர் பி.எஸ்.எடியூரப்பா திறந்து வைத்தார். இந்தச் செய்தி 2009 ஆகஸ்ட் மாத ‘தமிழரசு’ இதழில் வெளியாகியுள்ளது.

98. 'கோயில்' தந்த 'தெய்வம்!'

சென்னையில் 2009 ஜூலை 23 அன்று, உயிர் காக்கும் உயர் சிகிச்சைக்கான கலைஞர் காப்பீட்டுத் திட்ட தொடக்க விழாவில், ஐந்தமிழறிஞர் கலைஞர் ஆற்றிய உரையிலிருந்து கவனிக்கத்தக்க விஷயங்கள் சில...

"ஏழையின் சிரிப்பில் இறைவனைக் காண்பதற்காகத்தான் இந்தத் திட்டங்களையெல்லாம் திராவிட முன்னேற்றக் கழக அரசு தொடர்ந்து நடத்தி வருகிறது. நான் ஆரம்பப் பள்ளியிலே படித்த போதும் சரி, உயர்நிலைப் பள்ளியிலே ஒருசில வகுப்புகளுக்குச் சென்று கல்வி கற்ற நேரத்திலும் சரி, எங்கள் திருவாரூரில் இருக்கின்ற அகலமான, உயரமான கோயில் சுவர்களில் ஓர் அழகான விளம்பரம் எழுதப்பட்டிருக்கும். என்ன விளம்பரம் என்றால், 'நடமாடும் கோவில் திருப்பணி' என்று அதிலே தலைப்பு எழுதப்பட்டிருக்கும்.

நடமாடும் கோவில் திருப்பணி என்றால், ஏதோ கோயிலை நடமாடுகின்ற கோயில்களாகக் கட்டப் போகிறார்கள் என்று பொருள் அல்ல. அல்லது சில அதற்கு விளக்கம் தந்தார்கள், 'மொபைல் ஆஸ்பிடல்' என்று!

என்னுடைய தமிழ் ஆசிரியர் அதற்கு உரைத்த பொருள் என்னவென்றால், மனிதனின் உடலே நடமாடும் கோயில்தான். அதிலே ஏற்படுகின்ற பழுதுகளைப் பார்ப்பதற்கு 'திருப்பணி' என்று சைவ சித்தாந்தப்படி நாங்கள் சொல்கிறோம். ஆகவே நடமாடும் கோயில் திருப்பணி என்றால் மருத்துவம்தான் என்று அவர்கள் சொன்னார்கள். அந்த நடமாடும் கோயில் திருப்பணியைத்தான் திராவிட முன்னேற்றக் கழக அரசு எவ்வெப்போதெல்லாம் தமிழகத்திலே அமைகிறதோ, அப்போதெல்லாம் நாங்கள் ஆற்றிக் கொண்டிருக்கிறோம்".

இந்த விழாவில்தான் கலைஞர் இன்னொரு முக்கிய அறிவிப்பையும் செய்தார்.

“பொது வாழ்க்கை என்பது புனிதமானது. அது என்றும் தூய்மையானதாக இருக்க வேண்டுமென்று நினைப்பவன் நான். நான் ஆட்சிப் பொறுப்புக்கு வருவதற்கு முன்பும் பின்பும் என் பெயரில் வாங்கப்பட்ட சொத்து என்று பார்த்தால், கோபாலபுரத்தில் தற்போது நான் வசிக்கும் ஒரு வீடும் (ஸ்ட்ரீட் ஹவுஸ். தற்போதைய சந்தை மதிப்பு சுமார் எட்டு கோடி ரூபாய்), திருவாரூருக்கு அருகில் காட்டூர் கிராமத்தில் பதினான்கு ஏக்கர் நிலமும் உள்ளது.

இந்தியாவிலேயே தனி பங்களா என்று இல்லாமல், தெருவிலே உள்ள பல வீடுகளில் ஒன்றாக ஒரு முதலமைச்சரின் வீடு இருப்பது என்று எடுத்துக்கொண்டால், அது என்னுடைய வீடாகத்தான் இருக்குமென்று நினைக்கிறேன். நான் முதலமைச்சராகப் பொறுப்பேற்கும் நேரத்தில் எல்லாம், இப்போது கோபாலபுரத்தில் இந்த வீட்டிற்குப் பதிலாக அரசு பங்களா ஒன்றில் நான் வசிக்க வீடு ஏற்பாடு செய்யப்பட்ட போது, அதை நான் ஏற்றுக்கொள்ளவில்லை.

வருகின்ற பார்வையாளர்களையும், வெளிநாட்டுக்காரர் களையும் என் இல்லத்தில் வரவேற்றுப் பேசுவதற்குக் கூட போதுமான அளவிற்கு இடம் கிடையாது. புகைப்படக்காரர்கள் நின்று படம் எடுக்கக் கூட வசதி இல்லாத நிலை என்பதை தமிழ்நாட்டில் உள்ள அரசியல்வாதிகள் அனைவரும் நன்கு அறிவீர்கள்.

கோபாலபுரத்தில் நான் வசிக்கும் இந்த இல்லத்தை பல ஆண்டுகளுக்கு முன்பு 1968 இல் என் பிள்ளைகளின் பெயரில் செட்டில்மென்ட் எழுதி பதிவு செய்துள்ளேன். தற்போது அந்த இல்லத்தினை என்னுடைய காலத்திற்குப் பிறகும், என் மனைவி காலத்திற்குப் பிறகும், தமிழக அரசுக்கோ அல்லது கலைஞர் அறக்கட்டளைக்கோ உடைமையாக்குவதென்றும், அந்த இல்லத்தில் ஓர் இலவச மருத்துவமனையினை என் தாய் தந்தையர்களான ‘அஞ்சுகம் முத்துவேலர்’ பெயரில்

நடத்துவதென்றும் அதற்கு என் மனைவி மற்றும் பிள்ளைகளின் ஒப்புதலையும் பெற்றுள்ளேன் என்பதையும் அரசின் மருத்துவத் துறை சம்மந்தப்பட்ட இந்த விழாவில் அறிவிப்பதில் நான் மகிழ்ச்சியடைகிறேன்."

இந்த உரை 2009 ஆகஸ்ட் மாத 'தமிழரசு' இதழில் வெளியாகியுள்ளது.

99. செம்மொழி செயலகம்!

2010 ஜூன் 25 அன்று, கோவையில் உலகத் தமிழ்ச் செம்மொழி மாநாட்டில் 'எங்கும் தமிழ் எதிலும் தமிழ்' சிறப்புக் கருத்தரங்கிற்கு தலைமை வகித்து ஐந்தமிழறிஞர் கலைஞர் ஆற்றிய உரையில் அவர் செய்த முக்கியமான அறிவிப்பு இது...

"...ஒரு மகிழ்ச்சியான செய்தியை உங்களுக்குச் சொல்லுகிறேன். இந்த அரசின் சார்பாக எடுக்கப்பட்டுள்ள ஒரு செய்தியை உங்களுக்குச் சொல்கின்றேன். செம்மொழி, இவ்வளவு பாடுபட்டு நமக்குக் கிடைத்த பெரிய வெற்றி. அந்த வெற்றிக்குரிய செம்மொழி அலுவலகத்தை, தலைமை அலுவலகத்தை ஏதோ ஒரு வாடகை இடத்திலே வைத்திருப்பதா, ஏதோ 'பாலாறு இல்லம்' என்று இருந்த விடுதியிலே வைத்திருப்பதா என்று யோசித்து இப்போது நாம் புதிய சட்டசபைக்கு, தலைமைச் செயலகத்திற்குக் கட்டடங்கள் கட்டிய பிறகு, புதிய சட்டசபையை அங்கே ஆரம்பித்த பிறகு, பழைய சட்டசபை இருந்த கோட்டையையே இந்த செம்மொழித் தமிழ் அலுவலகத்திற்கு என்று நாம் முடிவு செய்திருக்கின்றோம்.

நீங்கள் சென்னைக்கு வந்தால், கோட்டைக்கு வந்தால், அங்கு செம்மொழி அலுவலகத்தைக் காணலாம். செம்மொழி அலுவலகம் செயின்ட் ஜார்ஜ் கோட்டையிலே அமைகிறது. அதுதான் செம்மொழி அலுவலகம். அந்த அலுவலகத்திலே செம்மொழி ஆய்வுக்கான பல்லாயிரக்கணக்கான புத்தகங்கள்

அடுக்கி வைக்கப்பட்டு, நான் சென்னைக்குத் திரும்புவதற்குள்ளாக அந்த வேலை கூட முடிந்திருக்கும். அவ்வளவு புத்தகங்களும் வந்து இறங்கிவிட்டன. அவைகள் எல்லாம் அடுக்கி வைக்கப்பட்டு இனி செயின்ட் ஜார்ஜ் கோட்டை, 'செம்மொழித் தலைமை அலுவலகம்' என்று இருக்கும்."

இந்த உரை, 2010 ஜூலை - ஆகஸ்ட் மாத 'தமிழரசு' இதழில் வெளியாகியுள்ளது.

100. 'செம்மை' ராஜராஜன்!

2010 செப்டம்பர் 26 அன்று, தஞ்சாவூரில் தஞ்சைப் பெரிய கோயில் 1000-வது ஆண்டு நிறைவு விழாவில் ஐந்தமிழறிஞர் கலைஞர் உரையாற்றியபோது, நெல்லுக்குச் சூட்டிய மகுடம் இது...

"ஒன்றை நினைவூட்ட விரும்புகின்றேன். ஏற்கெனவே தமிழக அரசால், 'செம்மை நெல்' என்று ஒரு நெல் அறிமுகப்படுத்தப்பட்டது. ஒரு நெல்லைக் கொண்டு வந்து என்னிடத்திலே காட்டி, வேளாண்மைத்துறை அமைச்சர் தம்பி வீரபாண்டி ஆறுமுகம் அவர்கள், 'இது செம்மையாக விளைகின்ற நெல்லாக இருக்கின்றது. இதற்கு என்ன பெயர் வைக்கலாம்' என்று கேட்டார். அப்படியானால், 'செம்மை நெல்' என்ற பெயரிடலாமே என்று சொன்னேன். 'நெம்மை நெல்' நல்ல உற்பத்தியோடு, உற்பத்தித் திறனையும் பெற்றுள்ளது. எனவே, செம்மை நெல்லுக்கு ராஜராஜன் ஆயிரமாண்டு விழாவின் நினைவாக, 'ராஜராஜன் 1000' என்று தமிழக அரசின் சார்பில் பெயரிட்டு அறிவிப்பினை வெளியிடுவதில் மிகுந்த மகிழ்ச்சியடைகிறேன். 'ராஜராஜன் 1000'. ஐ.ஆர்.8 என்பதைப் போல, ஐ.ஆர்.20 என்பதைப் போல இது 'ராஜராஜன் 1000'. ராஜராஜன் புகழ் பெருகவும், 'ராஜராஜன் 1000' நெல்லை நீங்கள் பயிரிடும் போதெல்லாம் நீங்கள் எண்ணி மகிழவும், வாழ்த்தவும் இந்தப் பெயர் பயன்படும்."

இந்த உரை 2010 அக்டோபர் மாத 'தமிழரசு' இதழில் வெளியாகியுள்ளது.

நூலாசிரியர் குறிப்பு

'எண்ணத்தில் தூய்மை எழுத்தில் நேர்மை
என் கொள்கை;
இயற்கை இலக்கியம்
எனக்கான தளங்கள்;
நிறைய வாசிப்பு நிறைவான எழுத்து
என் கனவு;
ந.வினோத்குமார்
என்பவன் இவ்வளவே...'

என்று சொல்லும் இந்நூலாசிரியர், ஒரு பத்திரிகையாளர். நீலகிரி மாவட்டத்தைச் சேர்ந்தவர். கடந்த 14 ஆண்டுகளாக 'ஆனந்த விகடன்', 'தி நியூ இந்தியன் எக்ஸ்பிரஸ்', 'இந்து தமிழ் திசை', 'புதிய தலைமுறை' குழுமத்திலிருந்து வெளிவரும் 'தி ஃபெடரல்' ஆங்கில இணையதளம் ஆகியவற்றில் பணிபுரிந்து விட்டு தற்போது சுயாதீன பத்திரிகையாளர் மற்றும் மொழிபெயர்ப்பாளராகப் பணிபுரிகிறார்.

இவர் எழுதிய 'வேட்டைக்கார ஆந்தையின் தரிசனம் (2017), 'வான் மண் பெண்' (2018) ஆகிய புத்தகங்கள் 'தி இந்து தமிழ் திசை' பதிப்புகளாக வெளிவந்தன. விகடன் வெளியீடுகளாக 'பரீட்சையில் பாஸ்... பாஸ்' (2012), 'யார் கட்டுவது பூனைக்கு மணி (2012), 'நிச்சய வெற்றி' (2013) ஆகிய மொழிபெயர்ப்பு நூல்கள் வெளிவந்துள்ளன. இவரது 'வேட்டைக்கார ஆந்தையின் தரிசனம்', 2018 ஆம் ஆண்டு தமிழ்நூல் வெளியீடு மற்றும் தமிழ்நூல் விற்பனை மேம்பாட்டுக் குழுமம் நடத்திய நான்காவது சென்னை புத்தகத் திருவிழாவில் 'சிறந்த சூழலியல் நூல்' விருது பெற்றது.

ஏ.கே.ராமானுஜன் எழுதிய முந்நூறு இராமாயணங்கள் (2021) மொழிபெயர்ப்பு நூலுக்குப் பிறகு, பரிசல் வெளியீடாக வரும் இவரது இரண்டாவது நூல் இதுவாகும்.

தொடர்புக்கு: ijournalistvinoth@gmail.com

❖❖❖